നിക്ഷേപത്തിന്റെ

പത്ത്

കല്പനകൾ

നിക്ഷേപത്തിന്റെ പത്ത് കല്പനകൾ

ഏറ്റവും വലിയ മാന്ത്രികന്മാരിൽ നിന്നുള്ള
മാർഗ്ഗനിർദ്ദേശ തത്വങ്ങൾ

സാൻ എൻജ് | ടിം എൻജ് | ഓയാ എൻജ്

വിവർത്തനം : അമല വി എസ്

MANJUL

മഞ്ജുൾ പബ്ലിഷിങ് ഹൗസ്

First published in India by

Manjul Publishing House

Corporate and Editorial Office

•2nd Floor, Usha Preet Complex, 42 Malviya Nagar, Bhopal 462 003 - India

Sales and Marketing Office

•C-16, Sector 3, Noida, Uttar Pradesh 201301, India

Website: www.manjulindia.com

Distribution Centres

Ahmedabad, Bengaluru, Kochi, Kolkata, Chennai,
Hyderabad, Mumbai, New Delhi, Pune

Malayalam translation of *Ten Commandments of Investing*
by San Eng, Tim Eng, Oia Eng

Original English language edition published by
Morgan James Publishing.

This edition first published in 2026

ISBN 978-93-7317-321-4

Translation by Amala V S

Printed and bound in India by Repro India Limited

ബാദ്ധ്യതാ നിരാകരണം

എഴുത്ത് പ്രക്രിയയിലുടനീളം വായനക്കാർക്ക് കൃത്യമായ വിവരങ്ങൾ നൽകാൻ രചയിതാക്കൾ സാധ്യമായ എല്ലാ ശ്രമങ്ങളും നടത്തിയിട്ടുണ്ടെങ്കിലും, പ്രസിദ്ധീകരണത്തിനു ശേഷം വരുന്ന എന്തെങ്കിലും പിശകുകൾക്കോ, മാറ്റങ്ങൾക്കോ പബ്ലിക്കേഷൻസിനോ, അല്ലെങ്കിൽ രചയിതാക്കൾക്കോ ഉത്തരവാദിത്വം ഉണ്ടായിരിക്കുന്നതല്ല. പുസ്തകത്തിന്റെ ഉള്ളടക്കം രചയിതാക്കളുടെ മാത്രം ആവിഷ്ക്കാരമാണ്, പ്രസാധകന്റേയല്ല. ഈ പുസ്തകത്തിലെ പരാമർശത്തിനായി ഏതെങ്കിലും വ്യക്തിയോ, കമ്പനിയോ, അല്ലെങ്കിൽ സ്ഥാപനമോ ഇതിന്റെ രചയിതാക്കൾക്കും, പ്രസാധകർക്കും നഷ്ടപരിഹാരം നൽകിയിട്ടില്ല. രചയിതാക്കൾ, അവരുടെ അറിവിന്റെയും കഴിവുകളുടെയും പരമാവധി, നൽകിയ വിവരങ്ങളും വ്യാഖ്യാനങ്ങളും ശരിയും, ഒപ്പംതന്നെ വിശ്വസനീയമായ വയാണെന്നും വിശ്വസിക്കുന്നു, എന്നാൽ അതിന്റെ കൃത്യതയിലും, വ്യക്തതയിലും ഉറപ്പു നൽകുന്നുമില്ല. കൂടാതെ, നൽകിയ വിവരങ്ങൾക്ക് അപ്ഡേറ്റുകൾ നൽകാൻ രചയിതാക്കൾ ബാധ്യസ്ഥരല്ല.

രചയിതാക്കൾ രജിസ്റ്റർ ചെയ്ത സാമ്പത്തിക ഉപദേഷ്ടാക്കളല്ല. രചയിതാക്കൾ ഒരു തരത്തിലും പ്രൊഫഷണൽ എന്ന നിലയിൽ നിയമപരമോ, സാമ്പത്തികമോ, അല്ലെങ്കിൽ നിക്ഷേപ പരമോ ആയ ഉപദേശങ്ങൾ നൽകുന്നില്ല. ഈ പുസ്തകം നിർദ്ദിഷ്ട കമ്പനി പേരുകൾ, അസ്സറ്റ് ക്ലാസ്സുകൾ, വിവര ആവശ്യങ്ങൾക്കായി മാത്രം നിക്ഷേപ തന്ത്രങ്ങൾ എന്നിവ പരാമർശിച്ചിട്ടുണ്ട്, പക്ഷെ അവയൊന്നും വായനക്കാർക്കുള്ള ശുപാർശകളായി കണക്കാക്കരുത്. ഈ പുസ്തകം വായിക്കുന്നതിലൂടെ രചയിതാക്കളും

വായനക്കാരും തമ്മിൽ ഒരു തരത്തിലും വിശ്വസനീയമായ ഒരു ബന്ധം സ്ഥാപിക്കുന്നില്ല, മാത്രമല്ല എല്ലാ സാമ്പത്തിക, നിക്ഷേപ തീരുമാനങ്ങൾക്കും വായനക്കാർ എല്ലായ്പ്പോഴും രജിസ്റ്റർ ചെയ്ത സാമ്പത്തിക ഉപദേഷ്ടാക്കളിൽ നിന്ന് പ്രൊഫഷണൽ ഉപദേശം തേടണം. പിശകുകളോ, ഒഴിവാക്കലുകളോ മൂലമുണ്ടാകുന്ന ഏതെങ്കിലും നഷ്ടം, കേടുപാടുകൾ അല്ലെങ്കിൽ തടസ്സം എന്നിവയ്ക്ക് രചയിതാക്കൾ ഏതെങ്കിലും കക്ഷിയുടെ ഒരു ബാധ്യതയും ഏറ്റെടുക്കുന്നില്ല, അത്തരം പിശകുകൾ അല്ലെങ്കിൽ ഒഴിവാക്കലുകൾ ഏതെങ്കിലും അശ്രദ്ധകൊണ്ടുള്ള അപകടം അല്ലെങ്കിൽ മറ്റേതെങ്കിലും കാരണത്താലായാലും ശരി. നിക്ഷേപ തീരുമാനങ്ങളുമായി ബന്ധപ്പെട്ട് സ്വന്തം തിരഞ്ഞെടുപ്പുകൾ, പ്രവർത്തനങ്ങൾ, അനന്തരഫലങ്ങൾ എന്നിവയ്ക്ക് വായനക്കാർ ഉത്തരവാദികളാണ്.

ഈ പുസ്തകത്തിൽ ഭാവിയെക്കുറിച്ചുള്ള പ്രസ്താവനകൾ അടങ്ങിയിരിക്കുന്നു, കനേഡിയൻ അല്ലെങ്കിൽ യുഎസ് സെക്യൂരിറ്റീസ് നിയമ നിർമ്മാണങ്ങളുടെ അതെ അർത്ഥത്തിൽ തന്നെ. ഭാവിയിലെ ആസ്തി വിലകൾ, സാമ്പത്തിക പ്രതിസന്ധി, സാമ്പത്തിക വിപുലീകരണങ്ങളും സങ്കോചങ്ങളും, പൊതു കടം വർദ്ധിക്കുന്നതിനോ കുറയുന്നതിനോ ഉള്ള സാധ്യത, നിലവിലെയും ഭാവിയിലെയും വിപണി സാഹചര്യങ്ങളും കാഴ്ചപ്പാടുകളും പ്രയോജനപ്പെടുത്തുന്നതിന് രചയിതാക്കളുടെ പോർട്ട്ഫോളിയോകളുടെ സ്ഥാനം, മത്സരാധിഷ്ഠിതകളികങ്ങൾ, വിവിധ ആകസ്മികതകൾ എന്നിവയുമായി ബന്ധപ്പെട്ട പ്രസ്താവനകളും വിവരങ്ങളും ഇതിൽ ഉൾപ്പെടുന്നു. ഭാവിയെക്കുറിച്ചുള്ള പ്രസ്താവനകൾ രചയിതാക്കളുടെയും പ്രസാധകരുടെയും നിയന്ത്രണത്തിൽ നിന്ന് അറിയപ്പെടുന്നതും അജ്ഞാതവുമായ വിവിധ അപകടസാധ്യതകൾക്കും, അനിശ്ചിതമായ ബന്ധങ്ങൾക്കും വിധേയമാണ്, ഇവയെല്ലാം ഫലങ്ങൾ, പ്രകടനം അല്ലെങ്കിൽ നേട്ടങ്ങൾ എന്നിവയ്ക്ക് കാരണമായേക്കാം, അവ പ്രകടിപ്പിക്കുകയോ സൂചിപ്പിക്കുകയോ ചെയ്തതിൽ നിന്ന് ഭൗതികമായി വ്യതിചലിച്ചേക്കാം, കൂടാതെ അത്തരം അപകടസാധ്യതകൾ അനിശ്ചിതത്വങ്ങൾ, മറ്റ് ഘടകങ്ങൾ എന്നിവയെക്കുറിച്ചുള്ള അനുമാനങ്ങളെ അടിസ്ഥാനമാക്കി വികസിപ്പിച്ചെടുത്തവയാണ്. ഒരു ഭാവിയെക്കുറിച്ചുള്ള പ്രസ്താവനയ്ക്കും ഉറപ്പുനൽകാൻ കഴിയില്ല, യഥാർത്ഥ ഭാവി ഫലങ്ങൾ

ഭൗതികമായി വ്യത്യാസപ്പെട്ടേക്കാം. അതിനാൽ, വായനക്കാർ ഭാവിയെക്കുറിച്ചുള്ള പ്രസ്താവനകളെ ആശ്രയിക്കരുത്, കൂടാതെ ഏതെങ്കിലും നിക്ഷേപ തീരുമാനങ്ങൾ എടുക്കുന്നതിന് മുമ്പ് അവരുടേതായ സൂക്ഷ്മത പുലർത്തുകയും വേണം.

ഉള്ളടക്കം

കൃതജ്ഞത

ഈ പുസ്തകം സാധ്യമാക്കാൻ തങ്ങളുടെ ഉൾക്കാഴ്ചകളും അറിവും നൽകിയ നൂറുകണക്കിന് കുടുംബാംഗ ങ്ങൾക്കും, സുഹൃത്തുക്കൾക്കും, സഹപ്രവർത്തകർക്കും, അവരുടെ ഉദാരമായ സമയത്തിനും, പിന്തുണയ്ക്കും, ക്ഷമയ്ക്കും രചയിതാക്കൾ, ഞങ്ങൾ നന്ദിയുള്ളവരാണ്. ഈ പുസ്തകം എഴുതുന്നത് ഞങ്ങൾക്ക് ഒരുപാട് രസിച്ചു, ഞങ്ങൾ ഒരുപാട് കാര്യങ്ങൾ പഠിച്ചു എന്നു മാത്രമല്ല, വഴിയിൽ ഞങ്ങൾ കൂടുതൽ മികച്ച നിക്ഷേപകരായി മാറുകയും ചെയ്തു, ധാരാളം പുതിയ സുഹൃത്തുക്കളെ ഉണ്ടാക്കുകയും ചെയ്തു.

ആദ്യം, തങ്ങളുടെ എല്ലാ കുട്ടികളിലും വിദ്യാഭ്യാസത്തോടും ആജീവനാന്ത പഠനത്തോടും ആദരവും സ്നേഹവും വളർത്തിയ സാനിന്റെ മാതാപിതാക്കളായ ഓയ, ടിം, ക്ലോയിയുടെ മുത്തശ്ശിമാർ എന്നിവരോട് ഞങ്ങൾ നന്ദി പറയുന്നു. അവർ 2020-ന്റെ തുടക്കത്തിൽ തന്നെ കോവിഡ് ബാധിതരാവുകയും, സങ്കടകരമെന്നു പറയട്ടെ, മുത്തശ്ശിയെ ഞങ്ങൾക്ക് നഷ്ടപ്പെടുകയും ചെയ്തു. മുത്തച്ഛൻ അതിജീവിച്ച്, ഇപ്പോൾ അദ്ദേഹം ജീവിത ത്തിലെ മികച്ച അവസ്ഥയിലുമാണ്. ഈ പുസ്തകം ഇരുവരുമായും പങ്കിടാൻ കഴിയാത്തതിൽ ഞങ്ങൾക്ക് സങ്കടമുണ്ട്, പക്ഷേ ഈ നാഴികക്കല്ലിൽ അവർ അഭിമാനിക്കുന്നുണ്ടെന്ന് ഞങ്ങൾക്ക റിയാം, പ്രത്യേകിച്ച് ടിമ്മും ഓയയും നന്നേ ചെറുപ്പത്തിൽ തന്നെ ഒന്നുചേർന്ന് പുസ്തകം ഗവേഷണം ചെയ്യുന്നതിനും എഴുതുന്നതിനും നേതൃത്വം നൽകുന്നു. പ്രത്യേകം നന്ദി പറയേണ്ടത് ഓയയുടെ 15 വയസ്സുള്ള സഹോദരി ക്ലോയയോടാണ്. വിസാർഡ്സ് ലോഗോയും, പുസ്തകത്തിന്റെ പുറംചട്ടയും, കൂടാതെ, ഈ

പുസ്തകത്തിലെ നിക്ഷേപ മാന്ത്രികരുടെയും രചയിതാക്കളുടെയും അത്ഭുതകരമായ ഛായാചിത്രങ്ങളടക്കം എല്ലാം സൃഷ്ടിച്ചത് ക്ലോയയാണ്. പുസ്തകത്തിനുവേണ്ടി മനോഹരമായ ട്രെയിലർ വീഡിയോകൾ നിർമ്മിച്ചതിന് ഓയയുടെ മറ്റൊരു സഹോദരി ബെല്ലയും നന്ദി അർഹിക്കുന്നു.

ഞങ്ങളുടെ കൂടെ ഗവേഷണം നടത്തുകയും, ഞങ്ങൾക്കൊപ്പം പ്രവർത്തിക്കുകയും, അഭിമുഖം നടത്തുകയും ചെയ്ത നൂറുകണക്കിന് നിക്ഷേപ മേഖലയിലെ മാന്ത്രികരുടെ ജ്ഞാനമില്ലാതെ ഈ പുസ്തകം തന്നെ സാധ്യമല്ലായിരുന്നു. ഞങ്ങൾ നേരിട്ട് കണ്ടുമുട്ടുകയോ സംവദിക്കുകയോ ചെയ്തിട്ടില്ലെങ്കിലും ബുക്കുകളിലൂടെയും, പോഡ്കാസ്റ്റുകളിലൂടെയും ഞങ്ങളുമായി തങ്ങളുടെ ഉൾക്കാഴ്ച്ചകളും, നിക്ഷേപ ഉപദേശങ്ങളും പകർന്നു നൽകിയ എല്ലാ നിക്ഷേപക മാന്ത്രികരോടുമുള്ള നന്ദി ഞങ്ങളിവിടെ രേഖപ്പെടുത്തുന്നു. കാത്തി സൂ, വില്യം ബാവോ ബീൻ, ജോയൽ ഫോക്ക്നർ, ജോൺ റഫോളോ, ഇവാ ലോ, ഡോ. ഇവാൻ ഫ്രേസർ, ബോബി ലീ, തുടങ്ങിയ ഞങ്ങൾ ഒരുമിച്ച് പ്രവർത്തിച്ച അനേകം നിക്ഷേപ മാന്ത്രികർക്കും, അവർ പകർന്നു നൽകിയ എല്ലാ പാഠങ്ങൾക്കും, അങ്ങനെ ചെയ്യാൻ കാട്ടിയ മനസ്സിനും ഞങ്ങൾ നന്ദി പറയുന്നു. ആൽവിൻ വാങ്, അലക്സ് ലിയു, പോള മാഡിസൺ, ബ്രയാൻ ലിയോനാർഡ്, വില്ലി സ്മിത്ത്, ലോഗൻ ഫ്രീമാൻ, വിക്ടർ ലി, ഡാൻ ഐവ്സ്, കായോ ഡി ആൻഡ്രേഡ്, കൈ വൂ, കെൻ ഗീ, പോൾ മൂർ, ജെയിംസ് എംഗ് തുടങ്ങി പബ്ലിക്കേഷൻ കാരണം പട്ടികപ്പെടുത്താൻ കഴിയാത്ത പലരുമടക്കം നിക്ഷേപ മാന്ത്രിക സീരീസിനുവേണ്ടി അഭിമുഖം നടത്താനായി ഉദാരമായി സമയം നൽകിയിട്ടുണ്ട്. അവരുടെ ഉൾക്കാഴ്ചകൾ പകർത്താനും, പോഡ്കാസ്റ്റിലൂടെയും, യൂട്യൂബ് ചാനലിലൂടെയും, വെബ്സൈറ്റിലൂടെയുമെല്ലാം സംപ്രേഷണം ചെയ്യാനും സാധിച്ചതിൽ ഞങ്ങളേറെ കൃതാർത്ഥരാണ്.

പുസ്തകത്തിനും വിസാർഡ്സ് വെബ്സൈറ്റിനും സഹായിച്ച സമർപ്പിത ഇന്റേണുകളുടെ ഒരു ചെറിയ സംഘം ഞങ്ങൾക്കുണ്ട്. വിസാർഡ്സ് സൈറ്റും സോഷ്യൽ മീഡിയ ചാനലുകളും കെട്ടിപ്പടുക്കുന്നതിന് ഐറിൻ ഹംഗ് എണ്ണമറ്റ മണിക്കൂറുകൾ ചെലവഴിച്ചു, ഇത് സ്മാർട്ട് നിക്ഷേപത്തിലും സാമ്പത്തിക സ്വാതന്ത്ര്യത്തിലും ഗൗരവമുള്ള വിദ്യാർത്ഥികളുടെ വളർന്നുവരുന്ന,

ഊർജ്ജസ്വലമായ ഒരു സമൂഹമാക്കി മാറ്റി. കമ്മ്യൂണിറ്റിക്കായി ഗുണനിലവാരമുള്ള ഉള്ളടക്കത്തിന്റെ ഭൂരിഭാഗവും സൃഷ്ടിക്കാനും ക്യൂറേറ്റ് ചെയ്യാനും കോൾട്ടർ ഷെല്ലി സഹായിച്ചു.

എഴുത്തുകാരൻ ഡാൻ ബ്രൗണിന്, ഈ പുസ്തകത്തിന്റെ ദിശാബോധം നിർണ്ണയിക്കുന്നതിൽ അദ്ദേഹം നൽകിയ സുതാര്യമായ ഉപദേശത്തിനും പ്രോത്സാഹനത്തിനും നന്ദി പറയാൻ ഞങ്ങൾ ആഗ്രഹിക്കുന്നു. ഈ പുസ്തകം പ്രകാശനം ചെയ്യുന്നതിൽ ആദ്യം മുതൽക്കേ അവർ കാണിച്ച താല്പര്യത്തിനും ആത്മവിശ്വാസത്തിനും ഡേവിഡ് ഹാൻകോക്കിനും, പബ്ലിഷിംഗ് ടീമിനും നന്ദി.

അവസാനമായി, വളരെയധികം സുഹൃത്തുക്കളും പൂർവ്വ വിദ്യാർത്ഥികളും കുടുംബസുഹൃത്തുക്കളുമെല്ലാം കൈയെഴുത്തുപ്രതി ഡ്രാഫ്റ്റുകൾ വായിക്കാനും, അഭിപ്രായങ്ങൾ നൽകി പുസ്തകം രൂപപ്പെടുത്തുന്നതിനും സഹായിച്ചിട്ടുണ്ട്. ഇതിൽ ഉൾപ്പെടുന്നവ യൂണിവേഴ്സിറ്റി ഓഫ് പെൻസിൽവാനിയ, വാർടൺ, കൊളംബിയ യൂണിവേഴ്സിറ്റി, NYU, ഷാങ്ഹായ് ജിയോടോംഗ് യൂണിവേഴ്സിറ്റി, CEIBS, ഫിലിപ്പ്സ് എക്സെറ്റർ അക്കാദമി, ലൂമിസ് ചാഫി, തായ്പേയ് അമേരിക്കൻ സ്കൂൾ, എന്നിവിടങ്ങളിലെ പൂർവ്വ വിദ്യാർത്ഥികളുമെല്ലാം ഇതിലുൾപ്പെടും. സാനിന്റെ പല എഫ്എഫ് ഫ്രെറ്റേണിറ്റി സഹോദരങ്ങൾക്കും അവരുടെ ഉൾക്കാഴ്ചകൾക്കും പങ്കിടലിനും ഞങ്ങൾ നന്ദി പറയുന്നു.

ആമുഖം

നിക്ഷേപത്തിന്റെ പത്ത് കല്പനകൾ നിക്ഷേപവുമായി ഒരു ദശാബ്ദത്തോളം നീണ്ട പ്രണയത്തിന്റെ ഫലമാണ്. രചയിതാക്കളോടുള്ള അദ്ധ്വാനത്തിന്റെ ഒരു സ്നേഹം. ആയിര ക്കണക്കിന് പുസ്തകങ്ങൾ, ജേണലുകൾ, ഗവേഷണ പ്രബന്ധങ്ങൾ എന്നിവയുൾപ്പെടെ ലോകത്തിലെ ഏറ്റവും മികച്ച നിക്ഷേപകരായ "നിക്ഷേപ വിസാർഡ്സിന്റെ" രഹസ്യങ്ങളെക്കുറിച്ച് ഞങ്ങൾ ഗവേഷണം നടത്തി. ലോകത്തിലെ നൂറുകണക്കിന് വലിയ ചിന്തകരുടെ, നിക്ഷേപ മാന്ത്രികരുടെയുമെല്ലാം അഭിമുഖം ഞങ്ങൾ നടത്തി. ഈ നിക്ഷേപ തന്ത്രങ്ങൾ ഞങ്ങളുടെ തന്നെ മൂലധനമുപയോഗിച്ച് സ്വന്തമായി ഞങ്ങൾ പരിശീലിച്ചു, ഞങ്ങളുടെ പഠന യാത്രയിൽ വേദനാജനകമായ നിരവധി നഷ്ടങ്ങൾ വന്നു, എന്നാൽ ഓരോ വർഷവും ഞങ്ങളുടെ തന്ത്രങ്ങളും വരുമാനവും ഞങ്ങൾ മെച്ചപ്പെടുത്തി.

നിക്ഷേപകരുടെ ബൈബിൾ എന്ന പേരിൽ പ്രസിദ്ധീ കരിക്കാത്ത 100-ലധികം പേജുകൾ ഉള്ള 55 നിക്ഷേപ മേഖല യിലെ മാന്ത്രികരുടെ ജ്ഞാനം സംഗ്രഹിക്കുന്ന സ്വയം ഉപയോഗ ത്തിനായി തയ്യാറാക്കിയ ഒരു പുസ്തകത്തിന്റെ ഗവേഷണവുമായി ബന്ധപ്പെട്ട് ഞങ്ങൾ സമാഹരിച്ചവയിൽ നിന്നാണ് ഈ പുസ്തകത്തിന്റെ തുടക്കം. ഞങ്ങൾ എപ്പോൾ സുഹൃത്തുക്കളുമായും കുടുംബാംഗങ്ങളുമായും ഈ *ബൈബിൾ* പങ്കിട്ടുവോ, അപ്പോഴെല്ലാം മിക്കവരും ഈ പുസ്തകം മികച്ച നിക്ഷേപകരുടെ മനസ്സ് കണ്ടെത്താനുള്ള ഉപയോഗപ്രദവും സംക്ഷിപ്തവുമായ ഒരു റഫറൻസ് ഉറവിടമായിട്ടാണ് അനുഭവവേദ്യമായത് എന്നാണ് പറയാറ്. ആദ്യകാല വായനക്കാരിൽ പലരും പ്രൊഫഷണൽ

നിക്ഷേപകരായിരുന്നു. അവർ പ്രായോഗികമായ ഫീഡ്ബാക്ക് നൽകുകയും, വായിക്കാനുള്ള പുതിയ പുസ്തകങ്ങളും, ഗവേഷണത്തിന് കൂടുതൽ മാന്ത്രികരെ നിർദ്ദേശിക്കുകയും ചെയ്തു.

മൂന്ന് പ്രധാന കണ്ടുപിടിത്തങ്ങളാണ് *പത്ത് കല്പനകൾ* (അല്ലെങ്കിൽ "10-സി") എന്ന ഈ പുസ്തകം സൃഷ്ടിക്കുന്നതിലേക്ക് നയിച്ചത്, ആദ്യം, വൈവിധ്യമാർന്ന പശ്ചാത്തലങ്ങൾ, വസ്തുവകകൾ, ഭൂപ്രകൃതി എന്നിവയ്ക്കെല്ലാം ഉപരിയായി നിക്ഷേപ മാന്ത്രികർ സമാനമായ നിക്ഷേപ തത്വങ്ങളും മാർഗ്ഗങ്ങളും പങ്കിടുന്നു എന്ന് ഞങ്ങൾ തിരിച്ചറിഞ്ഞു. രണ്ടാമതായി, ഞങ്ങൾ പഠിച്ച നിക്ഷേപകരുടെ പ്രാരംഭ ഗ്രൂപ്പ് പ്രാഥമികമായി പ്രായമായ, പാശ്ചാത്യ വെള്ളക്കാരായിരുന്നു – മറിച്ച് ഇന്നത്തെ വൈവിധ്യമാർന്ന ആഗോള നിക്ഷേപകഴിവുകളും വിപണികളുടെയും പ്രതിനിധികൾ ആയിരുന്നില്ല. മൂന്നാമത്, മാന്ത്രികന്മാർ ചിലപ്പോൾ അപൂർണ്ണവും കാലഹരണപ്പെട്ടതുമായ അല്ലെങ്കിൽ പരസ്പര വിരുദ്ധമായ ഉപദേശം തരുന്നതു പോലെ തോന്നും. ആഗോള വിപണികളിലും, ആസ്തി ക്ലാസുകളിലും, തന്ത്രങ്ങളിലും പിന്തുടരാനും പ്രയോഗിക്കാനും കഴിയുന്ന സ്ഥിരതയുള്ളതും പ്രായോഗികവുമായ തത്വങ്ങൾ നൽകുന്ന ശക്തവും എന്നാൽ ലളിതവും പ്രായോഗികവുമായ ഒരു ഗൈഡ്ബുക്ക് ഞങ്ങളുടെ ഗൗരവമേറിയ നിക്ഷേപക സമൂഹത്തിന് നൽകാൻ ഞങ്ങൾ ആഗ്രഹിച്ചു.

ഈ ആഴത്തിലുള്ള ഗവേഷണത്തിൽ നിന്ന്, അംഗീകരിക്കാൻ സാധിക്കുന്ന വഴികാട്ടിയായ ചില മാതൃകാ തത്ത്വങ്ങൾ ഉയർന്നുവരാൻ തുടങ്ങി. ഞങ്ങൾ കൂടുതൽ ഈ മേഖലയിലെ മാന്ത്രികരെ പഠിക്കുംതോറും അവർ പൊതുവായ തത്ത്വചിന്തകൾ പങ്കിടുന്നുണ്ടെന്ന് ഞങ്ങൾ കൂടുതലായി കണ്ടെത്തി, തത്ത്വങ്ങൾ ഓരോരുത്തരെയും സൂപ്പർ താരങ്ങളാക്കി. കൃത്യമായി പറഞ്ഞാൽ, ഞങ്ങൾ നിക്ഷേപത്തിന്റെ പത്ത് കല്പനകൾ കണ്ടെത്തി—10 എണ്ണം വരുന്ന ലോകത്തിലെ ഏറ്റവും വലിയ നിക്ഷേപ മാന്ത്രികർ പിന്തുടരുന്ന മാർഗ്ഗനിർദ്ദേശ തത്വങ്ങൾ. മനുഷ്യ ചരിത്രത്തിലെ ഏറ്റവും മികച്ച നിക്ഷേപകരാണ് 10-സികൾ പ്രയോഗിക്കുന്നത്—പല ആസ്തി ക്ലാസുകളിലും നിക്ഷേപ തന്ത്രങ്ങളിലും പതിറ്റാണ്ടുകളായി നിരവധി ഭൂമിശാസ്ത്രങ്ങളിലുമെല്ലാം. പ്രൊഫഷണലും അല്ലാത്തതുമായ നിക്ഷേപ

കർക്ക് കാലാതീതവും പരീക്ഷിച്ച ഉറപ്പുള്ളതുമായ 10-സികളിൽ മൂല്യം കണ്ടെത്താനാകുമെന്ന് ഞങ്ങൾ വിശ്വസിക്കുന്നു.

കോവിഡ്-19, ലോകത്തിലും നമ്മുടെ ഉപജീവന മാർഗ്ഗങ്ങളുടെ മേലും ഏല്പിച്ച ആഘാതത്തോടെ പുസ്തകം മെച്ചപ്പെടുത്താനും കഴിയുന്നത്ര ആളുകൾക്ക് അത് പ്രാപ്യമാക്കാനും വേണ്ടുന്ന അടിയന്തര കാര്യങ്ങൾ ചെയ്യാനുള്ള ഒരു ബോധ്യം ഞങ്ങൾക്കുണ്ടായി. അതുകൊണ്ട്, ലോകമെമ്പാടുമുള്ള നിക്ഷേപകരെ ഉൾപ്പെടുത്തുന്നതിനായി ഞങ്ങൾ ഞങ്ങളുടെ ഗവേഷണം വികസിപ്പിച്ചു. കൂടുതൽ വനിതാ നിക്ഷേപകർ, കറുത്തവർഗ്ഗക്കാരായ നിക്ഷേപകർ, ഇതര ആസ്തി ക്ലാസുകളിലും തന്ത്രങ്ങളിലും ശ്രദ്ധ കേന്ദ്രീകരിച്ച നിക്ഷേപകർ എന്നിവരെക്കുറിച്ച് ഗവേഷണം നടത്താനും ഞങ്ങൾ ശ്രമിച്ചു. ഞങ്ങളുടെ ഗവേഷണ മാന്ത്രികരുടെ പട്ടിക ഇപ്പോൾ 100-നോടടുത്തും വളരുകയുമാണ്. ഞങ്ങൾ പഠിച്ച കാര്യങ്ങൾ പ്രസിദ്ധീകരിക്കുന്നതിനും, വിസാർഡ്സുമായുള്ള അഭിമുഖങ്ങൾ പങ്കിടുന്നതിനും, ലോകമെമ്പാടുമുള്ള മറ്റുള്ളവരിൽ നിന്ന് നെറ്റ്വർക്ക് ചെയ്യുന്നതിനും പഠിക്കുന്നതിനുമായി ഞങ്ങൾ ഒരു വെബ് പ്ലാറ്റ്ഫോം (https://wizards.institute) സൃഷ്ടിച്ചു. ഞങ്ങളുടെ ലക്ഷ്യം മാന്ത്രിക ഇൻസ്റ്റിറ്റ്യൂട്ടിനെ മികച്ച നിക്ഷേപ തത്വങ്ങൾ പഠിപ്പിക്കുന്ന നമ്പർ #1 കമ്മ്യൂണിറ്റിയാക്കി മാറ്റുക, കൂടാതെ, ഈ പുസ്തകം വായിക്കുന്നവർക്കും, അതിനെ ഗൗരവമായി നോക്കിക്കാണുന്ന വിദ്യാർത്ഥികൾക്കുമായി, ഒരു വരുമാന മാർഗ്ഗം ഉണ്ടാക്കിയെടുക്കുകയെന്നതുമാണ്.

ആദരണീയമായ പ്രസിദ്ധീകരണത്തോടൊപ്പം പ്രവർത്തിക്കാൻ കഴിഞ്ഞതിൽ ഞങ്ങൾക്ക് ബഹുമതിയുണ്ട്. സാൻ (ഒരു വിരമിച്ച വ്യക്തി), ടിം (ഒരു യുവ പ്രൊഫഷണൽ), ഒയ (ഒരു വിദ്യാർത്ഥി) എന്നിവരുടെ തലമുറകൾ നീണ്ട പരിശ്രമത്തിലൂടെ, 10-Cs ലളിതവും പ്രായോഗികവുമാകുമ്പോൾ തന്നെ ഏറ്റവും വലിയ മാന്ത്രികരുടെ ജ്ഞാനം പകർത്തുന്നുവെന്ന് ഞങ്ങൾ വിശ്വസിക്കുന്നു. പുസ്തകത്തിന്റെ അവസാന ഭാഗത്ത്, രചയിതാക്കൾ ഓരോരുത്തരും തങ്ങളുടേതായ രീതിയിൽ എങ്ങനെ നിക്ഷേപ തന്ത്രങ്ങളും പോർട്ട്ഫോളിയോകളും 10-സികളും ഉപയോഗിച്ച് തങ്ങളുടെ തന്നെ നിക്ഷേപ തന്ത്രങ്ങളെ വികസിപ്പിക്കുന്നുവെന്ന് വെളിപ്പെടുത്തുന്നു. വിസാർഡ്സ് ഇൻസ്റ്റിറ്റ്യൂട്ടിൽ ഓൺലൈൻ കമ്മ്യൂണിറ്റി വഴിയായി കൂടുതൽ കേസുകളും തത്സമയ പിന്തുണയും നൽകിക്കൊണ്ട്.

危机 -*പ്രതിസന്ധി* എന്ന ചൈനീസ് പദപ്രയോഗം രണ്ട് വാക്കുകൾ ഉൾക്കൊള്ളുന്നു : *അപകടവും* 危, *അവസരവും* 机. നാം ജീവിക്കുന്നത് അഭൂതപൂർവ്വമായ കാലത്താണ്, ഭൗമ രാഷ്ട്രീയവും സാമ്പത്തികവും ആരോഗ്യപരവുമായ പ്രതിസന്ധികൾ സർവ്വവും നിർണ്ണയിക്കുന്ന ഒരു കാലഘട്ടത്തിൽ – എന്നെന്നേക്കുമായി മാറിക്കൊണ്ടിരിക്കുന്ന മൂന്ന് ഭീമാകാരവും വിനാശകരവുമായ ശക്തികളായവ നമ്മളെങ്ങനെ ജീവിക്കുന്നു, പഠിക്കുന്നു, സ്നേഹിക്കുന്നു, യാത്ര ചെയ്യുന്നു, കളിക്കുന്നു, ജോലി ചെയ്യുന്നു എന്നതിനെ ആശ്രയിച്ചിരിക്കുന്നു. ഇത് ശരിക്കും അപകടകരമായ ഒരു സമയമാണ്, എന്നാൽ, തയ്യാറായി ഇരിക്കുന്നവർക്ക് ഈ പ്രക്ഷുബ്ധത കൂടുതൽ അവസരങ്ങൾ നൽകുന്നു. *പത്ത് കല്പനകളാൽ* സായുധരായി – ലോകത്തിലെ ഏറ്റവും മികച്ച നിക്ഷേപകരിൽ നിന്നുള്ള പ്രധാന മാർഗ്ഗനിർദ്ദേശ തത്വങ്ങളിലൂടെ – വിസാർഡ് വിദ്യാർത്ഥികൾ ബുദ്ധിപൂർവ്വം നിക്ഷേപം നടത്താനും ലാഭം നേടാനും തയ്യാറായിരിക്കും.

സ്വാഗതം, ഒപ്പം ഈ അതിശയകരമായ പരിപാടിയിൽ, നിക്ഷേപ മാന്ത്രികരാക്കാനുള്ള യാത്രയിൽ ഞങ്ങളോടൊപ്പം ചേർന്നതിന് നന്ദി.

ബൈബിളിലെ പത്തു കല്പനകൾ

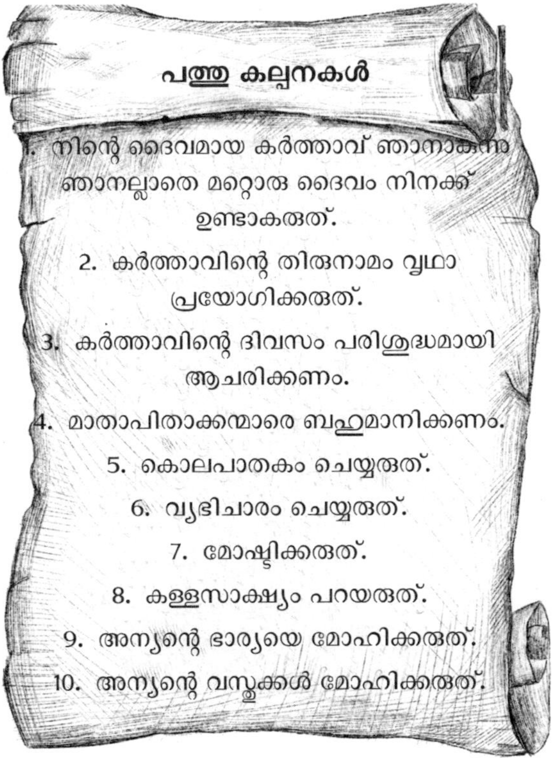

ധാർമ്മികത, ആരാധന എന്നിവയെക്കുറിച്ചുള്ള ബൈബിൾ തത്വങ്ങളുടെ ഒരു കൂട്ടമാണ് പത്ത് കല്പനകൾ. യഹൂദ മതത്തിലും ക്രിസ്തു മതത്തിലും ദൈവം, കുടുംബം, സ്വത്ത്, നിയമം, പൗരത്വം, സമൂഹം എന്നിവയുടെ അടിസ്ഥാന കാര്യങ്ങൾക്കുള്ള അടിത്തറയാണ് അവ, കോടിക്കണക്കിന് ആളുകളുടെ പെരുമാറ്റത്തെ നയിച്ചിട്ടുണ്ട്.

ബൈബിളിലെ പത്ത് കല്പനകൾ സ്ഥിരമായ നിയമങ്ങൾ അല്ല – മറിച്ച്, അവ പരസ്പരബന്ധത്തിന് ഇടമുള്ള പൊതു തത്ത്വങ്ങളായാണ് എഴുതിയിരിക്കുന്നത്. അങ്ങനെ, അവ സാർവ്വത്രിക

മായി, ഉടനീളം മാറുന്ന സാഹചര്യങ്ങൾ, വിശദാംശങ്ങൾ അനുസരിച്ച് പ്രവർത്തിക്കാനായി ഉദ്ദേശിച്ചിട്ടുള്ളതാണ്. കൂടാതെ, *പത്തു കല്പനകൾ* "ദൈവത്തിന്റെ വിരൽ കൊണ്ട്" എഴുതപ്പെട്ട വയാണ്, അതുല്യവും തീവ്രവുമായ ശൈലിയിൽ, അതിനാൽ അവ ഒരൊറ്റ പേജിലോ ശിലാഫലകത്തിലോ പ്രദർശിപ്പിക്കാൻ കഴിയും, അനുയായികളുമായി എളുപ്പത്തിൽ പങ്കിടാനും സാധിക്കും. ബൈബിളിലെ പത്ത് കല്പനകളിൽ നിന്ന് പ്രചോദനം ഉൾക്കൊണ്ട്, ലോകത്തിലെ ഏറ്റവും മികച്ച നിക്ഷേപ മാന്ത്രിക രുടെ സഹകരണത്തോടെയുള്ള ഒരു സംരംഭമായ *നിക്ഷേപ ത്തിന്റെ പത്ത് കല്പനകൾ* ഞങ്ങൾ സൃഷ്ടിച്ചിരിക്കുന്നു.

നിക്ഷേപത്തിന്റെ പത്ത് കല്പനകൾ

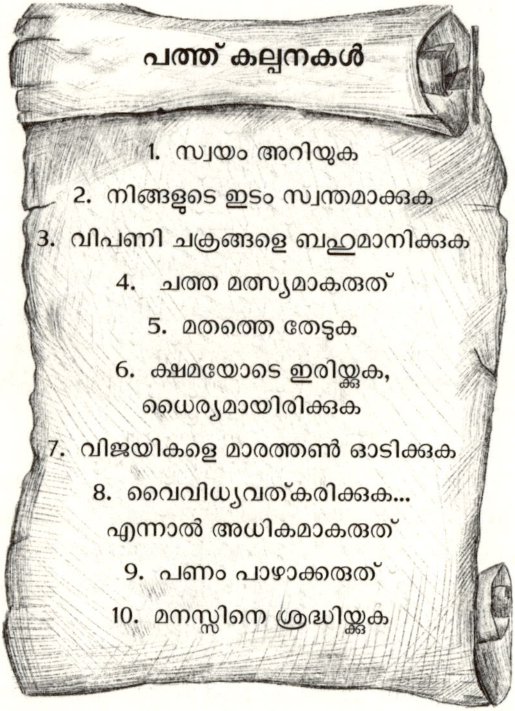

ഒരു നിക്ഷേപം "ദൈവം" ഇല്ല–വാസ്തവത്തിൽ, എല്ലാ പ്രായത്തിലും

ലിംഗത്തിലും പെട്ട നിക്ഷേപ മാന്ത്രികർ, ധാരാളം ഉണ്ട്. ചുറ്റുപാടുമുള്ള ഒന്നിലധികം അസറ്റ് ക്ലാസുകളിലുടനീളം വൈവിധ്യ മാർന്ന തന്ത്രങ്ങളോടെ നിക്ഷേപ വിജയം കൈവരിക്കുന്നവർ. ഏത് മന്ത്രവും, തന്ത്രവും പരിഗണിക്കാതെ തന്നെ, ഞങ്ങൾക്ക് മനസ്സിലായി, അവരെല്ലാം 10-സികൾ തങ്ങളുടെ വമ്പിച്ച വിജയ ത്തിന്റെ മാർഗ്ഗനിർദ്ദേശ തത്വങ്ങളായി പങ്കിടുന്നുവെന്ന്.

ആരാണ് ഈ മാന്ത്രികന്മാർ? ബെർക്ക്ഷെയർ ഹാത്ത്വേ യിലെ വാറൻ ബഫറ്റും ചാർലി മുൻഗറും പോലെയുള്ള ഐതിഹാ സിക പേരുകളാണവർ. ഏറ്റവും ജനപ്രിയമായ ചില നിക്ഷേപ തന്ത്രങ്ങളുടെ സ്ഥാപകരാണ് അവർ – നിഷ്ക്രിയ സൂചിക ഫണ്ടു കൾക്ക് തുടക്കമിട്ട ജോൺ ബോഗ്ലെയെപ്പോലുള്ളവർ. അവയിൽ ടോപ്പ് ഹെഡ്ജ് ഫണ്ട് ഉൾപ്പെടുന്നു, ജോർജ് സോറോസും പോൾ ട്യൂഡർ ജോൺസും പോലുള്ള നിക്ഷേപകരും. സാം സെല്ലിനെപ്പോലെ അവർ ലോകത്തിലെ ഏറ്റവും മികച്ച റിയൽ എസ്റ്റേറ്റ് നിക്ഷേപകർ ആണ്.

ലോകത്തിലെ ഏറ്റവും വിജയകരമായ വെഞ്ചർ ക്യാപ്പിറ്റ ലിസ്റ്റുകളിൽ നിന്നും ഞങ്ങൾ പഠിച്ചു – കാത്തി സൂ, ഷാങ് ലീ തുടങ്ങിയ ഇറ്റാലിയൻ വാദികളിൽ നിന്ന്. പ്രൊഫഷണൽ നിക്ഷേപകർ എന്നതിലപ്പുറം, ഞങ്ങൾ നിരവധി പ്രതിഭ സംരംഭ കരെയും പഠിച്ചു – ജെഫ് ബെസോസും എലോൺ മസ്കും പോലുള്ളവരിൽ നിന്ന്, എങ്ങനെ അവർ ധീരമായ ദൗത്യങ്ങൾ നേടിയെടുക്കാൻ തങ്ങളിലും, തങ്ങളുടെ കമ്പനികളിലും നിക്ഷേപി ക്കുന്നു എന്നറിയാൻ.ഞങ്ങൾ പഠിച്ചു–ഇന്ത്യയുടെ റിലയൻസിന്റെ/ ജിയോയുടെ – അംബാനി, ഹോങ്കോങ്ങിന്റെ "സൂപ്പർമാൻ" ലീ കാ ഷിംഗ് പോലുള്ള വളർന്നുവരുന്ന വിപണികളുടെ ശിൽപികളെ. കൂട്ടമായി, ഞങ്ങൾ പഠിച്ച 100+ വരുന്ന നിക്ഷേപ മേഖലയിലെ മാന്ത്രികർ പതിനായിരക്കണക്കിന് ട്രില്യൺ ആസ്തികൾ കൈകാര്യം ചെയ്യുന്നു, ഓരോരുത്തരും അവരവരുടെ മേഖലയുടെ ഏറ്റവും മുകളിലാണ്, ഒന്നോ രണ്ടോ വർഷത്തേക്ക് മാത്രമല്ല, മറിച്ച് പതിറ്റാണ്ടുകളായി സ്ഥിരമായി. ഉദാഹരണത്തിന്, ബെർക്ക്ഷെയർ ഹാത്ത്വേ, 1956-ൽ, ബഫറ്റ് ഏറ്റെടുത്തതിനു ശേഷം 20.5% വാർഷിക വരുമാനം നേടി; പോൾ ട്യൂഡർ ജോൺസ് രണ്ട് പതിറ്റാണ്ടിനിടെ 26% റിട്ടേൺ നൽകി. ഞങ്ങൾ തുടർന്നും പഠിക്കുന്ന നിക്ഷേപ മാന്ത്രികരുടെ പൂർണ്ണവും

വളരുന്നതുമായ ലിസ്റ്റിനുവേണ്ടി ദയവായി https://wizards.institute-ൽ ചേരുക, കൂടാതെ ഞങ്ങളുടെ വാർത്താക്കുറിപ്പ് സബ്സ്ക്രൈബ് ചെയ്യുക.

ബൈബിളിനെപ്പോലെ, നിരവധി ജ്ഞാനികളുടെ മനസ്സിന്റെ സഹായത്തോടെ എഴുതപ്പെട്ട ഞങ്ങളുടെ *പത്ത് കല്പനകൾ,* ലോകമെമ്പാടുമുള്ള എല്ലാ പ്രായത്തിലുമുള്ള കഴിവുകളിലുമുള്ള നിക്ഷേപ വിദ്യാർത്ഥികൾക്ക് പ്രയോഗിക്കാൻ കഴിയുമെന്ന് ഞങ്ങൾ പ്രതീക്ഷിക്കുന്നു. നിക്ഷേപത്തിൽ മികച്ച വിജയം നേടാൻ ഇത് സഹായിക്കും. *നിക്ഷേപത്തിന്റെ പത്ത് കല്പനകൾ* മനപ്പൂർവ്വം എഴുതിയത് കഠിനവും എളുപ്പത്തിൽ മനസ്സിലാക്കാവുന്നതും, തുടക്കക്കാർക്ക് പ്രായോഗികവും, എന്നാൽ വിദഗ്ദരുടെ ജ്ഞാനം കൊണ്ടുമാണ്. സാൻ, ടിം, ഒയ എന്നീ രചയിതാക്കൾ സ്വന്തം നിക്ഷേപ തന്ത്രങ്ങളും പോർട്ട്ഫോളിയോകളും നിർമ്മിക്കുന്നതിന് പത്ത് കല്പനകൾ പാലിക്കുന്നു, കൂടാതെ വിസാർഡ്സ് കമ്മ്യൂണിറ്റി വെബ്സൈറ്റിൽ പ്രാക്ടീഷണർമാർക്ക് നിരവധി യഥാർത്ഥ ജീവിത കേസുകൾ ലഭ്യമാണ്. ലോകമെമ്പാടുമുള്ള വായനക്കാർക്കും, നിക്ഷേപ വിദ്യാർത്ഥികൾക്കും, മികച്ച നിക്ഷേപകരാകാനും, സാമ്പത്തിക സ്വാതന്ത്ര്യം നേടുവാനും, ഒപ്പം ഒരുപക്ഷേ ഇൻവെസ്റ്റ്മെന്റ് വിസാർഡ്സിന്റെ റാങ്കിൽ ചേരാൻ 10-സികൾ മൂലം സാധിക്കുമെന്നുള്ളത് ഞങ്ങളുടെ പ്രതീക്ഷയാണ്.

ലോകബാങ്കിന്റെ കണക്കനുസരിച്ച്, ലോകത്തിലെ പകുതിയോളം ആളുകൾ ജീവിക്കുന്നത് ദാരിദ്ര്യത്തിലും ഭൂരിഭാഗവും സാമ്പത്തികമായി വെല്ലുവിളി നേരിടുന്നവരും അടിസ്ഥാന സാമ്പത്തിക അറിവും നിക്ഷേപ കഴിവുകളും കുറവുള്ളവരുമാണ്. 2013-ൽ ഫെഡറൽ റിസർവ് (ഫെഡ്) നടത്തിയ ഒരു സർവേയിൽ മുതിർന്നവരിൽ 47% പേർക്ക് അവരുടെ അടിസ്ഥാനത്തിൽ സമ്പാദ്യത്തിൽ നിന്നു മാത്രം $400 എമർജൻസി ഫണ്ടുമായി വരുന്നതിൽ പ്രശ്നമുണ്ട് എന്ന് മനസ്സിലായി. ഞങ്ങൾ ഇത് ദിവസവും തലക്കെട്ടുകളിൽ കാണുന്നു – COVID-19 തുടർച്ചയായി നമ്മുടെ ലോകത്തെ നശിപ്പിക്കാൻ ശ്രമിക്കുന്നു : കുടുംബങ്ങൾക്ക് ഭക്ഷണം, മരുന്നുകൾ, അല്ലെങ്കിൽ സർക്കാർ സഹായമില്ലാതെ വാടക തിരിച്ചടവുകൾ സാധ്യമല്ലെന്ന അവസ്ഥ. ഞങ്ങളുടെ

പുസ്തകവും അതിന്റെ സഹകാരി വെബ്സൈറ്റ്, https://wizards.institute, ലൂടെ പുരോഗമനപരവും, മികച്ച രീതികളുമായി ബന്ധപ്പെട്ട ഉയർന്ന നിലവാരമുള്ള ഉള്ളടക്കം നമ്മുടെ സമൂഹത്തിനും, വിദ്യാർത്ഥികൾക്കുമായി മികച്ച നിക്ഷേപവും സാമ്പത്തിക സ്വാതന്ത്ര്യവും ലഭിക്കുന്നതിനായി പങ്കിടുന്നു. *നിക്ഷേപത്തിന്റെ പത്ത് കല്പനകളുടെ* പരിശീലനത്തിലൂടെ ദശലക്ഷക്കണക്കിന് ആളുകൾക്ക് മെച്ചപ്പെട്ട ജീവിതം നയിക്കാൻ സഹായകമാകുമെന്ന് ഞങ്ങൾ പ്രതീക്ഷിക്കുന്നു.

10-സികൾ എങ്ങനെ ഉപയോഗിക്കാം

ബിസിനസ്സിലോ നിക്ഷേപത്തിലോ പശ്ചാത്തലമില്ലാത്ത വായനക്കാർക്ക്, ലോകത്തിലെ ഏറ്റവും വലിയ നിക്ഷേപ മാന്ത്രികരുടെ പാത പിന്തുടരുകയും, നിക്ഷേപം നടത്തുകയും പഠിക്കുകയും ചെയ്യുക എന്ന ആശയം ഭയപ്പെടുത്തുന്നതായി തോന്നാം. വിഷമിക്കേണ്ട നൂറുകണക്കിന് ഭാരോദ്വഹനം ഞങ്ങൾ ചെയ്തിട്ടുണ്ട്, നിക്ഷേപ പുസ്തകങ്ങളും ആയിരക്കണക്കിന് നിക്ഷേപ പേപ്പറുകളും, ലേഖനങ്ങൾ, എന്നിവയെല്ലാം ദഹന യോഗ്യമാക്കാൻ, കൂടാതെ ഞങ്ങൾ നിക്ഷേപ ലോകത്തെ മാന്ത്രികരുമായി അഭിമുഖവും നടത്തിയിട്ടുണ്ട്. അതിനാൽ, പരിചയസമ്പന്നരായ നിക്ഷേപകർക്കും ഒരുപോലെ ഉള്ളടക്കം അർത്ഥവത്തായതായിരിക്കണമെന്ന് ഞങ്ങൾ വിശ്വസിക്കുന്നു, തുടക്കക്കാർക്കും ഏതൊരു കൗമാരക്കാരനും നിക്ഷേപത്തിൽ ശ്രദ്ധ ചെലുത്തുന്ന വിദ്യാർത്ഥിക്കും, ഓരോ കല്പനയും ആശയവും ലളിതമായി വിശദീകരിക്കാൻ, ഭാഷ, ധാരാളം കഥകൾ, ഉപകഥകൾ, അനുബന്ധ സംഭവങ്ങൾ എന്നിവ ഉപയോഗിക്കുന്നതിൽ ഞങ്ങൾ ശ്രദ്ധ ചെലുത്തിയിട്ടുണ്ട്. ഏതെങ്കിലും നിക്ഷേപകൻ, തുടക്കക്കാരനോ അല്ലെങ്കിൽ പ്രൊഫഷണലോ ആകട്ടെ, 10-സികൾ പിന്തുടരാനും, ഒപ്പം വിസാർഡുകളുടെ കൂട്ടായ ജ്ഞാനത്തിൽ നിന്ന് പ്രയോജനം നേടുവാനും സാധിക്കും.

ഈ 10-സി-കളെ മൂന്ന് വിഭാഗങ്ങളായി വിശാലമായി നമുക്ക് തരം തിരിക്കാം :

1. **ഭാഗം 1—അന്വേഷിക്കുക, നിങ്ങൾ കണ്ടെത്തും :** കല്പനകൾ 1-ഉം 2-ഉം ദീർഘനേരം ചിന്തിക്കാനും വികസിപ്പിക്കാനും

വായനക്കാർക്ക് വ്യക്തിഗത ലക്ഷ്യങ്ങൾക്കും വിദഗ്ധർക്കും അനുയോജ്യമായ നിക്ഷേപ തന്ത്രം വികസിപ്പിക്കാനും സഹായിക്കുന്നു. മികച്ച നിക്ഷേപകരാകാൻ അടിസ്ഥാന ശീലങ്ങൾ രൂപപ്പെടുത്തുക;

2. **ഭാഗം 2—മതം കണ്ടെത്തൽ :** കല്പനകൾ 3-6 വരെ വായനക്കാരെ മാർക്കറ്റ് സൈക്കിളുകളും വികാരങ്ങളും മനസ്സിലാക്കാൻ സഹായിക്കുകയും ശരിയായ നിക്ഷേപ ഗവേഷണവും ഉത്സാഹവും വഴി അവരുടെ നിക്ഷേപങ്ങളിൽ ബോധ്യം (മതം) കണ്ടെത്താൻ സഹായിക്കുകയും ചെയ്യുന്നു;
3. **ഭാഗം 3—ഭക്തിയും അച്ചടക്കവും :** കല്പനകൾ 7-10 വരെ, വായനക്കാരെ അവരുടെ പോർട്ട്ഫോളിയോ വഴിയായി ശരിയായി കൈകാര്യം ചെയ്യാൻ സഹായിക്കുന്നു – സ്ഥിര മായി റിട്ടേൺ പരമാവധി വർദ്ധിപ്പിക്കുമ്പോൾ റിസ്ക് കുറയ്ക്കാൻ, നിക്ഷേപ മാന്ത്രികരെപ്പോലെ.

ഈ പുസ്തകവും 10-സികളും ഉപയോഗിക്കുന്നതിന് ഞങ്ങൾ മൂന്ന്-ഘട്ട സമീപനം നിർദ്ദേശിക്കുന്നു :

1. **പുസ്തകം വായിക്കുക, 10-സികൾ പഠിക്കുക.** ബൈബിളിലെ പത്ത് കല്പനകൾ പോലെ, ഞങ്ങൾ നിക്ഷേപത്തിന്റെ 10-സികൾ എഴുതിയിട്ടുണ്ട്, ദൃഢമായ, എളുപ്പത്തിൽ മനസ്സിലാക്കാവുന്ന ശൈലിയിൽ. പ്രധാന പോയിന്റുകൾ ചിത്രീകരിക്കാൻ ഞങ്ങൾ ധാരാളം കഥകളും ദൃശ്യങ്ങളും നൽകുന്നു.
2. **കൂടുതൽ ആഴത്തിൽ പോകുക; വിസാർഡ്സ് ഇൻസ്റ്റിറ്റ്യൂട്ട് കമ്മ്യൂണിറ്റിയിൽ ചേരുക.** റേ ഡാലിയോയെയോ കാത്തി സൂവിനെയോ നന്നായി മനസ്സിലാക്കണമെങ്കിൽ, ഓരോ വിസാർഡിന്റെയും സംഗ്രഹങ്ങൾ, അഭിമുഖങ്ങൾ, പോഡ് കാസ്റ്റുകൾ, ചർച്ചകൾ എന്നിവ നിങ്ങൾക്ക് കണ്ടെത്താനാകും. ചർച്ചയിൽ പങ്കെടുക്കാൻ മറ്റ് വിദ്യാർത്ഥികൾക്കും രചയിതാക്കൾക്കും വിസാർഡ്സിനും പോലും നിങ്ങൾക്ക് ചോദ്യങ്ങൾ പോസ്റ്റ് ചെയ്യാനും കഴിയും. *നിക്ഷേപത്തിന്റെ പത്ത് കല്പനകളിൽ* നിന്നുള്ള വിസാർഡ്സിന്റെ എല്ലാ സംഗ്രഹ ങ്ങളും ഞങ്ങൾ ഓൺലൈനിൽ ലഭ്യമാക്കിയിട്ടുണ്ട്.

3. **എല്ലാറ്റിനുമുപരിയായി, കാർപെ ഡൈം.** നടപടിയെടുക്കുക – 10-സികൾ പിന്തുടരുക. ഓരോ കല്പനയും ഒരു ഒറ്റപ്പെട്ട തത്വമാണ്, പക്ഷേ, ഒരുമിച്ച് എടുക്കുമ്പോൾ, അവ നമുക്ക് നിക്ഷേപ വൈദഗ്ധ്യത്തിനായുള്ള പ്രധാന ചുവടുകൾ നൽകുന്നു.

ഇനി കൂടുതൽ ആലോചിക്കാതെ, നമുക്ക് 10-സികളുടെ യാത്ര ആരംഭിക്കാം.

കല്പന ഒന്ന്:

സ്വയം അറിയുക

എല്ലാവരും നിക്ഷേപകരാണ്

നിങ്ങൾ അറിഞ്ഞാലും ഇല്ലെങ്കിലും നിങ്ങൾ ഒരു നിക്ഷേപകനാണ്. സ്കൂളിൽ ആരും ഇത് പറഞ്ഞു തന്നിട്ടുണ്ടാകില്ല. നിങ്ങൾക്ക് ഒരു നിക്ഷേപ അക്കൗണ്ട് പോലും ഇല്ലായിരിക്കാം. എന്നാലും ഞങ്ങളെ വിശ്വസിക്കുക: എല്ലാവരും നിക്ഷേപകരാണ്, അതിനാൽ ഈ പുസ്തകം നിങ്ങൾക്ക് പ്രധാനമാണ്.

ഒരു കൗമാരപ്രായക്കാരിക്ക് സ്വന്തമായി നിക്ഷേപ മൂലധനം ഇല്ലായിരിക്കാം, പക്ഷേ അവൾ എങ്ങനെ സമയം ചെലവഴിക്കുന്നു – പഠിക്കാനോ കളിക്കാനോ – അഥവാ അടുത്ത സുഹൃത്തുക്കളുടെ ഒരു വലയം കണ്ടെത്തുന്നു എല്ലാംതന്നെ ഭാവിയിൽ അവൾ എങ്ങനെയുള്ള വ്യക്തിയായിരിക്കുമെന്ന് നിർണ്ണയിക്കുന്നു. സമ്പത്ത് എത്രയെന്നത് പ്രശ്നമല്ല, പ്രായമായവർ പോലും തങ്ങളുടെ കഠിനാധ്വാനം ചെയ്ത പണം എവിടെ നിക്ഷേപിക്കണമെന്ന് തീരുമാനിക്കുമ്പോൾ എല്ലാ ദിവസവും നിക്ഷേപത്തിനുള്ള വഴികൾ തിരയുന്നു – പണം, വിനോദം, മോർട്ട്ഗേജ്, വിദ്യാഭ്യാസം, ഓഹരി വിപണി, ബിസിനസ്സ് അല്ലെങ്കിൽ വിരമിക്കൽ അക്കൗണ്ട് എന്നിവയിലെല്ലാം.

യുഎസ് ഫെഡറൽ റിസർവ് നിശ്ചയിച്ചിട്ടുള്ള വാർഷിക പണപ്പെരുപ്പ നിരക്കാണ് രണ്ട് ശതമാനം (2%). പലിശ നിരക്കുകളിലൂടെയും പണനയത്തിലൂടെയും സാമ്പത്തിക വളർച്ച നിയന്ത്രിക്കുന്ന കേന്ദ്ര ബാങ്കാണ് ഫെഡറൽ റിസർവ്. ഇന്ന്

നിങ്ങൾ $100 സമ്പാദിക്കുകയും അത് കൈവശം വയ്ക്കുകയും ചെയ്താൽ, ഒരു വർഷത്തിനുശേഷം അതേ $100 നോട്ടിന്റെ മൂല്യം രണ്ട് ഡോളർ കുറയും. അഞ്ച് വർഷത്തിന് ശേഷം, ഇന്നത്തെ പണത്തിൽ അതിന്റെ മൂല്യം ഏകദേശം $90 മാത്രമായിരിക്കും. പണം കൈവശം വയ്ക്കുന്നതിലൂടെ, നെഗറ്റീവ് 2% വാർഷിക വരുമാനം നിങ്ങൾക്ക് പ്രശ്നമല്ലെന്ന് നിങ്ങൾ തീരുമാനിച്ചു.

യുഎസ് ട്രഷറി ബോണ്ട് – ഒരു "അപായ രഹിത" നിക്ഷേപമാണ്, കാരണം യുഎസ് സർക്കാർ സ്വന്തം കടത്തിൽ വീഴ്ച വരുത്താൻസാധ്യതയില്ല–സാധാരണസമയങ്ങളിൽപ്രതിവർഷം 2% നിങ്ങൾക്ക് തിരിച്ചു വരവ് ലഭിക്കും. സാധാരണഗതിയിൽ, ട്രഷറി ബോണ്ടുകൾ പണപ്പെരുപ്പ നിരക്കുമായി പൊരുത്തപ്പെടും, അതിനാൽ നിങ്ങൾക്ക് നാമമാത്രമായ 2% (0% യഥാർത്ഥ തിരിച്ചു വരവ്) തിരിച്ചുവരവുണ്ട്. സ്റ്റോക്കുകളും റിയൽ എസ്റ്റേറ്റും പോലുള്ള അപകടസാധ്യതയുള്ള നിക്ഷേപങ്ങൾ ചിലപ്പോൾ ബോണ്ടുകളുടെ സ്ഥിരതയെ കുറച്ചേക്കാം, പക്ഷേ വിപണി വളർച്ച ആരോഗ്യകരമാവുകയും നിങ്ങൾ വിവേകത്തോടെ നിക്ഷേപിക്കുകയും ചെയ്താൽ ദീർഘകാലാടിസ്ഥാനത്തിൽ കൂടുതൽ ആകർഷകമായ വരുമാനം നേടാൻ കഴിയും.

പണം നിങ്ങൾക്ക് സന്തോഷം നൽകും. 1972 മുതൽ 2016 വരെ 44,198 മുതിർന്നവരെ പ്രതിനിധീകരിക്കുന്ന ട്വെൻഗെയുടെയും കൂപ്പറിന്റെയും ഗവേഷണമനുസരിച്ച്, വരുമാനവും സന്തോഷവും തമ്മിലുള്ള പരസ്പരബന്ധം 30 വയസ്സോ അതിൽ കൂടുതലോ പ്രായമുള്ളവരിൽ ക്രമാനുഗതമായി വർദ്ധിച്ചു. കോളേജ് ബിരുദമില്ലാത്ത ആളുകളുടെ സന്തോഷം ക്ഷയിച്ചു, അതേസമയം ഉന്നത വിദ്യാഭ്യാസവും വരുമാനവും ഉള്ളവർ ക്രമാനുഗതമായി സന്തുഷ്ടരായി തുടരുന്നു. നൊബേൽ സാമ്പത്തിക ശാസ്ത്രജ്ഞനായ കഹ്നെമാന്റെ മറ്റൊരു പഠനം സൂചിപ്പിക്കുന്നത് ഒരു വ്യക്തിയുടെ വരുമാനം ഒരു നിശ്ചിത മാന്ത്രിക സംഖ്യയിലെത്തുന്നതുവരെ ഒരു വ്യക്തിയുടെ വൈകാരിക ക്ഷേമം വർദ്ധിക്കുന്നു എന്നാണ് – 2010-ൽ 75,000 ഡോളർ (ഇന്ന് പണപ്പെരുപ്പം കണക്കിലെടുക്കുമ്പോൾ അതിനനുസൃതമായിട്ടുള്ളത്). നിക്ഷേപ തത്വങ്ങൾ, ജീവിതത്തിന്റെയും സന്തോഷത്തിന്റെയും നിലവാരം മെച്ചപ്പെടുത്തുന്നു.

അതിനാൽ, ഞങ്ങൾ എല്ലായ്പ്പോഴും നിക്ഷേപം നടത്തുന്നതിനാൽ, എന്തുകൊണ്ട് അതിൽ മികച്ചവരായിക്കൂടാ? പണത്തിന് –2% വരുമാനവും ആസ്തികളിൽ നിക്ഷേപിക്ക

ന്നതിലൂടെ കുറഞ്ഞത് 2% ദീർഘകാല വരുമാനവും തിരഞ്ഞെടുക്കുമ്പോൾ, ആരാണ് നിക്ഷേപിക്കേണ്ടതെന്ന് തീരുമാനിക്കുക?

ജോലി ചെയ്യരുത്, നൃത്തം ചെയ്യൂ

നിക്ഷേപം ആദ്യം ഭയാനകമായിരിക്കും. സാമ്പത്തിക പദാവലികൾ, അനിശ്ചിതത്വം, ചാഞ്ചാട്ടം എന്നിവ അതിനെ തോല്പിക്കാൻ അസാധ്യമായ ഒരു കാസിനോ പോലെ തോന്നിപ്പിക്കും. എന്നിരുന്നാലും, നിക്ഷേപത്തിന്റെ തന്ത്രങ്ങൾ പഠിക്കുകയും വിപണികളിൽ സ്ഥിരമായി മികച്ച പ്രകടനം കാഴ്ചവയ്ക്കാൻ ഫലപ്രദമായ സംവിധാനങ്ങൾ വികസിപ്പിക്കുകയും ചെയ്ത മന്ത്രവാദികൾ എല്ലായിടത്തും ഉണ്ട്. പ്രോ അത്ലറ്റുകൾ അവരുടെ സ്പോർട്സിനെ എത്രമാത്രം സ്നേഹിക്കുന്നു, കഠിനാധ്വാനികളായ സംഗീതജ്ഞർക്ക് അവരുടെ ഉപകരണങ്ങളില്ലാതെ ജീവിക്കാൻ കഴിയില്ല, എന്നപോലെ മികച്ച നിക്ഷേപകരെല്ലാം അവർ ചെയ്യുന്ന കാര്യങ്ങളിൽ പൊതുവായ അഭിനിവേശവും ഉത്സാഹവും പങ്കിടുന്നു. മിക്ക കേസുകളിലും, അവരുടെ അഭിനിവേശം വളരെ വലുതാണ്, അവർ അവരുടെ തത്ത്വചിന്തകൾ ലോകവുമായി പങ്കിടുന്നു.

വാറൻ ബഫറ്റ്

വാറൻ ബഫറ്റിന്റെ പേര് പരാമർശിക്കാതെ നിങ്ങൾക്ക് നിക്ഷേപത്തെക്കുറിച്ച് സംസാരിക്കാൻ കഴിയില്ല. 77 ബില്യൺ ഡോളർ ആസ്തിയുള്ള ബഫറ്റ് ഒരുപക്ഷേ ലോകത്തിലെ ഏറ്റവും അറിയപ്പെടുന്ന ശതകോടീശ്വരൻ കൂടിയാണ് – അദ്ദേഹം മക്ഡൊണാൾഡിൽ നിന്ന് ഒരേ മൂന്ന് പ്രഭാതഭക്ഷണ ഇനങ്ങൾ ഓർഡർ ചെയ്യുന്നു (ഒരിക്കലും 3.17 ഡോളറിൽ കൂടുതൽ ചെലവഴിക്കുന്നില്ല), 2014-ലെ കാഡിലാക് എക്സ്ടിഎസ് ഓടിക്കുന്നു, 1958-ൽ വാങ്ങിയ അതേ വീട്ടിൽ താമസിക്കുന്നു. അതിനാൽ, നിങ്ങൾക്കറിയാമോ, 90-ാം വയസ്സിൽ, ബെർക്ക്ഷെയർ ഹത്തവേ നടത്താൻ തുടങ്ങിയിട്ട് 56 വർഷമായി, ബഫറ്റ് കൂടുതൽ പണം സമ്പാദിക്കാൻ വേണ്ടിയല്ല ഇത് ചെയ്യുന്നത്.

ബഫറ്റ് തന്റെ ജോലിയെ സ്നേഹിക്കുകയും മറ്റുള്ളവരെ "നൃത്തം ചെയ്തു കൊണ്ട് ജോലി ചെയ്യാൻ" പ്രോത്സാഹിപ്പിക്കുകയും ചെയ്യുന്നു. വാസ്തവത്തിൽ, അദ്ദേഹം 11 വയസ്സിൽ നിക്ഷേപം ആരംഭിച്ചു, ഇപ്പോഴും അത് ചെയ്യുന്നു! നെബ്രാസ്കയിലെ ഒമാഹ സാധാരണയായി വളരെ ചെറിയ ഒരു പട്ടണമാണ്, പക്ഷേ എല്ലാ വർഷവും 40,000 ആളുകൾ അദ്ദേഹവും പങ്കാളിയായ ചാർളി മുൻഗറും അവരുടെ കാലാതീതമായ ജ്ഞാനം സന്തോഷത്തോടെ പങ്കിടുന്നത് കേൾക്കാൻ ഇവിടെയെത്തുന്നു. ജോലി നിങ്ങളുടെ അഭിനിവേശമാകുമ്പോൾ, നിങ്ങൾ അത് ഇഷ്ടപ്പെടുന്നു. അത് ഇനി ജോലിയല്ല – അത് രസകരമായി തീരുന്നു.

ബഫറ്റ് തനിച്ചല്ല. 1967-നും 1978-നും ഇടയിൽ 24.5% വാർഷിക വരുമാനം നേടിയ മൈക്കൽ സ്റ്റെയ്ൻഹാർഡ്, "നിങ്ങൾ ആസ്വദിക്കുന്ന എന്തെങ്കിലും ചെയ്തുകൊണ്ട് എല്ലായ്പ്പോഴും നിങ്ങളുടെ ജീവിതം സുഗമമാക്കുക : ദീർഘകാലാടിസ്ഥാനത്തിൽ വിജയത്തിനായി നിങ്ങളുടെ മുഴുവൻ തീവ്രതയും നീക്കിവയ്ക്കുക" എന്ന് ഉപദേശിക്കുന്നു. "ചൈനയിലെ വെഞ്ച്വർ ക്യാപിറ്റലിന്റെ രാജ്ഞി"യും അതിവേഗം വളരുന്ന കമ്പനികൾ സൃഷ്ടിക്കുന്ന ആഗോള 2020 ഫോബ്സ് മിഡാസ് നിക്ഷേപകരുടെ പട്ടികയിലെ രണ്ടാം സ്ഥാനക്കാരിയുമായ കാത്തി സൂ ഞങ്ങളോട് പറഞ്ഞു, താൻ ഇപ്പോൾ ചെയ്യുന്നതല്ലാതെ മറ്റൊന്നും ചെയ്യാൻ കഴിയില്ലെന്ന്. ഒരു നിക്ഷേപകനെന്ന നിലയിൽ, ദീർഘവീക്ഷണമുള്ള കമ്പനി സ്ഥാപകരുമായി ബിസിനസ്സ് വളർത്താൻ സൂ ഇഷ്ടപ്പെടുന്നു; അവൾ ഇഷ്ടപ്പെടുന്ന ഒരു കാര്യം ചെയ്യുന്നത് എന്തിന് നിർത്തണം?

പ്രശസ്തരായ നിക്കോളാസ് കേജ്, മൈക്ക് ടൈസൺ, മൈക്കൽ ജാക്സൺ എന്നിവർ ജീവിച്ചിരുന്നപ്പോൾ അവർ പ്രശസ്തരായ കാര്യങ്ങൾ ചെയ്യാൻ "നൃത്തം ചെയ്തു". അവർ പൊതുവായ പലതും പങ്കിടുന്നു, പക്ഷേ എല്ലാറ്റിലും നിന്ന് നിങ്ങളെ ആശ്ചര്യപ്പെടുത്തിയേക്കാം – അവരെല്ലാം പ്രശസ്തരും ധനികരുമായിത്തീർന്നതിനു ശേഷം പാപ്പരായി എന്നുള്ളത്. വാസ്തവത്തിൽ, 60% എൻബിഎ കളിക്കാരും വിരമിച്ച് അഞ്ച് വർഷത്തിനുള്ളിൽ പാപ്പരാകുന്നു, ഏകദേശം 78% എൻഎഫ്എൽ കളിക്കാരും വിരമിക്കലിന് ശേഷം പാപ്പരാകുകയോ സാമ്പത്തിക സമ്മർദ്ദം അനുഭവിക്കുകയോ ചെയ്യുന്നു. എന്നിരുന്നാലും, അവരുടെ സാമ്പത്തിക കാര്യങ്ങൾ കൈകാര്യം ചെയ്യുമ്പോൾ അതേ അർപ്പണബോധം കൊണ്ടുവരുന്നതിൽ അവർ പരാജയപ്പെടുന്നു.

നമ്മളിൽ ഏറ്റവും ധനികർക്ക് ഇപ്പോഴും തകരാൻ കഴിയും. 65 വയസ്സാകുമ്പോഴേക്കും, മറ്റുള്ളവരെ ഭാരപ്പെടുത്താതെ സ്വയം പിന്തുണയ്ക്കാൻ നിങ്ങളുടെ റിട്ടയർമെന്റ് അക്കൗണ്ടിൽ വേണ്ടത്ര ഉണ്ടായിരിക്കാൻ നിങ്ങൾ ആഗ്രഹിക്കുന്നു. ജോലിക്ക് നൃത്തം ചെയ്യുക; നിങ്ങളുടെ സാമ്പത്തിക ഭാവിക്കായി ആസൂത്രണം ചെയ്യുമ്പോൾ ഈ മനോഭാവം കൊണ്ടുവരുകയാണെങ്കിൽ നിങ്ങളുടെ ഭാവി സ്വയം വളരെയധികം നന്ദിയുള്ളവയായിരിക്കും. ഇതുപോലുള്ള പ്രധാനപ്പെട്ട ഒരു ലക്ഷ്യത്തിനായി, ഓരോരുത്തരും അവിടെ എങ്ങനെ എത്തിച്ചേരാൻ ആഗ്രഹിക്കുന്നുവെന്ന് നിർവ്വചിക്കാൻ കുറച്ച് സമയമെങ്കിലും ചെലവഴിക്കണം.

ഞങ്ങളുടെ പ്രിയപ്പെട്ട ആറ് വാറൻ ബഫറ്റ് ഉദ്ധരണികൾ

---

1. ***വരുമാനത്തെക്കുറിച്ച് :*** "ഒരിക്കലും ഒരൊറ്റ വരുമാനത്തെ ആശ്രയിക്കരുത്. ഒരു ഉറവിടം സൃഷ്ടിക്കാൻ നിക്ഷേപം നടത്തുക."
2. ***ചെലവഴിക്കുന്നതിനെക്കുറിച്ച്:*** "നിങ്ങൾക്ക് ആവശ്യമില്ലാത്ത സാധനങ്ങൾ വാങ്ങുകയാണെങ്കിൽ, താമസിയാതെ നിങ്ങൾക്ക് ആവശ്യമുള്ള സാധനങ്ങൾ വിൽക്കേണ്ടിവരും."
3. ***സമ്പാദ്യത്തെക്കുറിച്ച് :*** "ചെലവഴിച്ച ശേഷം അവശേഷിക്കുന്നത് സംരക്ഷിക്കരുത്, സമ്പാദ്യത്തിനുശേഷം അവശേഷിക്കുന്നത് ചെലവഴിക്കുക."

4. ***റിസ്ക് എടുക്കുമ്പോൾ :*** “ഒരിക്കലും നദിയുടെ ആഴം രണ്ട് കാലുകൾ ഉപയോഗിച്ച് പരീക്ഷിക്കരുത്.”
5. ***നിക്ഷേപത്തെക്കുറിച്ച് :*** “നിങ്ങളുടെ എല്ലാ മുട്ടകളും ഒരു കൊട്ടയിൽ ഇടരുത്.”
6. ***പ്രതീക്ഷകളെക്കുറിച്ച് :*** “സത്യസന്ധത വളരെ ചെലവേറിയ സമ്മാനമാണ്. വിലകുറഞ്ഞ ആളുകളിൽ നിന്ന് അത് പ്രതീക്ഷിക്കരുത്.”

ലോകം ക്രൂരമാണ്

100 ബില്യൺ ഡോളറിലധികം എയുഎം ഉള്ള ബ്രിട്ടീഷ് നിക്ഷേപകനായ ജെറമി ഗ്രന്ഥം വ്യക്തിഗത നിക്ഷേപകർക്ക് പ്രൊഫഷണലുകളേക്കാൾ രണ്ട് പ്രധാന അഡ്വാന്റേജുകൾ ഉണ്ടെന്ന് അവകാശപ്പെടുന്നു : “തൊഴിൽ ചെയ്യുന്നവരുടെ ഏറ്റവും വലിയ പ്രശ്നം കരിയർ, ബിസിനസ്സ് അപകടസാധ്യതകൾ കൈകാര്യം ചെയ്യുക എന്നതാണ് : ഒരു ഏജന്റ് എന്ന നിലയിൽ സ്വന്തം ജോലി പരിരക്ഷിക്കുക. പ്രൊഫഷണലുകളുടെ രണ്ടാമത്തെ ശാപം തിരക്കുള്ളവരായി കാണപ്പെടേണ്ടതിന്റെ ആവശ്യകത മൂലമുണ്ടാകുന്ന അമിത മനുഷ്യന്റെ പ്രായമാണ്.”

ജെറമി ഗ്രന്ഥം

പ്രൊഫഷണലുകളിൽ നിന്ന് വ്യത്യസ്തമായി, കുറഞ്ഞ പ്രകടനത്തിന്റെ നാലിലൊന്ന് നിക്ഷേപകർ അവരുടെ പണം പിൻവലിക്കുന്നതിലേക്ക് നയിക്കുമെന്ന് വ്യക്തികൾക്ക് ഭീഷണിയില്ല (ഒരുപക്ഷേ അവരുടെ ജോലി നഷ്ടപ്പെടും). വിപണിയിൽ നിങ്ങൾക്ക് നല്ല അവസരങ്ങളൊന്നും കണ്ടെത്താൻ കഴിയാത്തതിനാൽ ഒന്നും ചെയ്യാത്തതിന് ആരും നിങ്ങളെ കുറ്റപ്പെടുത്തില്ല. ശരിയായ അവസരങ്ങൾക്കായി ക്ഷമയോടെ കാത്തിരിക്കുകയും മറ്റുള്ളവർ എന്താണ് ചെയ്യുന്നതെന്ന് ശ്രദ്ധിക്കാതിരിക്കുകയും ചെയ്യുന്ന വ്യക്തികൾ കൂടുതൽ മെച്ചപ്പെട്ടും.

ലോകത്തിൽ നിലനിൽക്കുന്ന മത്സരത്തിന്റെ സഹായകരമായ ഒരു ദൃഷ്ടാന്തം "ദ ഗുഡ് പിഗ്" കഥയിൽ കാണാം :

"അങ്ങനെ ഞാൻ അയർലണ്ടിലേക്ക് പോയി, എന്റെ കാർ കേടായി.ഭാഗ്യവശാൽ,ഞാൻ ഒരു മെക്കാനിക്കിനെ കാത്തിരിക്കുമ്പോൾ ഒരു കർഷകൻ എന്നെ അത്താഴത്തിന് ക്ഷണിച്ചു. പരിസരത്ത് ചുറ്റിക്കറങ്ങുമ്പോൾ മൂന്ന് കാലുകൾ മാത്രമുള്ള ഒരു പന്നിയെ ഞാൻ കണ്ടു. ആശ്ചര്യത്തോടെ ഞാൻ ചോദിച്ചു, 'ക്ഷമിക്കണം, എന്തുകൊണ്ടാണ് നിങ്ങളുടെ പന്നിക്ക് മൂന്ന് കാലുകൾ മാത്രം ഉള്ളത്?'

അപ്പോൾ കർഷകൻ പറഞ്ഞു, 'ഓ, നോക്കൂ, ഈ പന്നിയുടെ പേര് പാഡി എന്നാണ്, അവനെക്കുറിച്ചുള്ള ഒരു കഥ ഞാൻ നിങ്ങളോട് പറയാം. ഒരു ദിവസം, ഞാൻ എന്റെ ട്രാക്ടറിൽ പോയപ്പോൾ എന്തോ കുഴപ്പം സംഭവിക്കുകയും ട്രാക്ടർ അബദ്ധവശാൽ തിരിയുകയും ചെയ്തു ഞാൻ തകർന്നു മരിക്കാൻ പോവുകയായിരുന്നു, സെപ്റ്റ് പാഡി ഓടി വന്ന് എന്നെ പുറത്തേക്ക് വലിച്ചിഴച്ചു എന്റെ ജീവൻ രക്ഷിച്ചു.

ഞാൻ പറഞ്ഞു, 'വൗ! അത് കൊള്ളാം! നിന്നെ രക്ഷിക്കുന്നതിനിടയിൽ ആണോ അവന് ഒരു കാൽ നഷ്ടപ്പെട്ടത്?"

കൃഷിക്കാരൻ പറഞ്ഞു, 'അല്ല, പക്ഷേ ഞാൻ നിങ്ങളോട് ഒരു കഥ പറയാം. എന്റെ മകൻ കുളത്തിൽ മീൻപിടിക്കുമ്പോൾ പെട്ടെന്ന് അവൻ വീണു.

എങ്ങനെയോ അവന്റെ കാൽ കുളത്തിലെ ഒരു ചെടിയിൽ കുടുങ്ങി. പാഡി ഓടിപ്പോയി, അവന്റെ കുരുക്ക് അഴിച്ചുമാറ്റി, കുളത്തിൽ നിന്ന് പുറത്തെടുത്ത്, വായ മൂക്കിലേക്ക് ചേർത്തുവെച്ച് ബോധത്തിലേക്ക് കൊണ്ടുവന്നില്ലായിരുന്നെങ്കിൽ, അവൻ മുങ്ങിമരിക്കു മായിരുന്നു. അന്ന് അവൻ തന്റെ ജീവൻ രക്ഷിച്ചിരുന്നു, ശരിക്കും!

ഞാൻ പറഞ്ഞു : 'അവിശ്വസനീയം! അത് കൊണ്ടാണോ അവന് മൂന്നു കാലുകൾ മാത്രമുള്ളത്?'

കൃഷിക്കാരൻ പറഞ്ഞു, 'അല്ല. ഞാനൊരു കഥ പറയാം, എന്റെ മകൾ കിണറ്റിൽ നിന്ന് വെള്ളം എടുക്കുകയായിരുന്നു പെട്ടെന്ന്, അവൾ അതിനുള്ളിലേക്ക് വീണു നിലവിളിച്ചു, പക്ഷേ ആർക്കും അവളുടെ ശബ്ദം കേൾക്കാൻ കഴിഞ്ഞില്ല. സെപ്റ്റ്പാഡി ഇവിടെ ഓടിവന്ന് അവളെ രക്ഷിച്ചില്ലായിരുന്നുവെങ്കിൽ അവൾ മരിക്കുമായിരുന്നു.'

'അവിശ്വസനീയം! പക്ഷേ, എന്തുകൊണ്ടാണ് അവന് മൂന്നു കാലുകൾ മാത്രമുള്ളത്?'

കർഷകൻ ചോദിച്ചു, 'അപ്പോൾ, ഇങ്ങനെയുള്ള പ്രത്യേകതരം പന്നിയെ ഒറ്റയടിക്ക് തിന്നാൻ നിങ്ങൾക്ക് സാധിക്കില്ല, ശരിയല്ലേ?'"

എന്താണ് ഈ കഥയുടെ അർത്ഥം? നിക്ഷേപ ലോകം ക്രൂരവും നിഷ്ക്കരുണവും ആകാം : അത് "നിങ്ങൾ കൊല്ലുന്നത് ഭക്ഷിക്കുക" എന്നതാണ്, മിക്ക ആളുകളും അവരുടെ സ്വന്തം താല്പര്യ ത്തിനായി പ്രവർത്തിക്കും. വിശാലമായ ഓഫീസുകളിൽ ഐവി-ലീഗ് ബിരുദങ്ങളും ഫാൻസി ശീർഷകങ്ങളും ഉള്ള "പ്രൊഫഷണൽ" ഉപദേഷ്ടാക്കൾക്കോ അല്ലെങ്കിൽ സിഎൻബിസിയിലും ബ്ലൂംബെർഗിലും നിങ്ങൾ കാണുന്ന ടോക്ക് ഷോ ഹോസ്റ്റുകൾക്കോ ഇത് ബാധകമാണ്.

നിങ്ങൾക്ക് മാത്രമേ അറിയൂ, നിങ്ങളുടെ ഏറ്റവും മികച്ച താല്പര്യം ഹൃദയത്തിൽ ഉണ്ട്. നിങ്ങൾ നിങ്ങളുടെ പണം ഒരു പ്രൊഫഷണൽ ഹെഡ്ജ് ഫണ്ട് മാനേജർക്ക്

കൈമാറുന്നുവെന്ന് കരുതുക. അവർ നിങ്ങൾക്ക് എന്തെങ്കിലും പണം സമ്പാദിക്കുന്നതിനുമുമ്പ്, നിങ്ങളുടെ നിക്ഷേപത്തിന്റെ 2% മാനേജ്മെന്റ് ഫീസായി വെട്ടിക്കുറയ്ക്കും – കൂടാതെ 20% പെർഫോമൻസ് ഫീസ് അല്ലെങ്കിൽ ലാഭം. അത്തരം ഫീസുകളെ ന്യായീകരിക്കാൻ നല്ല വരുമാനം ആവശ്യമാണ്! ഒരു മാനേജറുടെ താല്പര്യം നിങ്ങളുടേതുമായി യോജിക്കുന്നതായി തോന്നാമെങ്കിലും, ലാഭത്തിന്റെ വിഹിതം വർദ്ധിപ്പിക്കുന്നതിന് അമിതമായ അപകടസാധ്യതകൾ എടുക്കാൻ പെർഫോർമൻസ് ഫീസ് പ്രൊഫഷണലുകളെ പ്രോത്സാഹിപ്പിക്കും.

അതുപോലെ, "ഏറ്റവും പുതിയതും ആകർഷകവുമായ" നിക്ഷേപ നറുങ്ങുകൾ നൽകുന്ന ഒരു ബ്രോക്കറേജ് ഹൗസ് മികച്ച നിക്ഷേപ തീരുമാനങ്ങൾ എടുക്കാൻ നിങ്ങളെ സഹായിക്കുന്നില്ല. അവർ കമ്മീഷനുകളിൽ പണം സമ്പാദിക്കുന്നതിനാൽ അവർ നിങ്ങൾക്ക് ചൂടുള്ള നറുങ്ങുകൾ വിൽക്കുന്നു; നിങ്ങൾ ഓരോ തവണ വ്യാപാരം ചെയ്യുമ്പോഴും അവർക്ക് മികച്ച ഡോളറിന്റെ ഒരു ലാഭം ലഭിക്കും. നിങ്ങൾ കൂടുതൽ വ്യാപാരം ചെയ്യുംതോറും അവർ കൂടുതൽ സമ്പാദിക്കുന്നു. അവർ എത്ര സദുദ്ദേശ്യമുള്ള വരാണെങ്കിലും, സാമ്പത്തിക ഉപദേഷ്ടാക്കൾ നിങ്ങളുടെ താല്പ ര്യങ്ങൾക്ക് മുമ്പായി സ്വന്തം താല്പര്യങ്ങൾ മുൻനിർത്തി പ്രവർത്തിക്കുമെന്ന് നിങ്ങൾക്ക് ഉറപ്പിക്കാം.

ലോകത്തെക്കുറിച്ച് കൂടുതൽ നിന്ദ്യമായ വീക്ഷണം സ്വീകരി ക്കാൻ മാത്രമേ ഇത് സഹായിക്കൂ. നിങ്ങൾക്ക് ഒരു പ്രൊഫഷ ണൽ ഉപദേശം ഉണ്ടെങ്കിൽ പോലും, നിങ്ങൾ എങ്ങനെ നിക്ഷേപി ക്കുന്നുവെന്ന് (എന്ത് ആസ്തികൾ, ഭൂമിശാസ്ത്രം അല്ലെങ്കിൽ തന്ത്രം) അറിഞ്ഞുകൊണ്ട് സ്വയം പരിരക്ഷിക്കുക. അടുത്ത സബ്ചാപ്റ്റ റിൽ, നിങ്ങളുടെ സ്വന്തം താല്പര്യമുള്ള നിക്ഷേപ തന്ത്രം വളർ ത്തിയെടുക്കുന്നതിനുള്ള ഒരു മാർഗ്ഗം ഞങ്ങൾ അവതരിപ്പിക്കും.

നിക്ഷേപം വ്യക്തിപരമാണ്

ഓരോ നിക്ഷേപകനും സവിശേഷമായ ലക്ഷ്യങ്ങൾ, അഭിനി വേശങ്ങൾ, കഴിവുകൾ, വിഭവങ്ങൾ, നഷ്ടം സഹിക്കാനുള്ള കഴിവ് എന്നിവയുണ്ട് – അതിനാൽ "ഏവർക്കും അനുയോജ്യമായ ഒരു അളവ്" തന്ത്രമില്ല. മൂല്യനിക്ഷേപത്തിന്റെ പിതാവും വാറൻ ബഫറ്റിന്റെ ഉപദേഷ്ടാവുമായ ബെഞ്ചമിൻ ഗ്രഹാം പഠിപ്പിച്ചത്,

നിക്ഷേപത്തിലെ ഏറ്റവും പ്രധാനപ്പെട്ട സിദ്ധാന്തങ്ങളിൽ ഒന്ന് നിങ്ങൾ ഏത് തരത്തിലുള്ള നിക്ഷേപകനാണെന്ന് അറിയുക എന്നതാണ്.

ബെഞ്ചമിൻ ഗ്രഹാം

ഗ്രഹാം ആദ്യം ചോദിക്കും നിങ്ങൾ "നിഷ്ക്രിയനാണോ അതോ സജീവമാണോ" എന്ന്. സജീവ നിക്ഷേപകർ ഗുണനിലവാരമുള്ളതും സമഗ്രവും നേരിട്ടുള്ളതുമായ ഗവേഷണം നടത്തി മികച്ച നിക്ഷേപകരാകാൻ സമയവും ഊർജ്ജവും ചെലവഴിക്കുന്നു, ഒപ്പം അവരുടെ നല്ല കഠിനാധ്വാനം നല്ല വരുമാനത്തിലേക്ക് വിവർത്തനം ചെയ്യുമെന്ന് പ്രതീക്ഷിക്കുന്നു. ഇത് നിങ്ങൾക്ക് ഇഷ്ടമുള്ള കാര്യമല്ലെങ്കിൽ, ഒരു നിഷ്ക്രിയ സമീപനം സ്വീകരിക്കുന്നതിലൂടെ നിങ്ങൾക്ക് കുറച്ച് ജോലിയും സമയവും ലാഭിക്കാൻ കഴിയും.

നിഷ്ക്രിയ നിക്ഷേപത്തിൽ സൂചിക ഫണ്ടുകൾ വാങ്ങുന്നത് ഉൾപ്പെടുന്നു, ഇത് മുഴുവൻ വിപണിയുടെയും പ്രകടനം അനുകരിക്കുന്നതിനായി കമ്പനികളുടെ ബാസ്കറ്റ് ട്രാക്കുചെയ്യുന്നു. നിഷ്ക്രിയ നിക്ഷേപം കൊണ്ട് വിപണിയെ മറികടക്കാൻ കഴിയില്ല, പക്ഷേ മോശം പ്രകടനവും കാഴ്ചവയ്ക്കില്ല. നിങ്ങളുടെ വരുമാനം

വിപണിയുമായി പൊരുത്തപ്പെട്ടും, ഇത് കാലക്രമേണ യഥാർത്ഥ സമ്പാദ്യവ്യവസ്ഥയുമായി വളരും. സജീവ നിക്ഷേപത്തിൽ കൂടുതൽ ശ്രദ്ധ കേന്ദ്രീകരിച്ച് ഈ പുസ്തകം രണ്ടിനെക്കുറിച്ചും സംസാരിക്കുന്നു.

അടുത്തതായി, നിങ്ങൾ ഒരു "നിക്ഷേപകൻ" ആണോ അതോ "ഊഹക്കച്ചവടക്കാരനാണോ" എന്ന് ഗ്രഹാം ചോദിക്കും. ഒരു നിക്ഷേപകൻ ഒരു ആസ്തിയെ ഒരു ബിസിനസിന്റെ ഭാഗമായി കാണുന്നു, സ്വയം ബിസിനസ്സിന്റെ ഉടമയായി കാണുന്നു, അതേസമയം ഊഹക്കച്ചവടക്കാരൻ ആന്തരിക മൂല്യമില്ലാത്ത വിലയേറിയ കടലാസ് കഷണങ്ങളുമായി കളിക്കുന്നതായി കാണുന്നു. ഊഹക്കച്ചവടക്കാരനെ സംബന്ധിച്ചിടത്തോളം, ആരെങ്കിലും ആസ്തിക്ക് എന്ത് നൽകും എന്നതിനെ ആശ്രയിച്ചാണ് മൂല്യം നിർണ്ണയിക്കുന്നത്. നിങ്ങൾ എന്താണ് നിക്ഷേപിക്കുന്നതെന്ന് അറിയേണ്ടത് പ്രധാനമാണ്; അല്ലാത്തപക്ഷം നിങ്ങൾ ഒരു ചൂതാട്ടക്കാരനിൽ നിന്ന് വ്യത്യസ്തനല്ല, നിങ്ങളുടെ പന്തയങ്ങൾ പൂർണ്ണമായും യാദൃച്ഛികമായി വിടുന്നു.

ഈ പുസ്തകത്തിൽ, "നിക്ഷേപങ്ങൾ" അടിസ്ഥാന വിശകലനം, ആസ്തിയുടെ സാമ്പത്തിക പ്രസ്താവനകളുടെ ശ്രദ്ധാപൂർവ്വമായ പരിശോധന, വളർച്ചാ സാധ്യതകൾ എന്നിവയിലൂടെ തീരുമാനിക്കുകയും കൈകാര്യം ചെയ്യുകയും ചെയ്യുന്ന ദീർഘകാല സ്ഥാനങ്ങളെ സൂചിപ്പിക്കുന്നു. എന്നിരുന്നാലും, അടിസ്ഥാന നിക്ഷേപത്തിന്റെ ഈ മേഖലയ്ക്കുള്ളിൽ, അതുല്യമായ വിരലടയാളങ്ങളുള്ള നിക്ഷേപ തന്ത്രങ്ങൾ നിലവിലുണ്ട്. നിക്ഷേപം വളരെ വ്യക്തിപരമാണ്, ഓരോ നിക്ഷേപകനും സ്വന്തം തന്ത്രം വികസിപ്പിക്കുന്നതിന് ഈ എട്ട് ചോദ്യങ്ങളെ അഭിസംബോധന ചെയ്യണം :

1. ***ലക്ഷ്യങ്ങൾ :*** നിങ്ങളുടെ ലക്ഷ്യങ്ങൾ എന്തൊക്കെയാണ്? നിങ്ങൾ ചെറുപ്പമാണോ, മൂലധനം വളർത്താൻ കൂടുതൽ റിസ്ക് എടുക്കാൻ കഴിയുമോ, അതോ പലിശയിൽ നിന്നും ലാഭവിഹിതത്തിൽ നിന്നും കൂടുതൽ സുസ്ഥിരമായ വരുമാനം പ്രതീക്ഷിക്കുന്നുണ്ടോ?
2. ***താല്പര്യങ്ങൾ :*** നിങ്ങൾക്ക് എന്താണ് പഠിക്കാൻ താല്പര്യമുള്ളത്? നിക്ഷേപകർ പൊതുവെ ഏറ്റവും കൂടുതൽ പണം സമ്പാദിക്കുന്നത് അവർക്ക് മനസ്സിലാകുന്നതും വിദഗ്ധരുമായ മേഖലകളിൽ ശ്രദ്ധ കേന്ദ്രീകരിക്കുന്നതിലൂടെയാണ്.

3. ***ശൈലി :*** നിങ്ങൾ എത്രത്തോളം സജീവമാകാൻ ആഗ്രഹിക്കുന്നു? സജീവമായിരിക്കാൻ കൂടുതൽ സമയവും ജോലിയും ആവശ്യമാണ്. നിങ്ങൾ നിഷ്ക്രിയനാണെങ്കിൽ, മാനേജറുടെയോ നിക്ഷേപിക്കേണ്ട ഫണ്ടിന്റെയോ ഗുണനിലവാരം ഉറപ്പാക്കാൻ നിങ്ങൾ ഇപ്പോഴും ഗവേഷണം നടത്തേണ്ടതുണ്ട്.
4. ***കഴിവുകൾ :*** നിങ്ങൾക്ക് എന്തൊക്കെ കഴിവുകളുണ്ട്? അക്കൗണ്ടിംഗ്, മെഡിസിൻ, ടെക്നോളജി അല്ലെങ്കിൽ റിയൽ എസ്റ്റേറ്റ് എന്നിവയിൽ നിങ്ങൾക്ക് പിന്നാമ്പുറമുണ്ടോ? ഒരു സ്ഥലത്തെ ഡീലുകൾ വിലയിരുത്താൻ നിങ്ങളെ സഹായിക്കുന്നതിന് എന്തെങ്കിലും ഉണ്ടോ?
5. ***സമയം :*** നിങ്ങൾ ഒരു ഹ്രസ്വ അല്ലെങ്കിൽ ദീർഘകാല നിക്ഷേപകനാണോ? നിങ്ങളുടെ കുട്ടികളുടെ വിദ്യാഭ്യാസം, നിങ്ങളുടെ വിരമിക്കൽ അല്ലെങ്കിൽ നിങ്ങളുടെ വീട് എന്നിവയ്ക്കായി നിങ്ങൾക്ക് ഉടൻ പണം ആവശ്യമുണ്ടോ?
6. ***റിസ്ക്:*** നിങ്ങൾക്ക് എത്രത്തോളം റിസ്ക് എടുക്കാൻ കഴിയും? REIT-കൾ (റിയൽ എസ്റ്റേറ്റ് ഇൻവെസ്റ്റ്മെന്റ് ട്രസ്റ്റുകൾ), മൾട്ടി-ഫാമിലി അപ്പാർട്ടുമെന്റുകൾ, ബോണ്ടുകൾ അല്ലെങ്കിൽ ഡിവിഡന്റ് സ്റ്റോക്കുകൾ എന്നിവ ടെസ്‌ല പോലുള്ള വളർച്ചാ സ്റ്റോക്കുകളേക്കാൾ സുരക്ഷിതമായിരിക്കും.
7. ***അസറ്റ് :*** ഏതൊക്കെ അസറ്റ് ക്ലാസുകളെക്കുറിച്ചാണ് നിങ്ങൾ മനസ്സിലാക്കുന്നത് അല്ലെങ്കിൽ പഠിക്കാൻ ഇഷ്ടപ്പെടുന്നത്? വ്യത്യസ്ത ആസ്തികൾ വിലയിരുത്തുന്നതിന് അവയുടെ ലാഭ മോഡലുകളെക്കുറിച്ച് ചിന്തിക്കുന്നതിനുള്ള പുതിയ വഴികൾ പഠിക്കാൻ നിങ്ങളോട് ആവശ്യപ്പെടും.
8. ***സ്ഥലം :*** ഏത് ഭൂമിശാസ്ത്രത്തിലാണ് നിങ്ങൾക്ക് പഠിക്കാനും നിക്ഷേപിക്കാനും സൗകര്യമുള്ളത്?

മുകളിലുള്ള ചോദ്യങ്ങൾക്കുള്ള ഉത്തരങ്ങൾ പരിഗണിക്കാതെ, നിക്ഷേപത്തിന്റെ നിരവധി മാന്ത്രികതകളിലൊന്ന് നിങ്ങൾക്ക് എന്തിനും ഏതിനും നിക്ഷേപിക്കാൻ കഴിയും എന്നതാണ്. വ്യവസായങ്ങൾ, വിപണികൾ, ഭൂമിശാസ്ത്രം എന്നിവയിലുടനീളം എത്രജനപ്രിയമോ(ഉദാ.ആപ്പിൾഅല്ലെങ്കിൽടെസ്‌ല)അല്ലെങ്കിൽ നിഗൂഢമോ (ഉദാ. ബിറ്റ്കോയിൻ അല്ലെങ്കിൽ പ്രാണി ഫാമുകൾ) ആയാലും നിക്ഷേപകർ ദശലക്ഷക്കണക്കിന്, കോടിക്കണക്കിന്

രൂപ സമ്പാദിച്ചു. നിക്ഷേപ തന്ത്രങ്ങളുടെ അനന്തമായ സാധ്യതകളുണ്ട്. നിങ്ങളുടെ ശൈലി എന്തുതന്നെയായാലും, മുകളിലുള്ള എട്ട് ഘടകങ്ങളിൽ അത് പ്രതിഫലിക്കണം. സമയം, ശ്രദ്ധ, ഗവേഷണം, പഠനം എന്നിവയിലൂടെ മാത്രമാണ് ഒരാൾക്ക് കൂടുതൽ അറിവ് ലഭിക്കുകയും നിക്ഷേപത്തിൽ മുൻതൂക്കം നേടുകയും ചെയ്യുന്നത്.

വായനക്കാരെ അവരുടെ വ്യക്തിഗത നിക്ഷേപ തന്ത്രങ്ങൾ വികസിപ്പിക്കാൻ സഹായിക്കുന്നതിന് സാൻ, ടിം, ഓായ എന്നിവർ ഈ എട്ട് ചോദ്യങ്ങൾക്ക് ഉത്തരം നൽകിയിട്ടുണ്ട്. ഇരിക്കാനും എട്ട് ചോദ്യങ്ങൾക്ക് ഉത്തരം നൽകാനും വ്യക്തിഗത നിക്ഷേപ തന്ത്രം നിർണ്ണയിക്കാനും സഹായിക്കുന്ന ഒരു ഡൂ-ഇറ്റ്-യുവർസെൽഫ് (ഡിഐവൈ) ഷീറ്റും ഉണ്ട്.

എന്തും ലാഭകരമായി നിക്ഷേപിക്കാൻ കഴിയുമെന്നതിനാൽ, ഒരു നിക്ഷേപകൻ അവന്റെ അല്ലെങ്കിൽ അവളുടെ താല്പര്യങ്ങളും നിക്ഷേപ തന്ത്രവും കണ്ടെത്താൻ ആഴത്തിലുള്ള ആത്മാന്വേഷണം നടത്തണം. അടുത്ത കല്പന: ***സി 2 : നിങ്ങളുടെ ഇടം സ്വന്തമാക്കുക*** – ഈ ആശയങ്ങളെ അടിസ്ഥാനമാക്കിയുള്ളതാണ്, കൂടാതെ ഏതെങ്കിലും മന്ത്രവാദിയുടെ അഭിനിവേശ മേഖലകളോടുള്ള സമയവും അർപ്പണബോധവും ഉപയോഗിച്ച് മാത്രമേ വൈദഗ്ധ്യം ലഭിക്കൂ എന്ന് എടുത്തുകാട്ടുകയും ചെയ്യും.

കല്പന രണ്ട്:

നിങ്ങളുടെ ഇടം സ്വന്തമാക്കുക

നിങ്ങൾക്ക് ഒരു മന്ത്രവാദിയാകാൻ കഴിയും

ആരും നിക്ഷേപ മന്ത്രവാദിയായി ജനിക്കുന്നില്ല. പ്രകൃതി അതിന്റെ പങ്ക് വഹിക്കുന്നു (അതായത്, എല്ലാ മാന്ത്രികർക്കും കുറഞ്ഞത് ശരാശരി ബുദ്ധിശക്തിയെങ്കിലും ഉണ്ട്), പക്ഷേ പരിപോഷണമാണ് അവരെ അസാധാരണമായ നിക്ഷേപകരാക്കുന്നത്. ഒരു കാര്യത്തിലും നല്ലവനാകാൻ നിങ്ങൾ ഒരു പ്രതിഭയാകേണ്ടതില്ല; നിങ്ങൾ ശ്രദ്ധ കേന്ദ്രീകരിക്കുകയും ജോലിയിൽ ഏർപ്പെടുകയും ചെയ്താൽ മാത്രം മതി.

ചാർലി മുംഗർ

ബഫറ്റിന്റെ ബിസിനസ്സ് പങ്കാളിയായ ചാർലി മുംഗർ ഇങ്ങനെ പറയുന്നു : "വിജയിക്കാനുള്ള ഒരേയൊരു മാർഗ്ഗം ജോലി ചെയ്യുക, ജോലി ചെയ്യുക, ജോലി ചെയ്യുക, കുറച്ച് ഉൾക്കാഴ്ചകൾ ലഭിക്കുമെന്ന് പ്രതീക്ഷിക്കുക." എല്ലാവർക്കും ഭാഗ്യം നേടാനും ഒരു സ്വർണ്ണ ഖനി ആക്രമിക്കാനും കഴിയും, പക്ഷേ മന്ത്രവാദികൾ കഠിനാധ്വാനംചെയ്തു,അതിനാൽഅവർക്ക്വീണ്ടുംവീണ്ടുംസ്വർണ്ണ ഖനികൾ കണ്ടെത്താൻ കഴിയുന്നു. നിങ്ങൾക്ക് "നിങ്ങളുടെ ഇടം സ്വന്തമാക്കാൻ" മുംഗേർ ഉപദേശിക്കുന്നു :

1. ***നിരന്തരമായ പഠനം :*** ആവേശഭരിതനായ വായനക്കാര നാകുക – ഓരോ ദിവസവും ബുദ്ധിമാനാകുക.
2. ***ചോദിക്കുക :*** നിങ്ങൾക്ക് മിടുക്കനാകാൻ താല്പര്യമു ണ്ടെങ്കിൽ, നിങ്ങൾ നിരന്തരം ചോദിക്കേണ്ട ചോദ്യം ഇതാണ്, "എന്തുകൊണ്ട്, എന്തുകൊണ്ട്, എന്തുകൊണ്ട്?"
3. ***പ്രാവീണ്യം നേടുക :*** പ്രധാന അക്കാദമിക്ക് വിഷയങ്ങളിൽ നിന്ന് മാനസിക മാതൃകകളിൽ പ്രാവീണ്യം വികസിപ്പിക്കുക.
4. ***തയ്യാറാകുക :*** തയ്യാറെടുപ്പില്ലാതെ നിങ്ങൾക്ക് അവസര ബന്ധങ്ങൾ പ്രയോജനപ്പെടുത്താൻ കഴിയില്ല.

മാൽക്കം ഗ്ലാഡ്വെൽ തന്റെ പുസ്തകമായ *ഔട്ട്ലയേഴ്സ്*-ൽ "10,000 മണിക്കൂർ നിയമം" എന്ന ആശയം അവതരിപ്പിച്ചു, 1960-കളുടെ തുടക്കത്തിൽ ദി ബീറ്റ്ലെസ് ഹാംബർഗിൽ 10,000 മണിക്കൂർ പരിശീലനം നടത്തി, മൈക്രോസോഫ്റ്റ് സ്ഥാപിക്കുന്നതിനുമുമ്പ് ബിൽ ഗേറ്റ്സ് 10,000 മണിക്കൂർ പ്രോഗ്രാമിംഗ് ജോലികൾ ചെയ്തു, ഏറ്റവുംകഴിവുള്ളവയലിനിസ്റ്റുകൾ20വയസ്സോടെ10,000മണിക്കൂർ പരിശീലനം നടത്തി. അവരുടെ പരിശീലനങ്ങൾക്കായി ഗണ്യ മായ സമയം നീക്കിവച്ചതിലൂടെ, അവർ ഒരു പ്രത്യേക മേഖല യിൽ വിദഗ്ധരായി.

10,000 മണിക്കൂർ നിയമം ശാസ്ത്രത്തെക്കാൾ കലയാണെ ങ്കിലും, നിങ്ങൾ കൂടുതൽ ജോലി ചെയ്യുംതോറും നിങ്ങൾ മികച്ച വരായിത്തീരുമെന്ന് പൊതുവെ പ്രതീക്ഷിക്കണം. നിങ്ങളുടെ സ്ഥാനത്ത് നിങ്ങൾക്ക് ഒരു നിക്ഷേപ മന്ത്രവാദിയാകാൻ കഴിയുമോ? തീർച്ചയായും. നേരത്തെ ആരംഭിക്കുക, ശ്രദ്ധ കേന്ദ്രീ കരിക്കുക. നമുക്ക് "മന്ത്രവാദത്തിന് 10,000 മണിക്കൂർ" തകർക്കാം:

10,000 മണിക്കൂറിലേക്കുള്ള വഴി

10,000 മണിക്കൂർ വരെ എത്തുന്നതിന് പ്രതിദിനം എത്ര മണിക്കൂറുകൾ പരിശ്രമിക്കണം

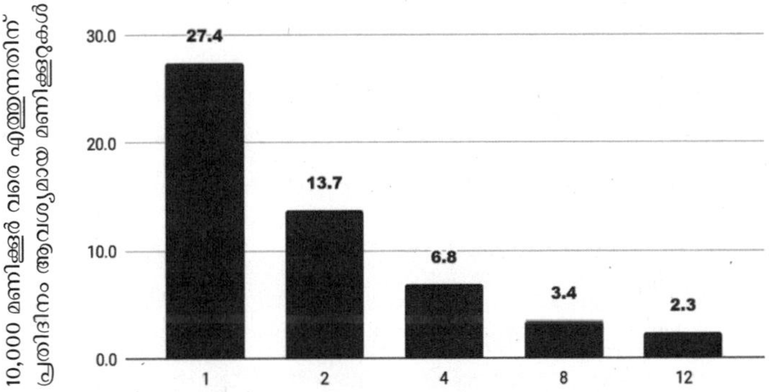

നിങ്ങൾ നിങ്ങളുടെ സമയം എടുക്കുകയാണെങ്കിൽ, ഒരു ദിവസംഒരുമണിക്കൂർമാത്രംചെയ്താൽ,വെറും27വർഷത്തിനുള്ളിൽ നിങ്ങൾ ഒരു വ്യാപാരത്തിൽ പ്രാവീണ്യം നേടും. 27 വർഷം വളരെ നീണ്ട സമയമാണെന്ന് തോന്നുമെങ്കിലും, ഗൗരവമുള്ള നിക്ഷേപകർക്ക് അവരുടെ സമ്പത്ത് പഠിക്കാനും വളർത്താനും ഇത് ധാരാളം സമയമാണ്. ഉദാഹരണത്തിന്, ബഫറ്റിന്റെ സമ്പത്തിന്റെ 99.7 ശതമാനവും 50 വയസ്സിന് ശേഷമാണ് സൃഷ്ടിക്കപ്പെട്ടത്. 17 വയസ്സുള്ള ഓയ, ഈ പുസ്തകത്തിനായി ഗവേഷണം നടത്താനും അഭിമുഖം നടത്താനും എഴുതാനും ദിവസത്തിൽ കുറഞ്ഞത് ഒരു മണിക്കൂറെങ്കിലും ചെലവഴിക്കുന്നു. അവൾ അത് ഇഷ്ടപ്പെടുകയും ദിവസത്തിൽ രണ്ടോ മൂന്നോ മണിക്കൂർ വ്യായാമം ചെയ്യുകയും ചെയ്യുകയാണെങ്കിൽ, ഒരുപക്ഷേ കോളേജിൽ കുറച്ച് തിരക്കുള്ള ക്ലാസുകൾ എടുക്കുകയാണെങ്കിൽ, അവൾക്ക് 30 വയസ്സ് തികയുന്നതിനുമുമ്പ് അവൾ തിരഞ്ഞെടുത്ത സ്ഥലത്ത് ഒരു മന്ത്രവാദിയാകാൻ കഴിയും! യാദൃശ്ചികമായി, നിങ്ങളുടെ മുഴുവൻ സമയ ജോലി ധനകാര്യവും നിക്ഷേപവുമായി ബന്ധപ്പെട്ടതാണെങ്കിൽ, ചില സ്ഥാനങ്ങളിൽ 12 മുതൽ 16 മണിക്കൂർ വരെ

ജോലി ദിവസങ്ങളോ അതിൽ കൂടുതലോ ഉൾപ്പെടുന്നുവെങ്കിൽ, നിങ്ങൾക്ക് രണ്ട് വർഷത്തിനുള്ളിൽ ഒരു മന്ത്രവാദിയാകാം.

ഒരു വിഷയത്തെക്കുറിച്ച് ബുദ്ധിപരമായി സംസാരിക്കാൻ തുടങ്ങാൻ നിങ്ങൾക്ക് മുഴുവൻ 10,000 മണിക്കൂർ പോലും ആവശ്യമില്ല. ആദ്യത്തെ 20 മണിക്കൂറിനുള്ളിൽ ആളുകൾ പുതിയ കാര്യങ്ങൾ ഏറ്റവും വേഗത്തിൽ പഠിക്കുന്നുവെന്ന് ബിസിനസ്സ് കോച്ച് ജോഷ് കോഫ്മാൻ വിശദീകരിക്കുന്നു.

ഗണിതത്തിന്റെ തുടക്കത്തിൽ, നിങ്ങൾ എണ്ണൽ, പ്രവർത്തനങ്ങൾ, ഒരുപക്ഷേ ചില ബീജഗണിതം എന്നിവ പഠിക്കുന്നു – ജ്യാമിതിയിലേക്കോ കാൽക്കുലസിലേക്കോ മുന്നേറാൻ നിങ്ങൾക്ക് ആവശ്യമായ ഏറ്റവും പ്രധാനപ്പെട്ട അടിസ്ഥാന ഉപകരണങ്ങളിൽ ചിലത്. ഒരു പുതിയ ഭാഷ പഠിക്കുമ്പോഴും നിങ്ങൾ ഇത് കാണുന്നു. ആദ്യത്തെ 20 മണിക്കൂർ ചില അടിസ്ഥാന പദാവലി, വ്യാകരണം, വാക്യഘടന എന്നിവ പഠിക്കാൻ നിങ്ങൾ ചെലവഴിച്ചേക്കാം. നിങ്ങൾക്ക് ഒന്നും മനസ്സിലാകില്ലായിരിക്കാം, പക്ഷേ ആദ്യ മണിക്കൂറുകൾക്കുള്ളിൽ, കൂടുതൽ പദാവലി പഠിക്കുന്നതിലൂടെയോ സംഭാഷണങ്ങളിലെ പ്രായോഗികതയിലൂടെയോ നിങ്ങളുടെ പഠനം ആഴത്തിലാക്കാൻ ആവശ്യമായ ഉപകരണങ്ങളും ഒഴുക്കും നിങ്ങൾ നേടും. നിങ്ങൾക്ക് വേഗത്തിൽ പ്രാവീണ്യം നേടാനും കാലക്രമേണ ഒരു വിദഗ്ധനാകാനും കഴിയും.

നിക്ഷേപത്തിനും ഇതേ പ്രക്രിയ ബാധകമാണ്. നിങ്ങൾക്ക് ഇപ്പോൾ മനസ്സിലാകാത്ത ചില പദങ്ങളോ ആശയങ്ങളോ ഈ പുസ്തകത്തിലുണ്ടാകാം. അത് തികച്ചും സാധാരണമാണ്. നിങ്ങൾ സ്വയം ചോദിക്കുന്നുണ്ടാകാം, *എന്താണ് ഒരു ബോണ്ട്? എന്താണ് ഓപ്ഷൻ? ആരാണ് വാറൻ ബഫറ്റ്?* അതും സാധാരണമാണ്. ഏറ്റവും പ്രയാസമേറിയ ഭാഗം ആരംഭിക്കുക എന്നതാണ്. ആദ്യത്തെ 20, 100, അല്ലെങ്കിൽ 1000 മണിക്കൂറിനുള്ളിൽ, നിങ്ങൾ നിക്ഷേപത്തിൽ പ്രാവീണ്യം വികസിപ്പിക്കും; അടിസ്ഥാന പദാവലികൾ, അസറ്റ് ക്ലാസുകൾ, തന്ത്രങ്ങൾ എന്നിവ നിങ്ങൾ മനസ്സിലാക്കും. അപ്പോൾ, നിങ്ങൾ ചെയ്യേണ്ടത് നിങ്ങളുടെ കരകൗശലം മികച്ചതാക്കുകയും മാന്ത്രികതയുടെ പാതയിൽ മുന്നോട്ട് പോകുകയും ചെയ്യുക എന്നതാണ്.

എന്തുകൊണ്ടാണ് ചില അനന്തതകൾ മറ്റുള്ളവയേക്കാൾ

വലുതാകുന്നതെന്ന് വിശദീകരിക്കാൻ ഒരു ഗണിതശാസ്ത്രജ്ഞന് ആരുടെയും ആവശ്യമില്ല. ബാഴ്സലോണയിൽ പര്യടനം നടത്തു മ്പോൾ ഒരു സ്പാനിഷ് സ്വദേശിക്ക് ഒരു പരിഭാഷകന്റെ ആവശ്യമില്ല. നിങ്ങൾ ഒരു മേഖലയിൽ അറിവുള്ളവരാകുമ്പോൾ, പ്രക്രിയയിലൂടെ നിങ്ങളെ നയിക്കാൻ നിങ്ങൾക്ക് ഇനി "വിദഗ്ധർ" ആവശ്യമില്ല. നിങ്ങൾ വീട്ടിലാണെന്ന് തോന്നുകയും നിങ്ങളുടെ ഇടം സ്വന്തമാക്കുകയും ചെയ്യുന്നു. നിങ്ങൾ ചിന്തയുടെ *സ്വാതന്ത്ര്യം* വികസിപ്പിച്ചെടുത്തിരിക്കുന്നു.

10,000 മണിക്കൂർ പ്രയോഗിച്ചു

റിയൽ എസ്റ്റേറ്റ് മേഖലയിൽ നിന്ന് ഞങ്ങൾക്ക് ധാരാളം ഉദാഹര ണങ്ങളുണ്ട്. സാന്റെ സുഹൃത്ത് മൈക്ക് 20+ വർഷം ഒരു എഞ്ചിനീ യറായി ജോലി ചെയ്തു. അദ്ദേഹം തന്റെ ജോലി ആസ്വദിച്ചു വെങ്കിലും ശമ്പളം (ഡബ്ല്യു 2) ആദായനികുതി കുറയ്ക്കാൻ ആഗ്രഹിച്ചു, അതിനാൽ അദ്ദേഹം റിയൽ എസ്റ്റേറ്റിൽ നിക്ഷേപം ആരംഭിച്ചു. രണ്ട് ദശകങ്ങളായി ദിവസത്തിൽ ഒന്നോ രണ്ടോ മണിക്കൂർ മാത്രം ചെലവഴിച്ച മൈക്ക് മൾട്ടി-ഫാമിലി വീടുകൾ വാങ്ങുകയും പുനരധിവസിപ്പിക്കുകയും വാടകയ്ക്ക് നൽകുകയും ചെയ്തു. ഒരു മുഴുവൻ സമയം ജോലി നിലനിർത്തിക്കൊണ്ട്, ഒഴിവുസമയങ്ങളിൽ 100-ലധികം വീടുകൾ സമാഹരിച്ചുകൊണ്ട് റിയൽ എസ്റ്റേറ്റിൽ നിക്ഷേപം നടത്തുന്നതിന്റെ എല്ലാ വശങ്ങളും അദ്ദേഹം പഠിച്ചു. അദ്ദേഹത്തിന് ഒരിക്കലും ബാഹ്യ മൂലധനം ആവശ്യമില്ല, ഭവന നിക്ഷേപങ്ങളിൽ നിന്നുള്ള നികുതി സമ്പാദ്യം പ്രയോജന പ്പെടുത്താനും കൂടുതൽ ആസ്തികൾ വാങ്ങാനും ഉപയോഗിക്കുന്നു. ഇപ്പോൾ ഒരു റിയൽ എസ്റ്റേറ്റ് മന്ത്രവാദിയായ മൈക്ക് ജോലിയിൽ നിന്ന് വിരമിച്ചു, നിഷ്ക്രിയ വരുമാനത്തിൽ ജീവിക്കുന്നു, ആഴ്ചയിൽ കുറച്ച് മണിക്കൂർ നൃത്തം ചെയ്തുകൊണ്ട് "ജോലി" ചെയ്യുന്നു.

നിഷ്ക്രിയ വരുമാനം ആഗ്രഹിക്കുന്ന നിരവധി ഉയർന്ന വരുമാ നക്കാർ മൾട്ടി-ഫാമിലി ഭവനങ്ങളിൽ സജീവമായി നിക്ഷേപി ക്കുന്നു. വിരമിച്ച മൂന്ന് എൻഎഫ്എൽ കളിക്കാർ (ബ്രയാൻ ലോഗൻ, ലോഗൻ ഫ്രീമാൻ, വില്ലി സ്മിത്ത്) ഈ പാത തിരഞ്ഞെ ടുത്ത് അവരുടെ അത്ലറ്റിക് കരിയറിന് ശേഷം റിയൽ എസ്റ്റേറ്റ് മന്ത്രവാദികളായി മാറിയത് എന്തുകൊണ്ടാണെന്ന് അറിയാൻ,

അവരുടെപോഡ്കാസ്റ്റുകളുംഅഭിമുഖങ്ങളുംകേൾക്കാൻമന്ത്രവാദി കളുടെ വെബ്സൈറ്റ് സന്ദർശിക്കുക. ഒരു മികച്ച പ്രോപ്പർട്ടി മാനേജർ/ഇൻവെസ് ടോർ, റിയൽ എസ്റ്റേറ്റിലെ മുൻ പെൻഷൻ ഫണ്ട് മാനേജർ വിക്ടർ ലി, ലോകത്തിലെ ഏറ്റവും വലിയ ഫാംലാൻഡ് ഫണ്ടുകളിലൊന്നായ ഏരിയ വണ്ണിന്റെ സിഇഒ ജോയൽ ഫോക്സർ, മൊബൈൽ ഹോം പാർക്കുകൾ പോലുള്ള മൾട്ടി-ഫാമിലി, മറ്റ് വർക്ക്ഫോഴ്സ് ഹൗസിംഗുകളിൽ നിക്ഷേപം നടത്തുന്ന പോൾ മൂർ എന്നിവരുൾപ്പെടെ ഈ മേഖലയിലെ വിദഗ്ധരിൽ നിന്ന് ഞങ്ങളുടെ സൈറ്റിൽ മതിയായ ഗുണനില വാരമുള്ള ഉള്ളടക്കമുണ്ട്. ഈ വലിയ നിക്ഷേപ ആസ്തികളിൽ ശതകോടിക്കണക്കിന് രൂപയ്ക്ക് ധനസഹായം നൽകിയിട്ടുള്ള ജെയിംസ് എംഗം. അവരെല്ലാം റിയൽ എസ്റ്റേറ്റിൽ ശ്രദ്ധ കേന്ദ്രീകരിച്ചു, കുറച്ച് വർഷങ്ങൾ (അല്ലെങ്കിൽ പാർട്ട് ടൈം ആണെങ്കിൽ അതിൽ കൂടുതൽ) എടുക്കുകയും 10,000 മണിക്കൂർ അപേക്ഷിച്ചതിനുശേഷം അവരുടെ വ്യാപാരത്തിന്റെ ഉന്നതിയി ലെത്തുകയും ചെയ്തു.

"10,000 മണിക്കൂർ നിയമം" എല്ലാ വ്യവസായങ്ങൾക്കും ബാധകമാണ്. സാന്റെ സഹപാഠികളിലൊരാളായ ജോൺ ബിരുദാനന്തര ബിരുദത്തിന് ശേഷം ടെലികോംസ് റിസർച്ച് അനലിസ്റ്റായി ഒരു ആഗോള നിക്ഷേപ ബാങ്കിൽ ചേർന്നു. യുവ വിശകലന വിദഗ്ധർ പലപ്പോഴും ചെയ്യുന്നതുപോലെ വാരാന്ത്യ ങ്ങൾഉൾപ്പെടെ10മുതൽ12മണിക്കൂർവരെഅദ്ദേഹംഅദ്ധ്വാനിച്ചു. വെറും മൂന്ന് വർഷത്തിനുള്ളിൽ, ആ രാജ്യത്തെ ഉൾക്കൊള്ളുന്ന ഒന്നാം നമ്പർ ടെലികോം അനലിസ്റ്റായി അദ്ദേഹം മാറി.

അടുത്ത അഞ്ച് വർഷങ്ങളിൽ, ജോൺ ഈ വ്യാപാരത്തിൽ ശ്രദ്ധ കേന്ദ്രീകരിക്കുകയും ഒരു പ്രാദേശിക വിശകലന വിദഗ്ധ നായി തന്റെ ഭൂമിശാസ്ത്രം വികസിപ്പിക്കുകയും ചെയ്തു; ഇന്റർനെറ്റ് മേഖലയും അദ്ദേഹം തന്റെ പരിധിയിൽ ചേർത്തു. നിക്ഷേപകരും ഫിനാൻഷ്യൽ ടിവി ചാനലുകളും പലപ്പോഴും അഭിമുഖം നടത്തിയ പ്രാദേശിക ടെലികോം, ടെക്നോളജി അനലിസ്റ്റായി അദ്ദേഹം മാറി. മന്ത്രവാദ പദവിയും മാധ്യമ താരപദവിയും ഉപയോഗിച്ച്, ജോണിന് സ്വന്തമായി പത്ത് അക്ക ഫണ്ട് ആരംഭിക്കാൻ കഴിഞ്ഞു, താൻ ഇഷ്ടപ്പെടുന്ന മേഖലകളിലും പ്രദേശങ്ങളിലും നിക്ഷേപം നടത്തുമ്പോൾ വളരെ സമ്പന്നനായി.

മറ്റൊരു സുഹൃത്തായ ആൽവിൻ വാങ് "എക്സ്ആർ" (ഓഗ്മെന്റഡ് റിയാലിറ്റി/വെർച്വൽ റിയാലിറ്റി), കൃത്രിമ ഇന്റലിജൻസ് എന്നിവയിൽ ആഗോള വിദഗ്ധനായി. ഇവാൻ ഫ്രേസർ ഒരു പ്രശസ്ത കാർഷിക സ്കൂളായ ഗ്വെൽഫ് സർവ്വകലാ ശാലയിലെ പ്രൊഫസർ എന്ന നിലയിലും അരെൽ ഫുഡ് ഇൻസ്റ്റിറ്റ്യൂട്ട് നടത്തുന്നതിലും ശ്രദ്ധ കേന്ദ്രീകരിച്ചു. കാലാവസ്ഥാ വ്യതിയാനം, ഭക്ഷണങ്ങൾ എന്നിവയെക്കുറിച്ച് അദ്ദേഹം ഒരു പ്രഭാഷകനും ഉപദേശകനുമാണ്.

ബ്രസീലിലെ ഏറ്റവും വിജയകരമായ സീരിയൽ സംരംഭ കരിൽ ഒരാളായ കായോ ഡി ആൻഡ്രേഡ് ഇപ്പോൾ 10,000-ത്തി ലധികം ജീവനക്കാരുള്ള 3 ബില്യൺ യുഎസ് ഡോളർ ഓർഗനൈ സേഷനായ സെർപ്രോയുടെ പ്രസിഡന്റായി ആ രാജ്യത്തിന്റെ ഡിജിറ്റൽ പരിവർത്തനത്തിന് നേതൃത്വം നൽകുന്നു. ഹാർലെമിൽ ജമൈക്കൻ മാതാപിതാക്കൾക്ക് വളർന്ന പോള മാഡിസൺ ഹോളിവുഡിലെ കോർപ്പറേറ്റ് റാങ്കുകൾ കയറി ഹോളിവുഡിലെ ഏറ്റവും മുതിർന്ന ന്യൂനപക്ഷ എക്സിക്യൂട്ടീവുകളിൽ ഒരാളായി. എൻബിസിയിൽ നിന്ന് വിരമിച്ച ശേഷം, അവർ ഇപ്പോൾ റിയൽ എസ്റ്റേറ്റിൽ ശ്രദ്ധ കേന്ദ്രീകരിക്കുന്ന ഒരു ഫാമിലി ഇൻവെസ്റ്റ്മെന്റ് ഗ്രൂപ്പിന്റെ പങ്കാളിയും ആഗോള വ്യാപ്തിയുള്ള മീഡിയ കൺസൾ ട്ടൻസിയായ മാഡിസൺ മീഡിയയുടെ സിഇഒയുമാണ്. മറ്റ് ശ്രദ്ധേയമായ നിക്ഷേപങ്ങൾക്കിടയിൽ ആഫ്രിക്ക ചാനൽ, ഡബ്ല്യുഎൻബിഎ ടീം എൽഎ സ്പാർക്ക്സ് എന്നിവ പൗളയുടെ ഉടമസ്ഥതയിലാണ്. (ഈ അവിഭാജ്യ വ്യക്തികളുടെ 10,000 മണിക്കൂർ യാത്രകളെക്കുറിച്ചും അവരുടെ ട്രേഡുകളിലും നിക്ഷേപ തത്ത്വചിന്തകളിലും അവർ എങ്ങനെ മാന്ത്രികത കൈവരിക്കുന്നു എന്നതിനെക്കുറിച്ചും കൂടുതലറിയാൻ, ദയവായി https://wizards.institute/ -ൽ അവരുടെ പോഡ് കാസ്റ്റുകളും യൂട്യൂബും കാണുക.)

നിഷ്ക്രിയ നിക്ഷേപകർ പോലും ചില ജോലികൾ ചെയ്യണം. പത്ത് വർഷത്തേക്ക് ഒരു സ്റ്റോക്ക് മാർക്കറ്റ് ഇൻഡക്സ് വാങ്ങാനും കൈവശം വയ്ക്കാനും നിങ്ങൾ ആഗ്രഹിക്കുന്നുവെങ്കിൽ, ഏത് വിപണികൾ,സൂചികകൾ,മാനേജർമാർ എന്നിവയ്ക്ക് നല്ല വരുമാനം നേടാൻ കഴിയുമെന്ന് നിങ്ങൾ എപ്പോഴും ഗവേഷണം ചെയ്യണം. ഉദാഹരണത്തിന്, യുഎസിലെ മൾട്ടി-ഫാമിലി അപ്പാർട്ട്മെന്റ് കെട്ടിടങ്ങളിൽ സാൻ നിഷ്ക്രിയമായി നിക്ഷേപിക്കുന്നു –

ഇവ ഉയർന്ന ലാഭവിഹിതം (8%-12%) വാഗ്ദാനം ചെയ്യുന്ന മികച്ച നിക്ഷേപങ്ങളാണ്, അതുപോലെ തന്നെ അഭിനന്ദന ആനുകൂല്യവും നൽകുന്നു, ഇത് സാധാരണയായി അഞ്ച് വർഷത്തിനുള്ളിൽ നിക്ഷേപിച്ച മൂലധനത്തിന്റെ 1.5 മുതൽ 2.0 മടങ്ങ് വരെ നേടാൻ കഴിയും. നിങ്ങൾ ശരിയായ മാനേജരെയും നല്ല മാർക്കറ്റിൽ ശരിയായ ആസ്തികളെയും തിരഞ്ഞെടുക്കുമ്പോൾ സുരക്ഷിതവും നിഷ്ക്രിയവുമായ നിക്ഷേപത്തിന് ഇത് മോശം വരുമാനമല്ല.

എന്നിരുന്നാലും, ആസ്തികളും മാനേജർമാരും (അവരുടെ സമഗ്രതയും) വ്യത്യാസപ്പെടാം. അതിനാൽ, ഇവ നിഷ്ക്രിയ നിക്ഷേപങ്ങളാണെങ്കിലും, ആളുകളെ വിലയിരുത്താനും ശരിയായ ചോദ്യങ്ങൾ ചോദിക്കാനും ഒരാൾ ഇപ്പോഴും ഗൃഹപാഠം ചെയ്യണം. മാനേജർമാരെയും ആസ്തികളെയും കണ്ടെത്താനും പരിശോധിക്കാനും നിങ്ങൾ സമയം ചെലവഴിക്കുകയാണെങ്കിൽ ഇതിന്റെ ഫലം രുചികരവും വിലകുറഞ്ഞതുമായിത്തീരുന്നു, ഇത് എല്ലാ നിക്ഷേപങ്ങൾക്കും ബാധകമാണ്.

ഇത് ദിവസത്തിൽ ഒന്നോ പത്തോ മണിക്കൂറാണെങ്കിലും, ശ്രദ്ധ കേന്ദ്രീകരിക്കുകയും മന്ത്രവാദ പദവി നേടാൻ സമയം ചെലവഴിക്കുകയും ചെയ്യുന്ന കാര്യമാണ്. മൈക്കിനെപ്പോലെ, നിങ്ങളുടെ നിക്ഷേപ ഇടവുമായി ബന്ധമില്ലാത്ത ഒരു ജോലി നിങ്ങൾക്കുണ്ടെങ്കിൽ, കൂടുതൽ വർഷങ്ങളിൽ നിങ്ങൾക്ക് ഒരു മന്ത്രവാദി പാർട്ട് ടൈം ആകാം; ജോണിനെപ്പോലെ, നിങ്ങളുടെ ജോലി നിങ്ങളുടെ അഭിനിവേശമാണെങ്കിൽ, നിങ്ങൾക്ക് കുറച്ച് വർഷങ്ങൾക്കുള്ളിൽ അത് ചെയ്യാൻ കഴിയും. ഓയയുടെ കാര്യത്തിലെന്നപോലെ, നിങ്ങൾ എത്രയും വേഗം അവിടെ എത്തും!

ചിന്തയുടെ സ്വാതന്ത്ര്യം ('IOT')

വസ്തുനിഷ്ഠതയ്ക്കും യുക്തിചിന്തയ്ക്കും ചിന്തയുടെ സ്വാതന്ത്ര്യം ആവശ്യമാണ്. ഓർക്കുക : മറ്റുള്ളവർ നിങ്ങളോട് യോജിക്കുകയോ വിയോജിക്കുകയോ ചെയ്യുന്നത് നിങ്ങളെ ശരിയോ തെറ്റോ ആക്കുന്നില്ല – നിങ്ങളുടെ വിശകലനത്തിന്റെയും വിലയിരുത്തലിന്റെയും കൃത്യത മാത്രമാണ് പ്രധാനം. നിങ്ങളുടെ വൈദഗ്ദ്ധ്യമുള്ള മേഖലയിൽ അറിവ് വികസിപ്പിക്കുന്നതിന് നിങ്ങൾ കൂടുതൽ സമയം ചെലവഴിക്കുമ്പോൾ, നിങ്ങൾക്ക് കഴിവിന്റെ ഒരു മേഖല, നിക്ഷേപ

ങ്ങളെക്കുറിച്ച് വിമർശനാത്മകമായി ചിന്തിക്കാൻ തുടങ്ങുന്നതിന് മതിയായ അറിവ്, ശരിയും തെറ്റും പറയാനുള്ള കഴിവ് എന്നിവ ഉണ്ടാകാൻ തുടങ്ങും. നിങ്ങൾ സ്വയം ചിന്തിക്കാതിരിക്കുകയും വിപണിയിലെ ഏറ്റവും ചൂടേറിയ പ്രവണതകൾ അന്ധമായി പിന്തുടരുകയും ചെയ്യുകയാണെങ്കിൽ, നിങ്ങൾക്ക് ശരാശരി അല്ലെങ്കിൽ മോശം പ്രകടനങ്ങൾ ലഭിക്കും **(അധ്യായം 4-ൽ : "ചത്ത മത്സ്യമാകരുത്" ഇതിനെക്കുറിച്ച് കൂടുതൽ വിവരങ്ങൾ ലഭ്യമാണ്).**

ഇന്നത്തെ വേഗതയേറിയ സോഷ്യൽ മീഡിയ ലോകത്ത്, വിവരങ്ങളുടെ അമിതഭാരവും തിരഞ്ഞെടുക്കാൻ നിരവധി വാർത്താ ഉറവിടങ്ങളുമുണ്ട്. മിക്ക പ്രധാന വാർത്താ സ്ഥാപനങ്ങളും വസ്തുനിഷ്ഠമല്ല, അവരുടെ കാഴ്ചപ്പാടുകൾ എഡിറ്റർമാരുടെ രാഷ്ട്രീയ, ബിസിനസ്സ് താല്പര്യങ്ങളാൽ വർണ്ണിക്കപ്പെടുന്നു. ലോകത്തിലെ ഏറ്റവും ആദരണീയമായ ഇംഗ്ലീഷ് ഭാഷാ മാസികകളിലൊന്നായ *ദി ഇക്കണോമിസ്റ്റ്* പോലും പാശ്ചാത്യ കേന്ദ്രീകൃത വീക്ഷണ കോണിൽ നിന്ന് വാർത്തകൾ എത്തിക്കാൻ സാധ്യതയുണ്ട്.

ഉയർന്ന പ്രതിഫലം ലഭിക്കുന്ന ഉപദേഷ്ടാക്കൾക്കും ഇത് ബാധകമാണ്. 28 വയസ്സുള്ളപ്പോൾ, അതിവേഗം വളരുന്ന ഒരു ഇന്റർനെറ്റ് സ്റ്റാർട്ടപ്പ് പ്ലാനിന്റെ സിഇഒ എന്ന നിലയിൽ, ന്യൂയോർക്ക്, ഹോങ്കോംഗ്, ലണ്ടൻ എന്നിവിടങ്ങളിൽ നിന്നുള്ള നിരവധി സ്റ്റോക്ക് എക്സ്ചേഞ്ച് എക്സിക്യൂട്ടീവുമാരുമായും നിക്ഷേപ ബാങ്കർമാരുമായും അദ്ദേഹം കൂടിയാലോചിച്ചു. മൂന്ന് സ്ഥലങ്ങളിലും അവരുടേതായ ഗുണങ്ങളും ദോഷങ്ങളും ഉണ്ടായിരുന്നു, കൂടാതെ ഉപദേഷ്ടാക്കൾ ഓരോരുത്തരും അവരുടെ നഗരത്തിൽ പട്ടികപ്പെടുത്താൻ നിർബന്ധിത കാരണങ്ങൾ നൽകി. കൺസൾട്ടന്റുമാരുടെയും ബ്രോക്കർമാരുടെയും ഉദ്ദേശ്യങ്ങൾ പരിഗണിക്കാതെ, കമ്പനിയുടെ പ്രത്യേക സാഹചര്യത്തിന് ഏറ്റവും അനുയോജ്യമായത് എന്താണെന്ന് അടിസ്ഥാനമാക്കി താരതമ്യം ചെയ്യാനും ഒരു IOT സൃഷ്ടിക്കാനും ഗൃഹപാഠം ചെയ്തുകൊണ്ട് മാത്രമാണ് സാനിന് കഴിഞ്ഞത്. "നല്ല പന്നി"യുടെ കഥയിലെന്നപോലെ, നമുക്ക് മൂന്നാം കക്ഷികളെ അന്ധമായി വിശ്വസിക്കാൻ കഴിയില്ല.

സാന്റെ പ്രിയപ്പെട്ട നിക്ഷേപങ്ങളിലൊന്നായ ടെസ്‌ല എടുക്കുക. ഏത് ദിവസത്തിലും, സ്റ്റോക്കിനെ സ്നേഹിക്കുകയോ വെറുക്കുകയോ ചെയ്യുന്ന തീപ്പൊരി കാളകളെയും കരടികളെയും നിങ്ങൾക്ക് കണ്ടെത്താൻ കഴിയും. ശതകോടീശ്വരന്മാർക്കും

പ്രശസ്തരായ നിക്ഷേപകർക്കും ഓഹരിയിൽ നിക്ഷേപിക്കാനോ ചുരുക്കാനോ ബോധ്യപ്പെടുത്തുന്ന കേസുകൾ നടത്താം. വാർത്താ തലക്കെട്ടുകൾ പ്രേക്ഷകരെ ആകർഷിക്കാൻ ആവേശകരമായ തലക്കെട്ടുകൾ തുപ്പുന്നു. രണ്ട് വശങ്ങളും വായിക്കാൻ ടെസ്‌ല വാർത്തകൾ തിരയാൻ ഒരു മണിക്കൂർ ചെലവഴിക്കുക, നിങ്ങൾ മുമ്പത്തേതിനേക്കാൾ കൂടുതൽ ആശയക്കുഴപ്പത്തിലാകും.

നിങ്ങളുടെ സ്ഥാനത്ത് സുഖകരമായിരിക്കാനുള്ള ഒരേയൊരു മാർഗ്ഗം ഐഡി വികസിപ്പിക്കുക എന്നതാണ്, ജോലി ചെയ്യുന്നതിലൂടെ മാത്രമേ നിങ്ങൾക്ക് ഇത് നേടാൻ കഴിയൂ. സാൻ മൂന്ന് വർഷത്തിലേറെയായി ഒരു ടെസ്‌ല ഓടിച്ചിട്ടുണ്ട്, അവയുടെ പ്രോഡക്റ്റുകൾ അദ്ദേഹം നന്നായി മനസ്സിലാക്കുന്നു. എല്ലാ പുതിയ ടെസ്‌ല സാങ്കേതികവിദ്യയും പ്രോഡ് യുസിടികളും (ഉദാഹരണത്തിന്, അവരുടെ ഓട്ടോപൈലറ്റ് സോഫ്റ്റ്‌വെയർ) അദ്ദേഹം അവലോകനം ചെയ്യുന്നു. റീട്ടെയിൽ നിക്ഷേപകരുടെ അല്ലെങ്കിൽ "ഫ്ലൈ-ബൈ-നൈറ്റ്" ടെസ്‌ല വ്യാപാരികളുടെ ("കന്നുകാലി") മനസ്സിനെ അവ എങ്ങനെ ബാധിക്കുന്നുവെന്ന് കാണാൻ ഇടയ്ക്കിടെ ക്ലിക്ക്-ബെയ്റ്റ് ലേഖനങ്ങൾ ഉൾപ്പെടെ അനുകൂലമോ, പ്രതികൂലമോ ആയ എല്ലാ വാദങ്ങളും അദ്ദേഹം വായിക്കുന്നു. അദ്ദേഹം ദീർഘകാല പോഡ്കാസ്റ്റുകൾ ഇഷ്ടപ്പെടുന്നു, മികച്ച ടെസ്‌ല കാളയുമായി (ഉദാഹരണത്തിന്, ഡാൻ ഇവ്സ്) സ്വയം അഭിമുഖം നടത്തുകയും സ്വയം കാലികമായി നിലനിർത്താൻ വിശകലന വിദഗ്ധരെ വഹിക്കുകയും ചെയ്യുന്ന (നിങ്ങൾക്ക് ഈ അഭിമുഖങ്ങൾ മന്ത്രവാദി സൈറ്റിൽ കണ്ടെത്താൻ കഴിയും). ഏറ്റവും വലിയ ഇലക്ട്രിക് വാഹന (ഇവി) വിപണിയായ ചൈനയിലെ സംഭവവികാസങ്ങൾ ഉൾപ്പെടെ എതിരാളികളെയും വിദേശ വിപണികളെയും കുറിച്ച് അദ്ദേഹം വായിക്കുന്നു.

ഇതെല്ലാം ചെയ്യുന്നതിലൂടെ, ഒരു ദീർഘകാല വാങ്ങലായി ടെസ്‌ലയിൽ ബോധ്യം നേടാനും സ്റ്റോക്കിന്റെ ദൈനംദിന ഉയർന്ന അസ്ഥിര സ്വഭാവം അവഗണിക്കാനും അദ്ദേഹത്തിന് കഴിയും. 100% സമയവും ശരിയായിരിക്കുക എന്നത് വിഷയമല്ല, കാരണം ഒരു നിക്ഷേപവും അപകടസാധ്യതകളില്ലാതെ 100% അല്ല. ടെസ്‌ല ഒരു യുവ, അപകടസാധ്യതയുള്ള സ്ഥാപനമാണ്, സാൻ ഇപ്പോഴും അതിൽ നിക്ഷേപിച്ച് പണം നഷ്ടപ്പെട്ടേക്കാം.

എന്നിരുന്നാലും, അദ്ദേഹത്തിന്റെ നിക്ഷേപ പ്രബന്ധം ഉറച്ചതാണ് എന്നതാണ് പ്രധാനം, ഈ സിദ്ധാന്തം സാധുതയുള്ളിടത്തോളം കാലം ലാഭമുണ്ടാക്കാനുള്ള നല്ല അവസരം അദ്ദേഹത്തിന് നൽകണം.

ഇത് ടെസ്‌ല പോലെ സങ്കീർണ്ണമായ ഒരു കഥയായിരിക്കണമെന്നില്ല. മന്ത്രവാദി പീറ്റർ ലിഞ്ച് ഒരിക്കൽ പറഞ്ഞത് ഓർക്കുക, "നിങ്ങൾക്ക് ഒരു ക്രയോൺ ഉപയോഗിച്ച് ചിത്രീകരിക്കാൻ കഴിയാത്ത ഒരു ആശയത്തിലും ഒരിക്കലും നിക്ഷേപിക്കരുത്. നിങ്ങൾക്ക് താങ്ങാവുന്നതിൽ മാത്രം നിക്ഷേപിക്കുക." നിങ്ങൾ പഠിക്കാൻ തിരഞ്ഞെടുക്കുന്ന ആസ്തി, നിങ്ങൾ പിന്തുടരുന്ന നിക്ഷേപ തന്ത്രം എന്തുതന്നെയായാലും – അത് ജോണിന്റെ താല്പര്യങ്ങൾ പോലുള്ള ഏഷ്യൻ ടെലികോം, ഇന്റർനെറ്റ് അല്ലെങ്കിൽ മൈക്ക് അല്ലെങ്കിൽ ടെസ്‌ല പോലുള്ള മൾട്ടി-ഫാമിലി ഹൗസുകളിൽ നിക്ഷേപിക്കുന്നത് – ശ്രദ്ധ കേന്ദ്രീകരിക്കുക, ജോലി ചെയ്യുക,

ഐഒടി വികസിപ്പിക്കുക. മന്ത്രവാദികളെപ്പോലെ, നിങ്ങൾ തോൽക്കുന്നതിനേക്കാൾ കൂടുതൽ തവണ വിജയിക്കാനുള്ള സാധ്യതയുണ്ട്.

IOT ഉപയോഗിച്ച്, നിങ്ങൾ ഇപ്പോൾ നിങ്ങളുടെ ഇടം സ്വന്തമാക്കുന്നു. നിങ്ങൾ ഏത് സ്ഥലം തിരഞ്ഞെടുത്താലും, അല്ലെങ്കിൽ ഏത് നിക്ഷേപം തിരഞ്ഞെടുത്താലും, മാക്രോ ഘടകങ്ങൾ നിങ്ങളുടെ നിക്ഷേപത്തെ സ്വാധീനിക്കുമെന്ന് നിങ്ങൾ അറിയേണ്ടതുണ്ട്. അടുത്ത കല്പനയിൽ നാം ഈ ഘടകങ്ങളിലേക്ക് കടക്കും – **C3 : "മാർക്കറ്റ് സൈക്കിളുകളെ ബഹുമാനിക്കുക".**

ഒരു ഉത്തമ ഭർത്താവ്

ഒരു ഗോൾഫ് ക്ലബ്ബിന്റെ ലോക്കർ റൂമിൽ നിരവധി പുരുഷന്മാർ ഉണ്ട്. ബെഞ്ചിലെ ഒരു സെൽ ഫോൺ റിംഗ് ചെയ്യുന്നു, ഒരു മനുഷ്യൻ ഹാൻഡ്സ് ഫ്രീ സ്പീക്കർ പ്രവർത്തനത്തിൽ ഏർപ്പെടുകയും സംസാരിക്കാൻ തുടങ്ങുകയും ചെയ്യുന്നു. മുറിയിലെ എല്ലാവരും കേൾക്കാൻ നിന്നു.

പുരുഷൻ : "ഹലോ?"

> സ്ത്രീ : "ഹായ് മോളെ; ഞാനാണ്. നീ ക്ലബ്ബിലാണോ?"
>
> പുരുഷൻ : "അതെ, അവിടെ തന്നെ."
>
> സ്ത്രീ : "ഞാൻ ഇപ്പോൾ കടയിലാണ്, ഞാൻ മനോഹരമായ ഒരു തുകൽ കോട്ട് കണ്ടു. വെറും $2000. വാങ്ങിയാലും കുഴപ്പമില്ലല്ലോ?"
>
> പുരുഷൻ : "തീർച്ചയായും, നിങ്ങൾക്ക് അത്രയും ഇഷ്ടമാണെങ്കിൽ വാങ്ങിച്ചോളൂ!"
>
> സ്ത്രീ : "ഞാനും ഒരു ലെക്സസ് ഡീലർഷിപ്പിൽ പോയി പുതിയ മോഡലുകൾ നോക്കി. എനിക്ക് ഒരു മോഡൽ ശരിക്കും ഇഷ്ടപ്പെട്ടു."
>
> പുരുഷൻ : "എത്രയാ?"
>
> സ്ത്രീ : "$90,000."
>
> പുരുഷൻ : "ശരി, പക്ഷേ ആ വിലയ്ക്ക്, എനിക്ക് എല്ലാ ഓപ്ഷനുകളും വേണം."
>
> സ്ത്രീ : "കൊള്ളാം! ഒരു കാര്യം കൂടി. ഞാൻ ജാമിയുമായി സംസാരിക്കുകയായിരുന്നു, കഴിഞ്ഞ വർഷം ഞാൻ ആഗ്രഹിച്ച വീട് വീണ്ടും വിപണിയിലുണ്ടെന്ന് ഞാൻ മനസ്സിലാക്കി. അവർ അതിന് $900,000 ചോദിക്കുന്നു. അവർ അത് ഏറ്റെടുക്കാൻ സാധ്യതയുണ്ട്. ഇല്ലെങ്കിൽ, നിങ്ങൾക്ക് ശരിക്കും അതാണ് വേണ്ടതെങ്കിൽ ഞങ്ങൾക്ക് $80,000 കൂടി വാഗ്ദാനം ചെയ്യാൻ കഴിയും."
>
> പുരുഷൻ : "എങ്കിൽ നീ പോയി ഓഫർ കൊടുക്കുക."
>
> സ്ത്രീ : "ശരി. നമുക്ക് പിന്നീട് കാണാം! ഞാൻ നിന്നെ ഒരുപാട് സ്നേഹിക്കുന്നു!"
>
> ആ മനുഷ്യൻ ഫോൺ വെച്ചു. ലോക്കർ റൂമിലുണ്ടായിരുന്ന മറ്റുള്ളവർ അത്ഭുതത്തോടെ വായ തുറന്ന് അയാളെ നോക്കി. അയാൾ തിരിഞ്ഞു നിന്ന് ചോദിച്ചു, "ഇത് ആരുടെ ഫോണാണെന്ന് ആർക്കെങ്കിലും അറിയാമോ?"

ഈ കഥയുടെ ധാർമ്മികത, നിക്ഷേപത്തിന് ബാധകമായതു പോലെ, വാൾ സ്ട്രീറ്റിനെയും നിങ്ങളുടെ വിശ്വാസമുള്ള മറ്റേതെങ്കിലും വിദഗ്ദ്ധരെയും സൂക്ഷിക്കുക എന്നതാണ്. "വിദഗ്ദ്ധരിൽ"

നിന്ന് ഉപദേശം തേടുന്നതിൽ നിന്ന് ഇത് നിങ്ങളെ നിരുത്സാഹപ്പെടുത്തുന്നില്ല. പകരം, നിക്ഷേപകർ ഒരിക്കലും മറ്റുള്ളവരുടെ ഉപദേശം മുഖവിലയ്ക്കെടുക്കരുതെന്ന് ഞങ്ങൾ മുന്നറിയിപ്പ് നൽകാൻ ആഗ്രഹിക്കുന്നു. മുകളിൽ സൂചിപ്പിച്ചതുപോലെ, ഓരോ നിക്ഷേപകനും വ്യത്യസ്ത ലക്ഷ്യങ്ങളും സാഹചര്യങ്ങളുമാണ് ഉള്ളത്, പലപ്പോഴും ഉപദേഷ്ടാവിന്റെ താല്പര്യങ്ങൾ നിങ്ങളുടേതുമായി പൊരുത്തപ്പെടുന്നില്ല - ഉദാഹരണത്തിന്, OPM (മറ്റുള്ളവരുടെ പണം) ഉപയോഗിച്ച് കളിക്കുന്ന പ്രൊഫഷണലുകൾ.

ഒരു ഉദാഹരണം 2008-ലെ സബ്പ്രൈം പണയ പ്രതിസന്ധിയാണ് : ബാങ്കുകൾ മോശം മോർട്ട്ഗേജ് വായ്പകൾ (ബി അല്ലെങ്കിൽ അതിൽ താഴെ റേറ്റുചെയ്തത്) ബുദ്ധിപരമായ എഫ് ഇൻ-അനേഷ്യൽ എഞ്ചിനീയറിംഗ് ഉപയോഗിച്ച് വീണ്ടും പാക്ക് ചെയ്യുകയും തുടർന്ന് നിങ്ങൾക്ക് ലഭിക്കുന്ന ഏറ്റവും ഉയർന്ന ഗ്രേഡായ ട്രിപ്പിൾ-എ (എഎഎ) റേറ്റിംഗുള്ള നിക്ഷേപകർക്ക് വായ്പകൾ വീണ്ടും വിൽക്കുകയും ചെയ്തു. ബാങ്കുകൾ തന്നെ സബ്പ്രൈം മോർട്ട്ഗേജുകളിൽ നിക്ഷേപം നടത്തിയിരുന്നില്ല.

അവർക്ക് ഈ ഉല്പന്നങ്ങൾ വിൽക്കാനും കമ്മീഷൻ നേടാനും കഴിയുമ്പോൾ നിങ്ങൾ പണം സമ്പാദിക്കുന്നു. അവർ OPM-ൽ കളിക്കുകയായിരുന്നു. ചില സമയങ്ങളിൽ, വീണ്ടും പാക്ക് ചെയ്ത വായ്പകൾ അവിശ്വസനീയമാംവിധം സങ്കീർണ്ണമായിരുന്നു. പല നിക്ഷേപകരും ഈ ട്രിപ്പിൾ-എ-റേറ്റഡ് വായ്പകളുമായി വന്ന അപകടസാധ്യതയെ വിലകുറച്ച് കാണുകയും മാന്ദ്യം വന്നപ്പോൾ വലിയ നഷ്ടം നേരിടുകയും ചെയ്തു. ഈ ബാങ്കർമാരിൽ ചിലർ തികച്ചും തെറ്റായ താല്പര്യങ്ങളോടെ ഉല്പന്നങ്ങൾ വിൽക്കുന്നുവെന്ന് മാത്രമല്ല, ഈ വിഷലിപ്തമായ "നിക്ഷേപ" വാഹനങ്ങളെ എങ്ങനെ ശരിയായി വിശകലനം ചെയ്യണമെന്ന് അവർക്ക് തന്നെ മനസ്സിലായില്ല.

വിദഗ്ധരുടെ ഉപദേശത്തിനും അവരുടെ സങ്കീർണ്ണമായ ഉല്പന്നങ്ങൾക്കും നിങ്ങളുടെ പണം കൈമാറുമ്പോൾ ശ്രദ്ധിക്കുക!

കല്പന മൂന്ന്:

വിപണി ചക്രങ്ങളെ ബഹുമാനിക്കുക

വിപണികൾ എപ്പോഴും ചാക്രികമാണ്

അനിശ്ചിതത്വം തന്നെ നിക്ഷേപത്തിലെ അപൂർവ്വ ഉറപ്പാണ്. മൂലധന വിപണികളുമായി പരിചയമില്ലാത്ത പുതിയ നിക്ഷേപകരെ അനിശ്ചിതത്വവും ദൈനംദിന ചാഞ്ചാട്ടവും ഭയപ്പെടുത്തിയേക്കാം. ഒരു ദിവസം ചില ഓഹരികൾ 5% അല്ലെങ്കിൽ 10% വർദ്ധിക്കുന്നതോ കുറയുന്നതോ സാധാരണമാണ്, ചിലർ ഇത് വളരെ അപകടകരമാണെന്ന് കരുതുന്നു. എന്നിരുന്നാലും, വോൾ അറ്റിലിറ്റി നിക്ഷേപത്തിന്റെ അന്തർലീനമായ ഭാഗമാണ്, മാത്രമല്ല, ദീർഘകാലത്തേക്ക്, വിപണി ചക്രങ്ങൾ രൂപപ്പെടുത്തുകയും ചെയ്യും. നിങ്ങളുടെ നിക്ഷേപ വൈദഗ്ധ്യം കണക്കിലെടുക്കാതെ, നിങ്ങൾ ചക്രങ്ങൾ മനസ്സിലാക്കുകയും നിങ്ങളുടെ റിസ്ക് ശരിയായി കൈകാര്യം ചെയ്യുകയും ചെയ്യുന്നില്ലെങ്കിൽ നിങ്ങൾ തീർച്ചയായും പരാജയപ്പെടും. മാന്ത്രികർക്ക് സൈക്കിളുകൾ തങ്ങളുടെ നേട്ടത്തിനായി എങ്ങനെ ഉപയോഗിക്കാമെന്ന് അറിയാം.

ഹോവാർഡ് മാർക്ക്സ്

കൊളംബിയയിലെ ടിമ്മിന്റെ കോർപ്പറേറ്റ് ഫിനാൻസ് പ്രൊഫസർ ഒരിക്കൽ ഓക്ക്ട്രീ ക്യാപ് ഇറ്റലിന്റെ സ്ഥാപകനായ പ്രശസ്ത നിക്ഷേപകനായ ഹോവാർഡ് മാർക്ക്സിനെ അതിഥി ലക്ചററായി ക്ഷണിച്ചു. "അപകടസാധ്യത കൈകാര്യം ചെയ്യുന്നതും ചക്രത്തിൽ നമ്മൾ എവിടെയാണെന്ന് മനസ്സിലാക്കുന്നതും യഥാർത്ഥത്തിൽ വിജയത്തിന്റെ രണ്ട് താക്കോലുകളാണ്" എന്ന് മാർക്ക്സ് പങ്കിട്ടു. മാർക്കറ്റ് സൈക്കിളുകൾ, കുതിച്ചുചാട്ടങ്ങൾ, തകർച്ചകൾ എന്നിവ നിങ്ങളുടെ പോർട്ട്ഫോളിയോയ്ക്ക് എല്ലായ്പ്പോഴും നിലനിൽക്കുന്ന അപകടസാധ്യത നൽകുന്നു. ഓരോ ചക്രവും വിശദമായി വ്യത്യസ്തമായിരിക്കാം, പക്ഷേ മുൻകാല വിപണി പ്രകടനങ്ങൾ പഠിച്ച ഒരു നിക്ഷേപകന് അറിയാം ചില പാറ്റേണുകൾക്ക് ഓരോ ചക്രത്തിലും അവ വെളിപ്പെടുത്താൻ കഴിയുമെന്ന്. സൈക്കിളുകളെക്കുറിച്ച് നിങ്ങൾ എങ്ങനെ പഠിക്കുന്നു? ഭാവിയിലെ ധനനഷ്ടത്തെ തടയുന്നതിൽ ചരിത്രത്തേക്കാൾ മികച്ച അധ്യാപകനില്ലെന്ന് ചാർലി മുംഗേർ പറഞ്ഞു. ചക്രങ്ങൾ അറിയുന്നത് നിങ്ങൾക്ക് പൂർണ്ണമായ ഉറപ്പ്

നൽകുന്നില്ല, പക്ഷേ ചക്രങ്ങൾക്ക് പിന്നിലെ ചരിത്രം അറിയുന്ന ഒരു നിക്ഷേപകന് അവൾക്ക് അനുകൂലമായി പ്രതിബന്ധങ്ങൾ കണ്ടെത്താൻ കഴിയും.

ഒരു നല്ല നിക്ഷേപകൻ മനഃശാസ്ത്രവും മനസ്സിലാക്കണം. മനുഷ്യ സ്വഭാവം മാറാത്തതിനാൽ, വികാരങ്ങൾ പലപ്പോഴും പ്രവണതകളുടെ ഒരു വലിയ ഘടകമായിരിക്കില്ല. ഒരു നിക്ഷേപകന് ഭാവി അറിയാൻ കഴിയില്ല, പക്ഷേ അതിനനുസരിച്ച് സ്വയം സ്ഥാനം പിടിക്കാനും സാധ്യതയുള്ള ദോഷങ്ങൾ കുറയ്ക്കാനും വിപണി ചക്രത്തിൽ എവിടെയാണെന്നതിനെക്കുറിച്ച് അവൾക്ക് ഏകദേശ ധാരണ ഉണ്ടായിരിക്കണം. *മാസ്റ്ററിംഗ് ദി മാർക്കറ്റ് സൈക്കിൾസ്* എന്ന തന്റെ പുസ്തകത്തിൽ, കാള മാർക്കറ്റിന്റെ മൂന്ന് ഘട്ടങ്ങളെ വിപണി വിവരിക്കുന്നു :

വിപണി ചക്രങ്ങളും അനിശ്ചിതത്വവും

ഈ സൈക്കിളിൽ നമ്മളിപ്പോൾ എവിടെയാണ്?

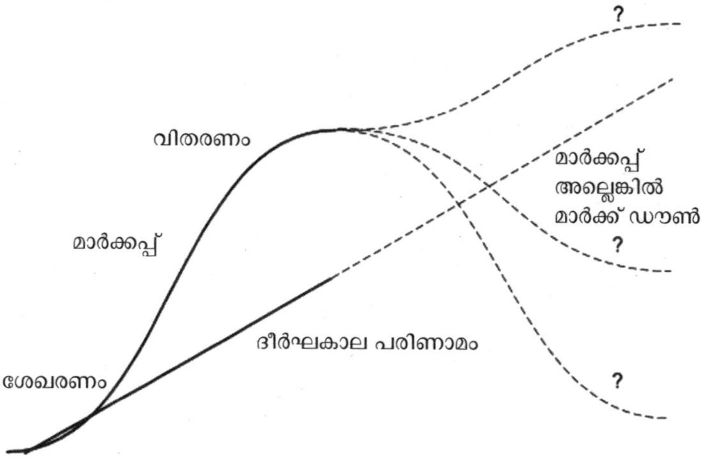

ഒന്നാം ഘട്ടത്തിൽ : സമാഹരണത്തിൽ, "കാര്യങ്ങൾ മെച്ചപ്പെടുമെന്ന് അസാധാരണമായി മനസ്സിലാക്കുന്ന കുറച്ച് ആളുകൾ മാത്രമേ വിശ്വസിക്കുന്നുള്ളൂ." അതിനാൽ, ഭയമോ നിസ്സംഗതയോ കാരണം മിക്കവാറും ആരും നിക്ഷേപം നടത്തുന്നില്ല (ഉദാഹരണ

ത്തിന്, 1930-നും 1940-നും ഇടയിലുള്ള സാമ്പത്തിക മാന്ദ്യത്തിന് ശേഷം, 2001 അല്ലെങ്കിൽ 2009). രണ്ടാം ഘട്ടത്തിൽ : മാർക്ക്അപ്പിൽ, "മിക്ക നിക്ഷേപകരും പുരോഗതി യഥാർത്ഥ ത്തിൽ നടക്കുന്നുണ്ടെന്ന് മനസ്സിലാക്കുന്നു." കൂടുതൽ ആളുകൾ ആവേശഭരിതരാകുമ്പോൾ മാർക്കറ്റ് മുകളിലേക്കുയരുന്നു. മൂന്നാം ഘട്ടത്തിൽ : വിതരണത്തിൽ, "കാര്യങ്ങൾ എന്നെന്നേക്കുമായി മെച്ചപ്പെട്ടുമെന്ന് എല്ലാവരും നിഗമനം ചെയ്യുന്നു." FOMO (നഷ്ടപ്പെട്ടുമെന്ന ഭയം) ആരംഭിക്കുന്നു, അത്യാഗ്രഹം കീഴടക്കുന്നു, കുമിള പൊട്ടുന്നത് വരെ വിപണി മുകളിലേക്ക് പോകുന്നു.

ഓരോ കാളച്ചന്തയും അനിവാര്യമായും അവസാനിപ്പിച്ച് കരടി ചന്തയിലേക്ക് പോകണം; തിരിഞ്ഞുനോക്കുമ്പോൾ, ജോലിസ്ഥലത്ത് ചക്രങ്ങൾ കാണാൻ താരതമ്യേന എളുപ്പമാണ്. ഈ നിമിഷത്തിന്റെ ചൂടിൽ, വിപണി ഏത് വഴിക്ക് പോകുമെന്ന് നിക്ഷേപകർക്ക് അറിയില്ല എന്നതാണ് പ്രശ്നം – ഇത് ഗ്രാഫിലെ ഡോട്ടഡ് ലൈനുകൾ പ്രതിനിധീകരിക്കുന്നു. സമ്പദ്‌വ്യവസ്ഥ ദീർഘകാല വളർച്ചാ ലൈനിൽ വളരുമെന്ന് നിങ്ങൾക്കറിയാം, പക്ഷേ വിപണിക്ക് ഏത് ദിശയിലേക്കും പോകാം : ഹ്രസ്വ കാലത്തേക്ക് മുകളിലേക്കോ ഫ്ലാറ്റ് അല്ലെങ്കിൽ താഴേക്കോ. ഭാവിയിൽ വിപണി ഉയരുമോ താഴുമോ എന്ന് ഉറപ്പോടെ പറയാൻ കഴിയില്ല, സാധ്യതാപരമായ രീതിയിൽ മാത്രമേ പറയാൻ കഴിയൂ. "നിക്ഷേപം കറുപ്പോ വെളുപ്പോ അല്ല, അകത്തോ പുറത്തോ, അപകടകരമോ സുരക്ഷിതമോ അല്ല. കാലിബ്രേറ്റ് ചെയ്യുക എന്നതാണ് പ്രധാന വാക്ക്," മാർക്ക്സ് അവസാനിപ്പിക്കുന്നു. "ഞങ്ങളുടെ സൈക്കിൾ സ്ഥാനം വിലയിരുത്തുന്നത് അടുത്ത തായി എന്ത് സംഭവിക്കുമെന്ന് ഞങ്ങളോട് പറയുന്നില്ല, കൂടുതലോ കുറവോ സാധ്യതയുണ്ട്. പക്ഷേ, അതൊരുപാടാണ്." ഒരു മന്ത്രവാദി സൈക്കിളുകളെക്കുറിച്ചും വിപണിയെക്കുറിച്ചും തനിക്കറി യാവുന്നത് തന്റെ പോർട്ട്ഫോളിയോ വിവേകപൂർവ്വം നീക്കി വയ്ക്കാൻ ഉപയോഗിക്കും.

മാക്രോ-ഇക്കണോമിക് ചക്രങ്ങൾ തിരിച്ചറിയുന്ന സമ്പ്രദായം 2008-ൽ മാർക്കിന് നന്നായി പ്രവർത്തിച്ചു. സമ്പദ് വ്യവസ്ഥ മോശം നിലയിലാണെന്ന് വിശകലന വിദഗ്ധർ വിശ്വസിച്ചതിനാൽ ഓക്ക്ട്രീ ക്യാപിറ്റൽ വിപണിയിലേക്കുള്ള എക്സ്പോഷർ കുറച്ചു. മുൻകൂട്ടി ജാഗ്രത പാലിക്കാൻ അവർ

ചക്രങ്ങളെക്കുറിച്ചുള്ള അവരുടെ അറിവ് ഉപയോഗിച്ചു. വിപണി ഇടിഞ്ഞപ്പോൾ മാർക്ക് വാങ്ങി. ഓക്ക്ട്രീ 11 ബില്യൺ ഡോളർ സമാഹരിച്ചു, ഒരു ഇടപാടിൽ മാത്രം, കുറച്ച് വർഷങ്ങൾക്ക് ശേഷം മൂല്യം വീണ്ടെടുക്കുകയും ഓക്ക്ട്രീ നിക്ഷേപകർക്ക് 6 ബില്യൺ ഡോളർ ലാഭം ഉണ്ടാക്കുകയും ചെയ്തു. ഓക്ക്ട്രീ ഇന്ന് 120 ബില്യൺ ഡോളർ കൈകാര്യം ചെയ്യുന്നു, ഇത് മാർക്കിന്റെ തെളിയിക്കപ്പെട്ട തന്ത്രത്തിന്റെ തെളിവാണ്.

അടുത്ത കല്പനയിൽ മാർക്കറ്റ് ചക്രങ്ങളെ നയിക്കുന്ന മനഃശാസ്ത്രത്തെക്കുറിച്ചും അവയിൽ നിന്ന് നമുക്ക് എങ്ങനെ പ്രയോജനം നേടാമെന്നും നമ്മൾ ചർച്ച ചെയ്യും.

വിപണി ചക്രങ്ങളിലേക്ക് ചരിത്രപരമായ പിഇ വഴി ഒരു നിരീക്ഷണം

കാളയുടെയും കരടിയുടെയും വിപണിയെ പലപ്പോഴും രണ്ട് വ്യത്യസ്ത ചക്രങ്ങളായി തിരിക്കാം : ചാക്രികമായത് അല്ലെങ്കിൽ ലൗകികമായത്.

ചാക്രിക വിപണി ചക്രങ്ങൾ ഹ്രസ്വകാലമാണ്, ഇത് നിക്ഷേപകരുടെ വികാരത്താൽ നയിക്കപ്പെടുന്നു (അടിസ്ഥാന കാര്യങ്ങളല്ല), ഇത് ദിവസങ്ങളോ ആഴ്ചകളോ മാസങ്ങളോ നീണ്ടുനിൽക്കും. മതേതര വിപണി ചക്രങ്ങൾ വർഷങ്ങളോളം, പതിറ്റാണ്ടുകൾ പോലും നീണ്ടുനിൽക്കാം, മാത്രമല്ല പലിശനിരക്ക് അല്ലെങ്കിൽ വരുമാനം പോലുള്ള ദീർഘകാല ഘടകങ്ങളാൽ നയിക്കപ്പെടുകയും ചെയ്യുന്നു.

ദീർഘകാലാടിസ്ഥാനത്തിൽ വില ഉയരുകയും കുറയുകയും ചെയ്യുന്നതാണ് സെക്യുലർ മാർക്കറ്റ് സൈക്കിളുകളുടെ സവിശേഷത. മാർക്കറ്റ് അമിതമായി മൂല്യനിർണ്ണയം ചെയ്യപ്പെടുകയും ഒരു കുമിള രൂപപ്പെടുകയും ഒരു വലിയ മാർക്കറ്റ് തിരുത്തൽ വരികയും ചെയ്യുമ്പോൾ മതേതര കാള വിപണി അവസാനിക്കുന്നു. മഹാമാന്ദ്യം, 2000-ലെ ടെക് ബബിൾ, 2008-ലെ സാമ്പത്തിക പ്രതിസന്ധി എന്നിവ ദീർഘകാല മതേതര ചക്രങ്ങളുടെ അവസാനത്തെ അടയാളപ്പെടുത്തുന്നു. ഈ വലിയ തിരുത്തലുകൾ ബുദ്ധിമാനായ നിക്ഷേപകർക്ക് ഭാഗ്യം ഉണ്ടാക്കി, അതേസമയം മറ്റ് പലരുടെയും സമ്പത്ത് നശിപ്പിച്ചു.

മൂല്യനിർണ്ണയനിലകൾഅളക്കുന്നതിനുള്ളഏറ്റവുംഅടിസ്ഥാ

നപരവും ജനപ്രിയവുമായ മാർഗ്ഗം വില-വരുമാന അനുപാതം (പിഇ) വഴിയാണ്. ആസ്തിയിൽ നിന്ന് പ്രതീക്ഷിക്കുന്ന വരുമാനവുമായി താരതമ്യപ്പെടുത്തുമ്പോൾ നിക്ഷേപകർ എത്ര പണം നൽകുന്നുവെന്ന് മനസ്സിലാക്കുന്നതിനുള്ള ലളിതവും എന്നാൽ ഉപയോഗപ്രദവുമായ ഉപകരണമാണ് പിഇ. ഇത് ഇനിപ്പറയുന്ന സൂത്രവാക്യം ഉപയോഗിച്ച് കണക്കാക്കുന്നു :

പിഇ അനുപാതം = ഒരു ഓഹരിയുടെ വില /
ഓരോ ഓഹരിയുടെയും വരുമാനം

ഓഹരിയുടെ വരുമാനം കുറയുകയോ വില ഉയരുകയോ ചെയ്യുമ്പോൾ പിഇ അനുപാതം ഉയരും. പിഇ അനുപാതം കൂടുംതോറും മൂല്യനിർണ്ണയവും കൂടുതലാണ്. ഒരു കമ്പനിക്ക് 6xPE ഉണ്ടെങ്കിൽ, അതിനർത്ഥം നിങ്ങൾ കമ്പനിയുടെ നിലവിലെ വാർഷിക വരുമാനത്തിന്റെ ആറിരട്ടി നൽകുന്നു എന്നാണ്, കൂടാതെ നിലവിലെ മൂല്യനിർണ്ണയം തിരികെ നേടാൻ കമ്പനിക്ക് ഏകദേശം ആറ് വർഷമെടുക്കും (വരുമാനം മാറുന്നില്ലെന്ന് കരുതുക).

നെഗറ്റീവ് വരുമാനമുള്ളതും നഷ്ടം വരുത്തുന്നതുമായ അതിവേഗം വളരുന്ന സ്റ്റാർട്ടപ്പുകൾക്ക്, നിങ്ങളുടെ PE അനുപാതം നെഗറ്റീവ് ആയിരിക്കുന്നതിനാൽ ഈ മൂല്യനിർണ്ണയ രീതി പ്രവർത്തിക്കില്ല. എന്നിരുന്നാലും, പല സ്ഥാപിത കമ്പനികൾക്കും, ഇതിനകം തന്നെ ലാഭത്തിലേക്കുള്ള ഉറച്ച പാതകളുള്ള വിശാലമായ വിപണികളിലേക്ക് നോക്കുകയാണെങ്കിൽ, ഈ അളവ് സഹായകമാകും :

S&P 500 PE അനുപാതങ്ങൾ പ്രതിസന്ധിക്ക് മുമ്പുള്ളതും പ്രതിസന്ധിക്ക് ശേഷമുള്ളതും

പ്രതിസന്ധിയിലെ PE മാറ്റങ്ങളുടെ അർത്ഥം

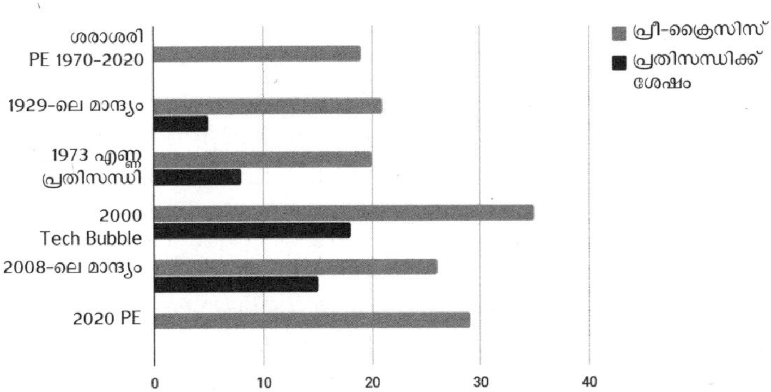

ഗവേഷണ സ്ഥാപനമായ ക്രെസ്റ്റ്മോണ്ട് റിസർച്ചിന്റെ സ്ഥാപകനായ എഡ് ഈസ്റ്റർലിംഗിന്റെ നിരീക്ഷണം ഇങ്ങനെയാണ്, “ഒരു മതേതര കാള വിപണി കുറഞ്ഞ പിഇ-യിൽ നിന്ന് ആരംഭിക്കുകയും ദീർഘകാലത്തേക്ക് ഉയർന്ന കാലയളവിൽ അവസാനിക്കുകയും ചെയ്യുന്നു; ഒരു മതേതര കരടി വിപണി നേരെ വിപരീതമാണ് ചെയ്യുന്നത്, അവിടെ പിഇ സ്തംഭിക്കുകയും മൂന്നിലൊന്ന് മുതൽ മൂന്നിൽ രണ്ട് അല്ലെങ്കിൽ അതിൽ കൂടുതൽ കുറയുകയും ചെയ്യുന്നു.” മുകളിലെ ഗ്രാഫിൽ അദ്ദേഹത്തിന്റെ നിരീക്ഷണങ്ങൾ എളുപ്പത്തിൽ കാണാൻ കഴിയും. ഉയർന്ന പിഇ അനുപാതങ്ങൾ കുറച്ച് സമയത്തേക്ക് നിലനിർത്താൻ കഴിയുമെങ്കിലും, അമിതമായ മൂല്യനിർണ്ണയം എന്നെന്നേക്കുമായി വളരാൻ കഴിയില്ല.

എസ് ആൻഡ് പി 500-ന്റെ ശരാശരി പിഇ 1971 മുതൽ 2017 വരെ ഏകദേശം 19.4 മടങ്ങ് ആയിരുന്നു (ശരാശരി 17 മടങ്ങ്). ഓരോ സെക്യുലർ ബുൾ മാർക്കറ്റിലും, ഓഹരി വിലകളുടെ വളർച്ച കോർപ്പറേറ്റ് വരുമാനത്തിന്റെ വളർച്ചയെ മറികടക്കുന്നു, ഇത് ഉയർന്ന പിഇ അനുപാതത്തിലേക്ക് നയിക്കുന്നു. ഇതിനെ സാധാരണയായി മൾട്ടിപ്പിൾസ് എക്സ്പാൻഷൻ എന്ന്

വിളിക്കുന്നു, കൂടാതെ ഒരു സ്മാർട്ട് നിക്ഷേപകന് അറിയാം വിശാലമായ വിപണി മൂല്യനിർണ്ണയങ്ങൾക്ക് ന്യൂട്ടോണിയൻ ഭൗതികശാസ്ത്രത്തിന്റെ നിയമങ്ങളിൽ നിന്ന് രക്ഷപ്പെടാൻ കഴിയില്ലെന്ന്.

മാർക്കറ്റ് പിഇ 15 മടങ്ങിൽ നിന്ന് 30-ലേക്കും അവിടെ നിന്നും 45 മടങ്ങുമായി ഉയർന്നിട്ടുണ്ടെങ്കിൽ, മൂലധനം വീണ്ടെടു ക്കാൻ ഇപ്പോൾ 45 വർഷത്തെ വരുമാനം ആവശ്യമാണെന്ന് സൂചിപ്പിക്കുന്നെങ്കിൽ, ഒരു വിസാർഡ് എപ്പോഴും മനസ്സിൽ സൂക്ഷിക്കും, ദീർഘകാല PE ശരാശരി 19 മടങ്ങാണെന്നും, വർദ്ധിച്ച മാർക്കറ്റ് മൂല്യനിർണ്ണയത്താൽ അത് സ്വാധീനിക്കപ്പെടില്ലെന്നും.

നിങ്ങളുടെ ടൈമർ വലിച്ചെറിയുക

"മാർക്കറ്റ് ടൈമിംഗിലെ പ്രശ്നം ശരിയായ സമയം ലഭിക്കുക എന്നതാണ്.""

പീറ്റർ ലിഞ്ച്

"കുറഞ്ഞ വിലയ്ക്ക് വാങ്ങുക, ഉയർന്ന വിലയ്ക്ക് വിൽക്കുക" എന്ന സിദ്ധാന്തത്തെക്കുറിച്ച് ഓരോ നിക്ഷേപകനും കേട്ടിട്ടുണ്ടാകും. നിങ്ങൾക്ക് ഏറ്റവും താഴ്ന്ന സ്ഥലത്ത് വാങ്ങാനും ഓരോ ദിവസ ത്തെയും ഉയർന്ന പോയിന്റുകളിൽ വിൽക്കാനും കഴിയുമെങ്കിൽ, ഈ തന്ത്രം തീർച്ചയായും നിങ്ങളെ വളരെ സമ്പന്നരാക്കും. എളുപ്പം, അല്ലേ? ഇല്ല, ഒരിക്കലുമില്ല. വിപണിയുടെ സമയം നിശ്ചയി ക്കുന്നത് വളരെ ബുദ്ധിമുട്ടുള്ള കാര്യമാണെന്നും, കുറഞ്ഞത് ഹ്രസ്വകാലത്തേക്കെങ്കിലും, ദീർഘകാലത്തേക്ക് സ്ഥിരതയോടെ അത് ചെയ്യുന്നത് അസാധ്യമല്ലെങ്കിലും വളരെ ബുദ്ധിമുട്ടാണെന്നും വിദഗ്ധർ സമ്മതിക്കുന്നു. "വിപണിയുടെ സമയം നിശ്ചയിക്കുന്നത് ഒരു നല്ല തന്ത്രമാണെങ്കിൽ, *ഫോർബ്സ്*-ന്റെ ഏറ്റവും ധനികരായ അമേരിക്കക്കാരുടെ പട്ടികയിൽ ഒന്നാം സ്ഥാനത്ത് നിൽക്കുന്ന ഒരു മാർക്കറ്റ് സമയനിർണ്ണയ വിദഗ്ധനെയും നമ്മൾ എന്തുകൊണ്ട് കണ്ടില്ല?" അത് വളരെ നല്ല ചോദ്യമാണ്.

ഒരു നിമിഷം നിൽക്കൂ, 2008-ൽ മാർക്കറ്റ് ടൈമിംഗ് ചെയ്തതിന് ഞങ്ങൾ ഹോവാർഡ് മാർക്ക്സിനെ പ്രശംസിച്ചില്ലേ? അതെ, എന്നിരുന്നാലും, മാർക്ക്സ് ഹ്രസ്വകാലമല്ല, ദീർഘകാല മതേതര ചക്രങ്ങൾക്കനുസൃതമായാണ് വിപണിയുടെ സമയക്രമം.

മാർക്കിന്റെ നിക്ഷേപത്തിനായി ആറ് വർഷത്തിനുള്ളിൽ (2002-2008) വിപണി പിഇ അനുപാതം 35 മടങ്ങെത്തി. അതിനാൽ, വിപണി വ്യക്തമായി അമിത മൂല്യം പുലർത്തി. മാർക്ക്സിന്റെ 11 ബില്യൺ ഡോളർ ഫണ്ടിന് ദീർഘകാല നിക്ഷേപ ചക്രവാളം ഉണ്ടായിരുന്നു, ഇത് മതേതര വിപണി ചക്രം കളിക്കാൻ അദ്ദേഹത്തിന് മതിയായ സമയം അനുവദിച്ചു. ഈ ഉൾക്കാഴ്ചയും നിക്ഷേപവും ബോധ്യവും അദ്ദേഹത്തിന്റെ ഫണ്ടിനെ ഒരൊറ്റ "പന്തയത്തിൽ" കോടിക്കണക്കിന് ഡോളറാക്കി.

ആവർത്തിക്കാൻ, ഹ്രസ്വകാല വിപണി സമയത്തിനെതിരെ ഞങ്ങൾ മുന്നറിയിപ്പ് നൽകുന്നു, ഇത് വളരെ ബുദ്ധിമുട്ടാണ്, കാരണം ഇത് മനുഷ്യ ഇമോഷനുകളാൽ നയിക്കപ്പെടുന്നു, ഇത് നിക്ഷേപകർക്ക് കണക്കാക്കാനോ പ്രവചിക്കാനോ കഴിയില്ല. ദീർഘകാല ചക്രവാളം നല്ല നിക്ഷേപകരെ ഈ വ്യതിചലനങ്ങളിൽ നിന്ന് മോചിപ്പിക്കുന്നു. 2010-ലെ പ്രതിസന്ധിക്കുശേഷം വിപണി അത് കാണിച്ചില്ലെങ്കിലും, വാൾമാർട്ട്, ആപ്പിൾ, ആമസോൺ പോലുള്ള വലിയ കമ്പനികൾക്ക് ഭീമന്മാരാകാനുള്ള കഴിവുണ്ട്. ***സി 4 : "ചത്ത മത്സ്യമാകരുത്"", സി 7 : "മാരത്തൺ ദി വിന്നേഴ്സ്"" എന്നിവയിൽ ദീർഘകാല ചിന്തയുടെ ഗുണങ്ങളെക്കുറിച്ച് ഞങ്ങൾ കൂടുതൽ വിശദീകരിക്കും.***

1990-ലെ സാമ്പത്തിക ശാസ്ത്ര നോബൽ സമ്മാന ജേതാവായ വില്യം ഷാർപ്പ് വാദിച്ചത്, മാർക്കറ്റ് ടൈമറുകൾ "ദീർഘകാലാടിസ്ഥാനത്തിൽ പ്രതിവർഷം 4 ശതമാനത്തിൽ കൂടുതൽ" വരുമാനം നൽകാൻ സാധ്യതയില്ലെന്ന്. കാരണം, മിക്ക ആളുകളും വിപണി അടുത്തതായി എവിടേക്ക് പോകുമെന്ന് പ്രവചിക്കുന്നതിൽ വളരെ മോശമാണ്, മാത്രമല്ല, പലപ്പോഴും വില ചലനങ്ങൾ തെറ്റിപ്പോകുകയും ചെയ്യുന്നു. ഒരു നിക്ഷേപകന് പത്തിൽ ഏഴ് തീരുമാനങ്ങളും ശരിയായി എടുക്കാൻ കഴിയുന്നില്ലെങ്കിൽ, മാർക്കറ്റ് ടൈമിംഗ് പൂർണ്ണമായും ഒഴിവാക്കാൻ ഷാർപ്പ് ശുപാർശ ചെയ്യുന്നു.

അവ ഭയങ്കരമായ വൈരുദ്ധ്യങ്ങളാണ്. മാർക്കറ്റ് ടൈമിംഗ് ഒരു നാണയമായി കാണുകയാണെങ്കിൽ, വിപണിക്ക് മുകളിലേക്കോ താഴേക്കോ പോകാൻ 50/50 സാധ്യതയുള്ളിടത്ത്, പത്തിൽ ഏഴെണ്ണം നേടുക അസാധ്യമാണെന്ന് തോന്നുന്നു. ഇൻസൈഡർ ട്രേഡിംഗ്, എന്ന് വിളിക്കപ്പെടുന്ന ഒരു 'മാന്ത്രിക' ഗ്ലാസ് ബോൾ ഇല്ലാതെ നിങ്ങൾക്ക് സ്ഥിരമായി സമയം

ശരിയായി നേടാൻ കഴിയുമെന്ന് എങ്ങനെ ഉറപ്പിക്കാം? ഇപ്പോൾ മുതൽ ഒരു ദിവസം, ഒരാഴ്ച അല്ലെങ്കിൽ ഒരു വർഷത്തിനുശേഷം വിപണികൾ എവിടെ പോകുമെന്ന് നിങ്ങൾക്ക് എങ്ങനെ അറിയാം?

കമ്പോളത്തിൽ സ്ഥിരമായി ലാഭമുണ്ടാക്കാൻ കഴിയുമെന്ന് നിങ്ങൾ ഇപ്പോഴും കരുതുന്നുവെങ്കിൽ, ഈ വാക്കുകൾ ശ്രദ്ധിക്കുക : "വാൾസ്ട്രീറ്റ് വിഡ്ഢിയുണ്ട്, അവൻ എല്ലായ്പ്പോഴും വ്യാപാരം ചെയ്യണമെന്ന് കരുതുന്നു. ദിവസവും ഓഹരികൾ വാങ്ങുന്നതിനും വിൽക്കുന്നതിനും പലർക്കും എല്ലായ്പ്പോഴും മതിയായ കാരണങ്ങൾ ഉണ്ടായിരിക്കില്ല. ഒരിക്കലും എന്റെ ചിന്തയല്ല എനിക്ക് വലിയ പണം സമ്പാദിച്ചത്; എപ്പോഴും ഇരിക്കുമായിരുന്നു." 1906-ലെ സാൻ ഫ്രാൻസിസ്കോ ഭൂകമ്പത്തിലും 1929-ലെ മഹാമാന്ദ്യത്തിലും വലിയ ഹ്രസ്വ സ്ഥാനങ്ങൾ വഹിച്ച ഡേ ട്രേഡിംഗിന്റെ തുടക്കക്കാരനായി പരക്കെ കണക്കാക്കപ്പെടുന്ന ജെസ്സി ലിവർമോർ പറഞ്ഞു. അതിനാൽ, ഒരു പ്രശസ്ത ഡാറ്റാ വ്യാപാരി പോലും ഡേ ട്രേഡിംഗിനും മാർക്കറ്റ് ടൈമിംഗിനും എതിരാണ്. *നിങ്ങൾക്ക്* യാഥാർത്ഥ്യബോധത്തോടെ ഇതിലും മികച്ചത് ചെയ്യാൻ കഴിയുമോ?

ജെസ്സി ലിവർമോർ

ദൈനംദിന ചലനങ്ങൾ വ്യാപാരം ചെയ്യുന്നത് ദീർഘകാല ചലനങ്ങളിൽ നിക്ഷേപിക്കുന്നതിനേക്കാൾ വളരെ ബുദ്ധിമുട്ടാണെന്ന്

ലിവർമോർ തിരിച്ചറിഞ്ഞു. ഊഹക്കച്ചവട വ്യാപാരം കാസിനോ പോലുള്ള ത്രില്ലുകൾ നൽകിയേക്കാം, പക്ഷേ നിക്ഷേപകൻ പലപ്പോഴും അടുത്ത പന്തയത്തിൽ അന്ധനായി പോകുന്നു. നിങ്ങൾ ആക്ഷൻ ഇഷ്ടപ്പെടുകയും മോശം വൈരുദ്ധ്യങ്ങളെ കാര്യമാക്കാതിരിക്കുകയും ചെയ്യുന്നുവെങ്കിൽ അത് മികച്ചതാണ് – പക്ഷേ എന്തുകൊണ്ട് ഒരു കാസിനോയിൽ പോയിക്കൂടാ? നിക്ഷേപത്തിൽ, ക്ഷമയും നിഷ്ക്രിയത്വവും വസ്തുനിഷ്ഠമായി ചിന്തിക്കാനും വിലപേശലുകൾ കണ്ടെത്താനും അവസരം ലഭിക്കുമ്പോൾ നിക്ഷേപിക്കാനും നിങ്ങളെ അനുവദിക്കുന്നു. നിക്ഷേപിക്കുക, ചൂതാട്ടം നടത്തരുത്.

ചാർട്ടുകളെയും മുൻകാല ഡാറ്റയെയും അടിസ്ഥാനമാക്കി പ്രവചിക്കാൻ കഴിയുന്ന ഹ്രസ്വകാല പാറ്റേണുകളൊന്നുമില്ലെന്ന് സ്വാധീനമുള്ള നിക്ഷേപ പുസ്തകമായ *എ റാൻഡം വാക്ക് ഡൗൺ വാൾ സ്ട്രീറ്റ്* എഴുതിയ ബർട്ടൺ മാൽക്കീൽ ഉറപ്പിച്ചു പറയുന്നു. ഹ്രസ്വകാല സാങ്കേതിക സിഗ്നലുകൾക്കായി സാങ്കേതികവിദ്യ വിപണിയെ “വളരെ കാര്യക്ഷമമാക്കി”. മാർക്കറ്റ് ടൈമിംഗ് ഉപയോഗിച്ച് ലാഭമുണ്ടാക്കാൻ നിങ്ങളെ അനുവദിക്കുന്ന ഒരു സവിശേഷ സിഗ്നൽ നിങ്ങൾ കണ്ടെത്തിയതായി നിങ്ങൾ കരുതുന്നുണ്ടാകാം, വാസ്തവത്തിൽ, അത് തികച്ചും ഭാഗ്യമായിരുന്നു (ഹ്രസ്വ ട്രേഡുകളിൽ ഇത് 50/50 ആണ്). വളരെയധികം ആളുകൾ സിഗ്നലുകൾ പിന്തുടരുമ്പോൾ, സിഗ്നലുകൾ സ്വയം അപ്രസക്തവും സ്വയം പരാജയപ്പെടുത്തുന്നതുമായി മാറുന്നു. അതിനാൽ, ഗെയിമിൽ മുന്നേറാൻ മാർക്കറ്റ് ടൈമറുകൾ പുതിയ സ്ട്രേറ്റ് ഗികൾ വികസിപ്പിച്ചുകൊണ്ടേയിരിക്കണം. നൈപുണ്യത്തെ ഭാഗ്യവുമായി കൂട്ടിക്കുഴയ്ക്കരുത്.

അതിനാൽ, നിങ്ങളുടെ നേട്ടത്തിനായി സമയം ഉപയോഗിക്കുക, മാർക്കറ്റ് ചക്രങ്ങൾ തിരിച്ചറിയുക, ദ്രുത ലാഭത്തിനായി ചക്രങ്ങൾ സമയം ചെലവഴിക്കാൻ ശ്രമിക്കരുത് (പ്രത്യേകിച്ച് വായിക്കാൻ ബുദ്ധിമുട്ടുള്ള ഹ്രസ്വകാല വൈകാരിക ചക്രങ്ങൾ). ജീവിതത്തിലെ പല കാര്യങ്ങളെയും പോലെ, ഒരു മുന്നറിയിപ്പുണ്ട്. അപൂർവ്വ സാഹചര്യങ്ങളിൽ മാർക്കറ്റ് സമയം സാധ്യമാണ് (ബ്ലെയർ ഹളിലെ സൈഡ്ബാർ കാണുക).

സി 4 : “ചത്ത മത്സ്യമാകരുത്” ചക്രങ്ങളുടെ ഒരു വലിയ ഭാഗമായ കന്നുകാലികളുടെ സ്വഭാവവും യുക്തിരഹിതതയും

പര്യവേക്ഷണം ചെയ്യും; പ്രവണതകളുടെ അനുയായിയേക്കാൾ ഒരു സ്വതന്ത്ര വിരുദ്ധനായിരിക്കുന്നതിൽ നിങ്ങൾ എങ്ങനെ മെച്ചമാണെന്ന് ഇത് കാണിക്കും.

മാർക്കറ്റ് ടൈമിംഗ് സാധ്യമാണ് (ഒരു മുന്നറിയിപ്പോടെ)

ബ്ലെയർ ഹൾ

ഹൾ ട്രേഡിംഗ് കമ്പനിയുടെ സ്ഥാപകനായ ബ്ലെയർ ഹൾ 531 മില്യൺ ഡോളറിന് ഗോൾഡ്മാൻ സാച്ച്സിന് വിൽക്കുന്നതിനുമുമ്പ് കമ്പനിയുടെ ചെയർമാനും സിഇഒയുമായി സേവനമനുഷ്ഠിച്ചു. 1980-കളിൽ, അദ്ദേഹം സ്വന്തമായി ബ്ലാക്ക്-സ്കോൾസ് പോലുള്ള ഫോർമുല വികസിപ്പിച്ചെടുത്തു, ഭാവിയിലും ഓപ്ഷൻസ് മാർക്കറ്റിലും സാധ്യത കണ്ടെത്താൻ ഇത് പ്രയോഗിച്ചു. *"പ്രാക്ടീഷണേഴ്സ് ഡിഫൻസ് ഓഫ് റിട്ടേൺ ആൻഡ് പ്രിഡിക്റ്റബിലിറ്റി"* എന്ന അദ്ദേഹത്തിന്റെ പ്രബന്ധം വിപണികളുടെ സമയക്രമത്തിന്റെ സാധ്യതകൾ വിശദീകരിച്ചു, കൂടാതെ അദ്ദേഹം സ്വന്തം ട്രേഡിംഗ് സ്ഥാപനത്തിൽ തന്ത്രം പ്രയോഗിക്കുന്നു. മാർക്കറ്റ് ടൈമിംഗിനെക്കുറിച്ച് അദ്ദേഹം പറയുന്നത് ഇതാണ് :

1. **മാർക്കറ്റ് ടൈമിംഗ് നിർവ്വചിക്കുക.** "എല്ലാ ദിവസവും നിങ്ങൾക്ക് ഉണ്ടായിരിക്കേണ്ട ഇക്വിറ്റികളുടെയും പണത്തിന്റെയും മികച്ച പൊസിഷൻ ഉണ്ട്, അത് പലതരം നിക്ഷേപങ്ങളിൽ നിന്ന് പുറത്തുവരുന്നു." ലളിതമായി പറഞ്ഞാൽ, മോശം ദിവസങ്ങളെ മറികടക്കാനും നല്ല ദിവസങ്ങളിൽ വിപണിയിലുണ്ടാകുമെന്നും നിങ്ങൾ പ്രതീക്ഷിക്കുന്നു.
2. **മാർക്കറ്റ് ടൈമിംഗിനെതിരായ കളങ്കം.** "എല്ലാവരും പറയുന്നു... മാർക്കറ്റിന്റെ സമയം അപകടകരമാണ്. ശരി, 2000 വരെ അത് ശരിയായിരുന്നിരിക്കാം, പക്ഷേ പുതിയ സർക്കാർ ഡാറ്റ, ഇന്റർനെറ്റ്, ട്വിറ്റർ, സോഷ്യൽ മീഡിയ എന്നിവയുൾപ്പെടെയുള്ള ഡാറ്റയുടെ ഈ വിസ്ഫോടനത്തോടെ, പുതിയ പ്രവചന വിശകലനങ്ങൾ ഉപയോഗിച്ച് വിപണിയുടെ സമയം നിർണ്ണയിക്കാൻ കഴിയുന്ന ഒരു സാഹചര്യം നമുക്കിപ്പോൾ ഉണ്ട്.
3. **നിങ്ങൾക്ക് ഒരു മുൻതൂക്കം ആവശ്യമാണ്.** "നിങ്ങൾ ഒരു കാസിനോയിൽ പോയി നിങ്ങളുടെ കാർഡുകൾ എണ്ണുന്നില്ലെങ്കിൽ... നിങ്ങൾ തോൽക്കാൻ പോകുന്നു, അത് നിങ്ങളുടെ നഷ്ടമാണ്. നിങ്ങൾ കളിക്കുന്ന എല്ലാ കളികളിലും തോൽക്കാൻ പോകുന്നുവെങ്കിൽ, എന്റെ ഉപദേശം, നിങ്ങൾ ഒരു നിക്ഷേപകനാണെങ്കിൽ... കളിക്കാൻ ഒരു കാരണവുമില്ല. ആളുകൾ ഉയർച്ച-താഴ്ചകൾ ആസ്വദിക്കുന്നു. ഇതൊരു രസകരമായ ഗെയിമാണ്. എന്നാൽ നിങ്ങൾ അത് സാമ്പത്തിക കാരണങ്ങളാൽ ചെയ്യുകയാണെങ്കിൽ, ഇല്ല : നിങ്ങൾക്ക് ലാഭം ലഭിക്കുന്നില്ലെങ്കിൽ, അത് നിങ്ങൾക്ക് ദോഷം ചെയ്യും."
4. **ഇതിന് ധാരാളം വിഭവങ്ങൾ ആവശ്യമാണ്.** "ഞങ്ങൾക്ക് ഒരു കുത്തക ഇടിഎഫ് ഉണ്ട്, അത് ഞങ്ങൾ ഒരു നേട്ടമായി കരുതുന്നു. ഞങ്ങൾക്ക് സെർവറുകളുള്ള ഒരു കുത്തക ട്രേഡിംഗ് സിസ്റ്റം ഉണ്ട്... വ്യാപാരം നടത്തുന്ന കമ്പ്യൂട്ടറുകൾ ഞങ്ങൾക്കുണ്ട്; ഞങ്ങൾക്ക് കച്ചവടം നടത്താൻ ആളുകളില്ല. ചിക്കാഗോ എക്സ്ചേഞ്ചിൽ ഞങ്ങൾക്ക് 25 വ്യത്യസ്ത സെർവറുകൾ ഉണ്ട്, ഈ സെർവറിനും തന്ത്രത്തിനും അതിന്റെ അറ്റം നഷ്ടപ്പെട്ടോ എന്ന് കണ്ടെത്താൻ ഞങ്ങൾ നിരന്തരം ശ്രമിക്കുന്നു... ഞങ്ങളുടെ തന്ത്രങ്ങൾക്ക് അവരുടെ

> നേട്ടം നഷ്ടപ്പെടുന്നുവെന്ന് ഞങ്ങൾ എല്ലായ്പ്പോഴും ആശങ്കാകുലരാണ്."

അപ്പോൾ, മാർക്കറ്റ് ടൈമിംഗ് *സാധ്യമാണ്*, പക്ഷേ നിങ്ങൾക്ക് ഗണിതം, സ്ഥിതിവിവരക്കണക്കുകൾ, കമ്പ്യൂട്ടർ സയൻസ് എന്നിവയിൽ പിഎച്ച്ഡികളുടെ ഒരു സൈന്യം അൽഗോരിതങ്ങളിൽ രാവും പകലും പ്രവർത്തിക്കുന്നുണ്ടെങ്കിൽ മാത്രമേ. മാർക്കറ്റ് ടൈമിംഗ് ഫലപ്രദമായി നിർവ്വഹിക്കുന്നതിന്, നിങ്ങൾക്ക് ധാരാളം ഡാറ്റ, കമ്പ്യൂട്ടർ സിസ്റ്റങ്ങൾ, എക്സ്ചേഞ്ചുകളിലേക്കുള്ള ആക്സസ് (വേഗത്തിലുള്ള വ്യാപാര നിർവ്വഹണത്തിനായി), നൂതന സിദ്ധാന്തങ്ങൾ എന്നിവയും ആവശ്യമാണ്. മറ്റൊരു വിധത്തിൽ പറഞ്ഞാൽ, നിങ്ങൾക്ക് ഒരു മുൻതൂക്കം ആവശ്യമാണ്. അതില്ലാതെ, അടിസ്ഥാനകാര്യങ്ങളിൽ ഉറച്ചുനിൽക്കുക.

കല്പന നാല്:

ചത്ത മത്സ്യമാകരുത്

ചത്ത മത്സ്യമാകരുത്

ചത്ത മത്സ്യം നദി ഒഴുകുന്നിടത്തേക്ക് മാത്രമേ പോകൂ. അതുപോലെതന്നെയാണ്, കുടുംബമായാലും മാന്ത്രികനായാലും നിക്ഷേപ തീരുമാനങ്ങൾ എടുക്കാൻ മറ്റുള്ളവരെ ആശ്രയിക്കുന്ന ഒരു പുതിയ നിക്ഷേപകൻ. വിപണിയിൽ സ്ഥിരമായി നന്നായി പ്രവർത്തിക്കണമെങ്കിൽ നിങ്ങൾ കന്നുകാലികളെപ്പോലെയുള്ള മാനസിക ചിന്താഗതി വെടിയണം. ചെറിയ കാലത്തേയ്ക്കുള്ള വിപണി ചക്രങ്ങൾ വിളിയ്ക്കുക എന്നത് ബുദ്ധിമുട്ടായിരിക്കുന്നതുപോലെ തന്നെയാണ് ഒരു വിപണിയുടെ വികാരവും കൂടാതെ മാനസികാവസ്ഥയും എപ്രകാരമായിരിക്കാമെന്ന് മുൻകൂട്ടി പ്രവചിയ്ക്കുകയെന്നത്. ഒരു വിപണിയുടെ വികാരങ്ങളെക്കുറിച്ച് പൂർണ്ണ അവബോധമുള്ള വിദഗ്ധരെ സംബന്ധിച്ചിടത്തോളം ലാഭകരമായ തീരുമാനങ്ങൾ എടുക്കുവാനും അല്ലെങ്കിൽ ഏറ്റവും കുറഞ്ഞത് നഷ്ടങ്ങളിൽ നിന്ന് സ്വയം സംരക്ഷിയ്ക്കുവാനും അവർക്കു കഴിയും.

സിഎൻബിസിയിലെ *മാഡ് മണി*-യുടെ സെലിബ്രിറ്റി അവതാരകനായ ജിം ക്രാമർ പോലുള്ള ടോക്ക് ഷോ അവതാരകരും ബ്ലൂംബെർഗിലെ കമന്റേറ്റർമാരും ടിവിയിൽ ആത്മവിശ്വാസത്തോടെ പ്രത്യക്ഷപ്പെടേണ്ടതുണ്ട് – അതാണ് അവർക്ക് പ്രതിഫലം നൽകുന്നത്. ദൃശ്യമാധ്യമങ്ങളിലൂടെ ഇത്തരത്തിൽ

അറിവു പകർന്നു നൽകുന്നവരെ ശ്രദ്ധിക്കുന്നതാണ് സ്വയം തീരുമാനങ്ങൾ എടുക്കുന്നതിനെക്കാൾ ഉചിതം. എന്നാൽ സെലിബ്രിറ്റികൾ പോലും തെറ്റുകളിൽ നിന്ന് മുക്തരല്ല. ഉദാഹരണത്തിന്, 2000-ലെ ടെക് ബബിൾ തകർച്ചയ്ക്ക് തൊട്ടുമുമ്പ് ടെക്നോളജി ഓഹരികൾ വാങ്ങാത്തവരെ ക്രാമർ പരിഹസിച്ചു – ശ്രദ്ധിക്കാത്തവർ ഗുരുതരമായ കുഴപ്പങ്ങളിൽ നിന്ന് സ്വയം രക്ഷപ്പെട്ടു. മറുവശത്ത്, COVID-19 പോലുള്ള ഒരു പ്രതിസന്ധിയിൽ, ചിലർ ജാഗ്രതയോടെയുള്ള വില്പനയ്ക്ക് ആഹ്വാനം ചെയ്തു; മറ്റുള്ളവർ മാന്ദ്യകാലത്ത് വാങ്ങി. ഇത്തവണ, ഫെഡ് വേഗത്തിൽ ഇടപെട്ടപ്പോൾ "അവസരവാദികൾക്ക്" പ്രയോജനം ലഭിച്ചു, എന്നാൽ അതിനർത്ഥം ജാഗ്രതയുള്ള നിക്ഷേപകർ അവരുടെ പ്രവർത്തനങ്ങളിൽ മണ്ടന്മാരായിരുന്നു എന്നല്ല. നിങ്ങൾക്ക് ആരെയാണ് ശരിക്കും കേൾക്കാൻ കഴിയുക? നിങ്ങളെയല്ലാതെ മറ്റാരെയും.

ജേർണൽ ഓഫ് ബിഹേവിയറൽ ഫിനാൻസിൽ പ്രസിദ്ധീകരിച്ച ഒരു പരീക്ഷണത്തിൽ, ഒരു കൂട്ടം വിദ്യാർത്ഥികളും പ്രൊഫഷണലുകളും ഒരു വർഷത്തേക്ക് ഓരോ ആഴ്ചയും മികച്ച പ്രകടനം കാഴ്ചവയ്ക്കാൻ സാധ്യതയുള്ള രണ്ട് സ്റ്റോക്കുകളിൽ നിന്ന് ഒരു സ്റ്റോക്ക് തിരഞ്ഞെടുത്തു. പങ്കെടുത്തവർക്ക് വാഗ്ദാനം ചെയ്ത എല്ലാ ഓഹരികളും ബ്ലൂ-ചിപ്പ് കമ്പനികളുടെ ഓഹരികളായിരുന്നു. ചോദിച്ചപ്പോൾ, വിദ്യാർത്ഥികൾക്ക് അവരുടെ കഴിവുകളിൽ 59% ആത്മവിശ്വാസമുണ്ടായിരുന്നു, പ്രൊഫഷണലുകൾ 65% ആത്മവിശ്വാസമുള്ളവരായിരുന്നു. വിദ്യാർത്ഥികൾ 49% സമയവും പ്രൊഫഷണലുകൾ 40% സമയവും ശരിയായിരുന്നു. അതിശയകരമെന്നു പറയട്ടെ, പ്രൊഫഷണലുകൾ അവരുടെ തീരുമാനത്തിൽ 100% ആത്മവിശ്വാസം പുലർത്തിയപ്പോൾ, അവർ ശരിയായ സമയത്തിന്റെ 12% മാത്രമേ ശരിയായിരുന്നുള്ളൂ! പ്രൊഫഷണലുകൾക്ക് (അവരുടെ വർദ്ധിച്ച ആത്മവിശ്വാസത്തോടെ) ശരിയായ തിരഞ്ഞെടുപ്പുകൾ നടത്തുന്നതിൽ നിങ്ങളെക്കാൾ മികച്ച സാധ്യതകൾ ഇല്ല. അമേരിക്കൻ ബിസിനസ്സുകാരനായ നോർമൻ റാൽഫ് അഗസ്റ്റിൻ പറഞ്ഞതുപോലെ, "സ്റ്റോക്ക് മാർക്കറ്റ് വിദഗ്ധർ വളരെ വിദഗ്ധരാണെങ്കിൽ, അവർ ഉപദേശം വിൽക്കുകയല്ല, സ്റ്റോക്ക് വാങ്ങുമായിരുന്നു."

എല്ലാവരും ചെയ്യുന്നത് ചെയ്യുകയെന്നത് എളുപ്പമാണ്, സുഖകരമാണ്, മടി തോന്നിപ്പിക്കുന്നതാണ് മാത്രമല്ല തെറ്റുമാണ്.

നിക്ഷേപം തെറ്റായി മാറുമ്പോൾ, ഏറ്റവും കുറഞ്ഞത് നിങ്ങൾക്ക റിയാം മറ്റു പലരും ഇതുപോലെ വേദനിക്കുന്നുണ്ടെന്ന്/ ബുദ്ധിമുട്ടുന്നുണ്ടെന്ന്. എന്നാൽ 'കന്നുകാലി' രീതിയിലുള്ള ഒരു മാനസികാവസ്ഥയാണ് നിരന്തരമായി തുടർന്നു പോരുന്നതെങ്കിൽ ഒരു ദീർഘകാല ലാഭം അതിനു നൽകാൻ സാധിക്കുകയല്ല. നിങ്ങളൊരു നിക്ഷേപം വാങ്ങിക്കുമ്പോൾ മറ്റുള്ളവരുടെ ഉപദേശം നിങ്ങൾ കേൾക്കുകയാണെങ്കിൽ എപ്പോഴാണ് വിൽക്കേണ്ട കൃത്യമായ സമയമെന്നും, എന്താണ് നിങ്ങളുടെ സിദ്ധാന്തം തോൽക്കാൻ കാരണമെന്നും, അതിൽ നിന്നെങ്ങനെ നിങ്ങൾക്കു രക്ഷപ്പെട്ട് പുറത്തുവരാമെന്നും നിങ്ങൾ അറിയും? സ്വയം തീരുമാനമെടുക്കാതെ നിങ്ങൾക്കൊരിക്കലും, നിങ്ങളുടെ പരാജയങ്ങളിൽ നിന്നു പഠിക്കാനേ, നിക്ഷേപ മേഖലയിലെ ഒരു മാന്ത്രികരാകാനോ സാധിക്കില്ല.

വൈരുദ്ധ്യ പ്രവണത കാണിക്കുന്നതിനെക്കുറിച്ച് ഹ്യൂ ഹെൻട്രി

ഹഗ് ഹെൻട്രി

സ്കോട്ടിഷ് നിക്ഷേപകനായ ഹ്യൂ ഹെൻഡ്രി ആയിരുന്നു എക്ലെക്റ്റിക്കാ അസ്സറ്റ് മാനേജ്മെന്റിന്റെ സ്ഥാപക പങ്കാളിയും കൂടാതെ സിഐഒ-യും, 2008-ലെ സാമ്പത്തിക പ്രതിസന്ധിയുടെ

ആഴത്തിലും തന്റെ 31.2% റിട്ടേണിലൂടെ പ്രശസ്തനാണ് അദ്ദേഹം. മിക്കവരും നഷ്ടത്താൽ ദുരിതമനുഭവിച്ചപ്പോൾ – അവൻ കമ്പോള സമവായത്തിന് എതിരായി പോയി – ഒരു പ്രമുഖ വിരോധാഭാസമെന്ന നിലയിൽ സ്വയം പ്രശസ്തിയാർജ്ജിച്ചു. അവൻ അത് എങ്ങനെ ചെയ്തു?

ഹെൻഡ്രി പറഞ്ഞു : "അങ്ങനെ ചെയ്യുന്ന ചുരുക്കം ചില സിഐഒമാരിൽ ഒരാളാണ് ഞാനെന്ന് സംശയിക്കുന്നു, നിക്ഷേപ ബാങ്കർമാരുമായി മാത്രമല്ല അവരുടെ സ്പെഷ്യലിസ്റ്റ് ഹെഡ്ജ് ഫണ്ട് സെയിൽസ് ടീമുമായി ദൈനംദിന കത്തിടപാടുകൾ സൂക്ഷിക്കാതിരിക്കുകയും ചെയ്യുന്നത്. ഞാൻ അത്തരത്തിലുള്ളൊരു 'മുന്നേറ്റം' അന്വേഷിക്കുന്നില്ല. എക്ലെക്റ്റിക്ക [അദ്ദേഹത്തിന്റെ ഫണ്ട്] അംഗീകൃത വിശ്വാസ സമ്പ്രദായങ്ങൾക്ക് പുറത്തുള്ള ഒരു പ്രദേശം ഉൾക്കൊള്ളുന്നു. അദ്ദേഹം കൂട്ടിച്ചേർത്തു, "ഞാൻ ശ്രമിക്കുന്നത് എന്റെ സ്വന്തം ഉൾക്കാഴ്ചകൾ വളർത്തിയെടുക്കുകയും ആഗോള മാക്രോ ട്രെൻഡുകളുടെ അപകടകരമായ അനിശ്ചിതത്വത്തെ തിരിച്ചറിയുകയും ചെയ്യുന്നതിനുവേണ്ടിയാണ്. ഒന്നാമതായി, ഞാൻ എപ്പോഴും എനിക്ക് ഉത്തരം ഇല്ല എന്ന ധാരണയിൽ മുഴുകിയിരിക്കുന്നു.

സ്റ്റാൻഡിംഗ് മാക്രോ ഹെഡ്ജ് ഫണ്ട് മാനേജർ എന്ന നിലയിൽ തന്നെ പ്രഗത്ഭനാക്കുന്ന മൂന്ന് ഘടകങ്ങളെ ഹെൻട്രി നിർവ്വചിച്ചു :

1. ***പൂർണ്ണമായ വിപരീതം :*** വിജയകരവും എന്നാൽ വിവാദപരവുമായ മാക്രോ റിസ്ക് പോസ്ചറിംഗ് – ഇതാണ് യഥാർത്ഥതാക്കോൽ. വലിയ സാമ്പത്തിക സമൂഹത്തിന്റെ നിലവിലുള്ള വിശ്വാസ വ്യവസ്ഥയ്ക്ക് പുറത്ത് ഒരു വിവാദപരമായ വിശ്വാസ വ്യവസ്ഥ സൃഷ്ടിക്കാനുള്ള കഴിവാണിത്.
2. ***അനുകൂലമായ റിസ്ക്/റിവാർഡ് ബാലൻസ് :*** നിങ്ങളുടെ സിദ്ധാന്തം ശരിയാണെന്ന് തെളിഞ്ഞാൽ, ഏറ്റവും ഉയർന്ന വരുമാനം നൽകുന്ന അസറ്റ് ക്ലാസ് തിരഞ്ഞെടുക്കുക, സിദ്ധാന്തം തെറ്റാണെന്ന് തെളിഞ്ഞാൽ, അസമമായ നഷ്ട പ്രൊഫൈലുള്ള അസറ്റ് ക്ലാസ് തിരഞ്ഞെടുക്കുക.
3. ***ശക്തമായ റിസ്ക് മാനേജ്മെന്റ് :*** ഒരു മികച്ച ഇൻ-ക്ലാസ് റിസ്ക് ടെക്നിക് നഷ്ടങ്ങളെ തടയുക എന്നതാണ് ആഖ്യാനം, നേരത്തെ പ്രതികരിക്കുക കൂടാതെ നഷ്ടം ലഘൂകരിക്കാനുള്ള

നടപടിക്രമം – ഇതിനെക്കുറിച്ച് കൂടുതൽ **അധ്യായം 9-ൽ : ചെയ്യരുത് പണം നഷ്ടപ്പെടരുത്.**

മിസ്റ്റർ വിപണിയെ കണ്ടുമുട്ടുക

മൂല്യ നിക്ഷേപത്തിന്റെ പിതാവ് ബെഞ്ചമിൻ ഗ്രഹാം *'ഇന്റലിജന്റ് ഇൻവെസ്റ്ററിൽ'* പ്രസിദ്ധമായ ഒരു ഉപമ അവതരിപ്പിക്കുകയുണ്ടായി, മാർക്കറ്റ്കമ്പോള വികാരങ്ങളുടെ വിശ്വാസ്യതയില്ലാത്തത് എന്തുകൊണ്ടാണെന്ന് തെളിയിക്കാൻ വിരുദ്ധരെ സഹായിക്കുവാനായി :

അസ്ഥിരനായ മിസ്റ്റർ വിപണിയെന്ന ഒരാളുമായി നിങ്ങൾ ഒരു ബിസിനസ്സ് പങ്കാളിയാണെന്ന് സങ്കല്പിക്കുക. നിങ്ങളുടെ ബിസിനസ്സിന് ഏകദേശം $1000 ഒരു വിഹിതത്തിന് മൂല്യമുണ്ടെന്ന് നിങ്ങൾക്കറിയാം. എല്ലാ ദിവസവും, നിങ്ങളുടെ ഓഹരികൾ വാങ്ങുന്നതിന് അല്ലെങ്കിൽ ബിസിനസ്സിന്റെ ഓഹരികൾ വിൽക്കുന്നതിനായി മിസ്റ്റർ വിപണി ഒരു വില വാഗ്ദാനം ചെയ്യുന്നു. ചിലപ്പോൾ, മിസ്റ്റർ വിപണി മികച്ച താത്പര്യത്തോടെ നിങ്ങളുടെ ഓഹരികൾ വാങ്ങുന്നതിനായി ഉള്ളതിനേക്കാൾ ($2000) ഉയർന്ന വില വാഗ്ദാനം ചെയ്തേക്കാം. മറ്റ് സമയങ്ങളിൽ, മിസ്റ്റർ വിപണി നിരാശനായി, തന്റെ ഓഹരികൾ വളരെ കുറഞ്ഞ വിലയ്ക്ക് ($500) വിൽക്കാൻ വാഗ്ദാനവും ചെയ്യുന്നു. വാങ്ങണോ വിൽക്കണോ അതോ ഒന്നും ചെയ്യാതിരിക്കണോ എന്ന് നിങ്ങൾ തീരുമാനിക്കണം.

മിസ്റ്റർ വിപണിയുമായി എങ്ങനെ വ്യാപാരം നടത്താൻ നിങ്ങൾ ആഗ്രഹിക്കുന്നു? ഇത് വ്യക്തമാണ് – മിസ്റ്റർ വിപണി $500 ഡോളർ ഓഫർ നൽകുമ്പോൾ നിങ്ങൾ ബിസിനസ്സ് വാങ്ങാൻ ആഗ്രഹിക്കുകയും, കൂടാതെ $2000 വാഗ്ദാനം ചെയ്യുമ്പോൾ അത് മിസ്റ്റർ വിപണിയ്ക്കു തന്നെ വിൽക്കാൻ ആഗ്രഹിക്കുകയും ചെയ്യുന്നവരാണ്. അതുപോലെ, ഓഹരി വിപണി ഒരു മിസ്റ്റർ വിപണിയാണ് (അല്ലെങ്കിൽ അതു പോലെയുള്ള മറ്റേതെങ്കിലും വിപണി, റിയൽ എസ്റ്റേറ്റ്, ചരക്ക് മുതലായവ) ആണ്!

നിക്ഷേപകരുടെ വീക്ഷണകോണുകളെ ആശ്രയിച്ച്, ശുഭാപ്തിവിശ്വാസവും അശുഭാപ്തിവിശ്വാസവും വിപണി മൂല്യനിർണ്ണയത്തെ വളരെ ഉയർന്നതോ താഴ്ന്നതോ ആക്കിയേക്കാം. **കല്പന 3 : വിപണി ചക്രങ്ങളെ ബഹുമാനിക്കുക**-യിലെ, PE ചാർട്ടിലേക്ക്

നോക്കിയാൽ, **C3 : വിപണി ചക്രങ്ങളെ ബഹുമാനിക്കുക,** നിങ്ങൾക്ക് കാണാൻ സാധിക്കും : വിശാലമായ വിപണിയുടെ മൂല്യനിർണ്ണയം ഒരു പുതിയ സെക്കുലർ ബുൾ മാർക്കറ്റ് ആരംഭിക്കുന്നതിന് മുമ്പ് പലപ്പോഴും 50%-ത്തിൽ കൂടുതൽ ഇടിഞ്ഞേക്കാം. എന്നാൽ വിപണിയിലെ തെറ്റായ വിലക്കുറവ് സാമ്പത്തിക പ്രതിസന്ധികളിൽ മാത്രമല്ല സംഭവിക്കുന്നത്; വ്യക്തിഗത നിക്ഷേപങ്ങളിലും സാധാരണ സമയത്തും ഇത് സംഭവിക്കാം. ഗ്രഹാം ജനറൽ ഇലക്ട്രിക് (GE)-ലെ വില മാറ്റങ്ങൾ ഉപയോഗിച്ചd ഈ പോയിന്റ് ചിത്രീകരിക്കുന്നു. ഞങ്ങൾ ആപ്പിൾ ഉപയോഗിക്കും, ഇന്നത്തെ ജനപ്രിയ സ്റ്റോക്ക്, വിപണിയിലെ വില വ്യതിയാനങ്ങൾ വിശദീകരിക്കാൻ.

2020 സെപ്റ്റംബർ 1 വരെ, ആപ്പിളിന് $2 ട്രില്യൺ മൂലധന വൽക്കരണ വിപണിയുണ്ട് – ലോകത്തിലെ ഏറ്റവും മൂല്യവത്തായ കമ്പനി. ആപ്പിളിന്റെ 2020-ലെ ആദ്യ എട്ട് മാസങ്ങളിലെ സ്റ്റോക്ക് $300-ൽ നിന്ന് $220-ലേക്കും, പിന്നീട് $460 വരെ ആയി.ബിസിനസ് പ്രവർത്തനങ്ങളിൽ കാര്യമായ മാറ്റങ്ങളൊന്നും വരുത്താതെ ആപ്പിളിന്റെ മൂല്യം ഒരു ട്രില്യൺ ഡോളറിലധികം ഉയർന്നത് എങ്ങനെയാണ്? യഥാർത്ഥത്തിൽ ആപ്പിളിന്റെ ബിസിനസ് ആദ്യം ചുരുങ്ങുകയും, പിന്നീട് ഇരട്ടിയാവുകയുമായിരുന്നോ അത്? ആപ്പിൾ ഇപ്പോഴും ധാരാളം ഐഫോണുകൾ വിൽക്കുന്നുണ്ടെങ്കിലും, യഥാർത്ഥത്തിൽ നിക്ഷേപകരെ ഞെട്ടിച്ച, മറ്റൊരു തകർപ്പൻ രംഗവും ബിസിനസ്സിൽ ഇല്ല (എന്നിരുന്നാലും ടിം കുക്ക് മികച്ച രീതിയിൽ കൈകാര്യം ചെയ്തു). ഉത്തരം :

വില (ഗ്രഹിച്ച മൂല്യം) ≠ മൂല്യം.

ബിസിനസ്സ് പ്രവർത്തനങ്ങൾ എല്ലാ ദിവസവും മാറുന്നില്ലെങ്കിലും, ഒരു ബിസിനസ്സിന്റെ സാധ്യതകളെക്കുറിച്ചുള്ള വിപണിയുടെ ധാരണ, വിപണി വികാരങ്ങളും ക്രമരഹിത ഘടകങ്ങളും ചേർന്ന് തട്ടിക്കൊണ്ടുപോകുകയും മാന്ത്രികർക്ക് അവസരങ്ങൾ സൃഷ്ടിക്കുകയും ചെയ്യും. ചക്രങ്ങളുടെ കൊടുമുടിയിലും തൊട്ടികളിലും മിസ്റ്റർ വിപണിയ്ക്ക് അത്യാഗ്രഹത്തിന്റെയും ഭയത്തിന്റെയും അങ്ങേയറ്റത്തെ വികാരങ്ങൾ അനുഭവപ്പെടാം. നിങ്ങൾക്ക് വിപണി ചില സമയങ്ങളിൽ യുക്തിരഹിതമായിരിക്കും എന്ന് അറിയാമെങ്കിൽ, നിങ്ങൾക്ക് മിസ്റ്റർ വിപണിയുമായി വ്യാപാരം നടത്താം.

മാർക്കറ്റ് – കുറച്ച് വാങ്ങുക, കൂടുതൽ വിൽക്കുക! വാറൻ ബഫറ്റ് പറയുന്നതുപോലെ : "മറ്റുള്ളവർ അത്യാഗ്രഹിയാകുമ്പോൾ ഭയപ്പെടുക, മറ്റുള്ളവർ ഭയപ്പെടുമ്പോൾ അത്യാഗ്രഹിയാകുക." വൈകാരിക അത്യാഗ്രഹവും ഭയവും പലപ്പോഴും ന്യായവിലയ്ക്കു മുകളിലും താഴെയുമുള്ള വിലയെ നിശ്ചയിക്കുന്നു. ശാന്തമായും വസ്തുനിഷ്ഠമായും തുടരുന്നതിലൂടെ, നിങ്ങൾക്ക് ഭയത്തിന്റെയും അത്യാഗ്രഹത്തിന്റെയും (ദീർഘകാല) ചക്രങ്ങൾ പ്രയോജനപ്പെടുത്തുവാൻ കഴിയും.

ജാക്ക് ബോഗ്ലെ, ഇൻഡെക്സ് നിക്ഷേപത്തിന്റെ ഗോഡ്ഫാദർ

ജാക്ക് ബോഗ്ലെ

നിക്ഷേപകനായ ജാക്ക് സി ബോഗ്ലെ ആയിരുന്നു വാൻഗാർഡ് ഗ്രൂപ്പിന്റെ സ്ഥാപകനും, സിഇഒയും ആദ്യത്തെ ഇൻഡക്സ് ഫണ്ട് സൃഷ്ടിച്ചതിന്റെ ബഹുമതിയും അദ്ദേഹത്തിനാണ്. ബോഗ്ലെ ഊഹക്കച്ചവടത്തിലുപരി നിക്ഷേപം പ്രസംഗിച്ചു, ദീർഘകാലം-ക്ഷമയെക്കാൾ ഹ്രസ്വകാല പ്രവർത്തനത്തെക്കുറിച്ചും, കൂടാതെ കഴിയുന്നത്ര ബ്രോക്കർ ഫീസ് കുറയ്ക്കുന്നതിനെക്കുറിച്ചും. 10 സി-കളിൽ ഭൂരിഭാഗവും അദ്ദേഹം പരിശീലിച്ചു. നിക്ഷേപത്തിൽ അദ്ദേഹത്തിന്റെ ഏറ്റവും പ്രധാനപ്പെട്ട മൂന്ന് തത്വങ്ങൾ ഇവയാണ്:

1. ***എല്ലായിടത്തും ചെലവ് പ്രധാനമാണ് :*** അദ്ദേഹത്തിന്റെ സൂത്രവാക്യം ലളിതമാണ് : "മൊത്തം വിപണി വരവ് സാമ്പത്തിക ഇന്റർമീഡിയറ്റിന്റെ തിരികെയുള്ള വരവിൽ

നിന്ന കുറയ്ക്കുന്നതാണ്." ദീർഘകാലാടിസ്ഥാനത്തിൽ ശരാശരി സ്റ്റോക്ക് മ്യൂച്വൽ ഫണ്ട് വരവ് 7% ആണ്. എല്ലാ ഫീസും കുറച്ചാൽ, ആകെയുള്ള മൊത്തവരവ് 4.5% ആയി കുറയുന്നു. "ചെലവുകൾക്ക് മുമ്പ് വിപണിയെ തോല്പിക്കുന്നത് പൂജ്യം തുകയുടെ കളിയാണെങ്കിൽ, ചെലവ് കുറച്ചതിനുശേഷം അത് ഒരു തോൽക്കുന്ന കളിയാണ്."

2. ***ഊഹക്കച്ചവടം എല്ലാവരെയും വേദനിപ്പിക്കുന്നു :*** ബോഗിളിന്റെ അഭിപ്രായത്തിൽ, വിപണി വ്യാപാരത്തിന്റെ ഏകദേശം 99.2% ഊഹക്കച്ചവടമാണ്, അതേസമയം നിക്ഷേപങ്ങളിൽ, സ്ഥാപനങ്ങളും വ്യക്തികളും സെക്കൻഡുകളല്ല, വർഷങ്ങളോളം സ്ഥാനങ്ങൾ വഹിക്കുന്നു. ഊഹക്കച്ചവടക്കാരെ തോല്പിക്കാൻ ശ്രമിക്കരുത്. നിക്ഷേപിക്കുക കമ്പനികളുടെ ആന്തരിക "എന്റർപ്രൈസ്" മൂല്യത്തിൽ കൂടാതെ അവയുടെ ലാഭ വിഹിതം കൊയ്യുക. പ്രതിനിധീകരിക്കാൻ കഴിയുന്ന കുറഞ്ഞ ചിലവ് സൂചിക ഫണ്ടുകൾ കണ്ടെത്തുക – നിക്ഷേപം അയച്ച ഉല്പന്നങ്ങളായ വലിയ കമ്പനി, നിർദ്ദിഷ്ട – രാജ്യം, വ്യവസായ-കേന്ദ്രീകൃത സൂചികകൾ പരീക്ഷിക്കുക.

അടിസ്ഥാന നിയമങ്ങൾ മാറുന്നില്ല. ഫണ്ട് മാനേജർമാർക്ക് നല്ല വർഷങ്ങൾ ഉണ്ടായേക്കാം, പക്ഷേ ഒടുവിൽ അവരുടെ വരുമാനം മാർക്കറ്റ് ശരാശരിയിലേക്ക് മടങ്ങുന്നു. കഴിഞ്ഞ വർഷത്തെ വരുമാനത്തിന്റെ അടിസ്ഥാനത്തിൽ നിക്ഷേപിക്കരുത്. വിപണിയിൽ എപ്പോഴും റിസ്ക് ഉണ്ട്; മാർക്കറ്റ് സമയം നോക്കി അത് വർദ്ധിപ്പിക്കാൻ ശ്രമിക്കരുത്. നിങ്ങൾക്ക് പ്രായമാകുമ്പോൾ, നിങ്ങളുടെ സ്റ്റോക്ക് അലോക്കേഷൻ ക്രമീകരിക്കുക - നിങ്ങളുടെ ഉടമസ്ഥതയിലുള്ള ബോണ്ടുകളുടെ ശതമാനം നിങ്ങളുടെ പ്രായവുമായി ഏകദേശം പൊരുത്തപ്പെടണം, ഇത് കാണിക്കുന്നത് ആളുകളുടെ റിസ്ക് എടുക്കാനുള്ള കഴിവ് അവർ പ്രായമാകുമ്പോൾ കുറയുന്നു എന്നാണ്.

നിങ്ങളുടെ മാർഗങ്ങൾ കണ്ടെത്തുക

വിപണികൾ ശരാശരിയിലേക്ക് മടങ്ങുന്നു – ഇത് അനിവാര്യമായ അനുമാനമാണ്, ഇത് വിപണിയുടെ വൈകാരിക ചക്രങ്ങളുടെ ഒരു പ്രധാന അനുമാനവും ഉപോല്പന്നവുമാണ്. വിലകൾ

ചിലപ്പോൾ ചാഞ്ചാടാം, പക്ഷേ ഒടുവിൽ യഥാർത്ഥ ശരാശരി മൂല്യത്തിലേക്ക് മടങ്ങുമെന്ന് ഈ സാമ്പത്തിക പദം വിശദീകരിക്കുന്നു. വിലക്കുറവുള്ള ആസ്തികൾ വാങ്ങുന്നതിലും വില മൂല്യവുമായിപൊരുത്തപ്പെടുമെന്ന്പ്രതീക്ഷിക്കുന്നതിലുംആശ്രയിക്കുന്ന മൂല്യ നിക്ഷേപത്തിന്റെ ഒരു കേന്ദ്ര തത്വമാണിത്. ദീർഘകാല വളർച്ചാ രേഖയ്ക്ക് മുകളിലേക്കും താഴേക്കും ചക്രം നീങ്ങുന്ന മുൻ അധ്യായത്തിലെ മാർക്സിന്റെ ഗ്രാഫിലും നിങ്ങൾക്ക് ഇത് കാണാൻ കഴിയും.

ബോബ് ഫാരെൽ

മെറിൽ ലിഞ്ച് & കമ്പനിയിലെ പ്രശസ്ത സാമ്പത്തിക ശാസ്ത്രജ്ഞനായ ബോബ് ഫാരെൽ വിശ്വസിക്കുന്നത് ചാഞ്ചാട്ടം വിപണിയുടെ സ്വാഭാവിക ഭാഗമാണെന്നാണ്. ഗ്രഹാമിന്റെ അടിസ്ഥാന വിശകലനത്തിൽ തുടങ്ങി, തന്റെ നിക്ഷേപ തീരുമാനങ്ങളെ നയിക്കാൻ മാർക്കറ്റ് സൈക്കോളജി വിശകലനം ചെയ്യാൻ സാങ്കേതിക വിശകലനം ഫാരെൽ ഉപയോഗിച്ചു. വിപണി യുക്തിസഹമായതിനേക്കാൾ യുക്തിരഹിതമാണെന്നും

പലപ്പോഴും ഒരു ദിശയിലോ മറ്റൊന്നിലോ അതിരുകടന്നതാണെന്നും അദ്ദേഹം നിരീക്ഷിച്ചു – അമിതമായി വിലയിരുത്തുന്നതിൽ നിന്ന് കുറഞ്ഞ മൂല്യത്തിലേക്ക്, തിരിച്ചും. കൂടാതെ, വികാരങ്ങളാൽ നയിക്കപ്പെടുന്ന വിപണിയിലെ ഉയർച്ച ശാശ്വതമായിരിക്കില്ലെങ്കിലും, പല നിക്ഷേപകരും തെറ്റായ സമയത്ത് വാങ്ങുകയോ വിൽക്കുകയോ ചെയ്യുന്ന തെറ്റ് ചെയ്യുന്നു – ഉദാഹരണത്തിന് FOMO ("നഷ്ടപ്പെടുമോ എന്ന ഭയം") കാരണം ഒരു ബുൾ മാർക്കറ്റിന്റെ മൂന്നാം ഘട്ടത്തിൽ വാങ്ങുന്നത് പോലെ. ചുരുക്കത്തിൽ, നിങ്ങൾ (നിങ്ങളുടെ വൈകാരിക സ്വഭാവം) നിങ്ങളുടെ ഏറ്റവും വലിയ ശത്രുവാണ്.

മാന്ത്രികന്മാർ വിപണി വികാരങ്ങളിൽ അകപ്പെടില്ല. പകരം, നിക്ഷേപകർ സ്വതന്ത്രമായി ചിന്തിക്കുകയും വിപണിയുടെ അമിത പ്രതികരണങ്ങൾ അവരുടെ നേട്ടത്തിനായി ഉപയോഗിക്കുകയും വേണം. ദീർഘകാലാടിസ്ഥാനത്തിൽ ആസ്തികൾ ഒടുവിൽ കൂടുതൽ കൃത്യവും "ശരിയായ" മൂല്യങ്ങളിലേക്ക് മടങ്ങും, എന്നാൽ ഹ്രസ്വകാലത്തിൽ, വൈകാരിക തെറ്റായ വിലനിർണ്ണയം വിജയിക്കും. നിക്ഷേപകർ അവരുടെ ചിന്തകൾ ശേഖരിക്കുമ്പോൾ, ചില സമർത്ഥരായ നിക്ഷേപകർ ആസ്തി വിലകളും മൂല്യങ്ങളും വാങ്ങാനോ വിൽക്കാനോ അവസരങ്ങൾ സൃഷ്ടിക്കുന്നതിന് പര്യാപ്തമായി വ്യതിചലിച്ചിട്ടുണ്ടെന്ന് തിരിച്ചറിയും. ഒടുവിൽ, വിപണി ശരിയായ വില നിർണ്ണയിക്കും.

BFF: വികാരവും ദീർഘകാല സൈക്കിളുകളും

2008-ൽ, 10 വർഷത്തിനുള്ളിൽ ഒരു മാർക്കറ്റ് ഇൻഡെക്സ് ഫണ്ടിനെ മറികടക്കാൻ കഴിയുന്ന ഏതൊരു സജീവ ഫണ്ട് മാനേജർക്കും ബഫറ്റ് 1 മില്യൺ ഡോളർ വാതുവച്ചു. പ്രൊട്ടേജ് പാർട്ണർമാർ എന്ന പേരിലുള്ള ഹെഡ്ജ് ഫണ്ട് അത്യാഗ്രഹം മൂലം ഈ നടപടി ഏറ്റെടുത്തു. 2015 ആയപ്പോഴേക്കും, അദ്ദേഹത്തിന്റെ സഹസ്ഥാപകനായ ടെഡ് സീഡ്സ് സൂചികയിൽ മോശം പ്രകടനം കാഴ്ചവച്ചതിനാൽ പരാജയം അംഗീകരിച്ചു. ചരിത്രം അത്ഭുതങ്ങളൊന്നും കാണിക്കുന്നില്ല. ദൽബാറിന്റെ 2017-ലെ പഠനത്തിൽ സജീവ നിക്ഷേപ ഫണ്ടാണ് എസ് ആൻഡ് പി 500 മാർക്കറ്റ് ഇൻഡക്സിൽ തുടർച്ചയായി മികച്ച പ്രകടനം കാഴ്ചവെക്കുന്നതെന്ന് കണ്ടെത്തി.

സജീവ നിക്ഷേപകർ പിന്നിലാണോ?

ഇക്വിറ്റി ഫണ്ട് *vs* എസ് & പി 500 പ്രകടനം, 31/12/2016-ൽ അവസാനിക്കുന്ന

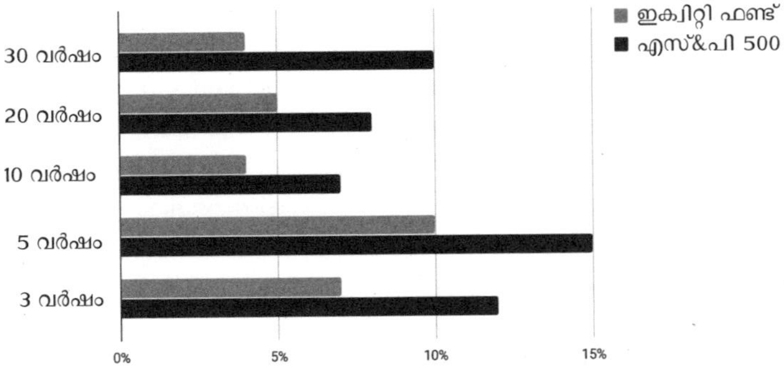

സമയ ചക്രവാളം പരിഗണിക്കാതെ തന്നെ, ഇക്വിറ്റി ഫണ്ടുകളുടെ റിട്ടേണുകൾ S&P 500 മാർജിനുകളേക്കാൾ വളരെ പിന്നിലാണ്. ഇത് സ്ഥിര വരുമാന ഫണ്ടുകൾക്കും അല്ലെങ്കിൽ നിഷ്ക്രിയ സൂചിക ഫണ്ട് നിക്ഷേപകർക്കും ബാധകമാണ്, അതുകൊണ്ടും കൂടിയാണ് ജാക്ക് ബോഗ്ലെ വാൻഗാർഡ് ഗ്രൂപ്പ് സ്ഥാപിച്ചത്. വിപണിയെ തോല്പിക്കുന്നതിൽ നിക്ഷേപകർ വളരെ മോശമാണോ?

നിക്ഷേപകരുടെ പ്രകടനത്തിലെ മൂന്ന് പ്രധാന ഘടകങ്ങളിലേയ്ക്കുള്ള ദീർഘ കാലതാമസത്തിന് ദൽബാർ കാരണമായി : മാനസിക ഘടകങ്ങൾ/വിപണി വികാരങ്ങൾ (50%), നിക്ഷേപത്തിനുള്ള മൂലധനത്തിന്റെ അഭാവം (25%), മറ്റ് ആവശ്യങ്ങൾക്ക് വേണ്ടിയുള്ള മൂലധനം (25%). നിങ്ങൾക്ക് കാണാനാകുന്നതുപോലെ, തെറ്റായ സമയങ്ങളിൽ വികാരങ്ങളെക്കൊണ്ട് തീരുമാനങ്ങൾ നിർദ്ദേശിക്കുന്നതിനും, മൂലധനം വിന്യസിക്കുന്നതിനുമുള്ള അനുവാദം നൽകിക്കൊണ്ട് പ്രാഥമിക പ്രശ്നം വൈകാരികതെറ്റുകളിലേക്കുംമൂലധനത്തിന്റെഅഭാവത്തിലേക്കും വരുന്നു. മറ്റൊരു വിധത്തിൽ പറഞ്ഞാൽ, ആളുകൾ അവരുടെ തന്നെ ഏറ്റവും വലിയ ശത്രുവാണ്. വിപണിയുടെ സമയം നിശ്ചയിക്കുകയെന്നത് തെറ്റായ ഒരു ആശയമാണെന്ന് കഴിഞ്ഞ അധ്യായത്തിൽ നിന്ന് നാം മനസ്സിലാക്കി, എന്നിരുന്നാലും വൈകാരിക ഘടകങ്ങൾ പലപ്പോഴും തെറ്റായ സമയങ്ങളിൽ നിക്ഷേപകരെ

വ്യാപാരം ചെയ്യാൻ പ്രേരിപ്പിക്കുന്നു. ജിമ്മെന്ന ഒരു ശരാശരി നിക്ഷേപകനെ നമുക്ക് സങ്കല്പിക്കാം. പകൽ 9-5 വരെയുള്ള ജോലി ചെയ്യുന്ന ജിം, 200,000 ഡോളർ അവന്റെ നിക്ഷേപ അക്കൗണ്ടിൽ ലാഭിച്ചിട്ടുണ്ട്.

പല കാരണങ്ങളാൽ വിപണി എക്കാലത്തെയും ഉയർന്ന നിലയിലാണ് (ഉദാ. കുറഞ്ഞ പലിശനിരക്ക്, നല്ല സമ്പദ് വ്യവസ്ഥ, മഹാമാരിയില്ല). ജിം കുറച്ചുകൂടി സ്റ്റോക്കുകൾ വാങ്ങി, അവ കൂടുതൽ ഉയർന്നു. ജിം സ്വയം മുതുകിൽ തട്ടി മികച്ച നിക്ഷേപം നടത്തിയതിന് സ്വയം അഭിനന്ദിക്കുകയും ചെയ്യുന്നു. അവൻ സ്വയം പറയുന്നു, "കൊള്ളാം, ഒരു മാസത്തിനുള്ളിൽ ഞാൻ മറ്റൊരു 10% ഉണ്ടാക്കി. ഇതെല്ലാമൊരു കുമിളയാണെന്ന് കരുതുന്ന ആളുകൾക്ക് എല്ലാം തെറ്റി. അതുകൊണ്ട് ഒരു തരത്തിലും ഈ വിപണി താഴില്ല. വാങ്ങാനും പിടിക്കാനും ഞാൻ ഇഷ്ടപ്പെടുന്നു!"

ഒരു സാമ്പത്തിക പ്രതിസന്ധി അനിവാര്യമായും ബാധിക്കുകയും ജിം തന്റെ ജീവിതകാലത്തെ 40% സമ്പാദ്യം ഇല്ലാതായി കാണുകയും ചെയ്യുമ്പോൾ, അവൻ സ്വയം പറയുന്നു : "ഓ, ദൈവമേ. ചില മോശം ഉപദേശങ്ങൾ കേട്ട് ദീർഘകാലത്തേക്ക് കൈവശം വെച്ചതിനാൽ എനിക്ക് 40% നഷ്ടപ്പെട്ടു. എനിക്ക് ഇനി അത് സഹിക്കാൻ കഴിയില്ല! അത് കൂടുതൽ വീണാലോ? "എനിക്ക് 60% ബാക്കി ഉള്ളിടത്തോളം, എന്റെ കുട്ടികളുടെ ട്യൂഷനും വിരമിക്കലും നടത്താൻ കഴിയുന്നതിന് മുമ്പ് പിൻവലിക്കുന്നതാണ് നല്ലത്. വിപണി തിരിച്ചുവരുമെന്ന് എനിക്ക് ഉറപ്പില്ല."

ശരാശരി നിക്ഷേപകനായ ജിം, വികാരങ്ങൾക്ക് എത്ര എളുപ്പമാണ് ശരിയായ വിധിനിർണ്ണയത്തിനു മുകളിൽ മൂടുപടലം തീർക്കാൻ സാധിക്കുന്നതെന്ന് കാണിക്കുന്നു. എല്ലാത്തിനുമുപരി, നമ്മൾ അദ്ദേഹത്തിന്റെ കൂട്ടിലെ മുട്ടകളെക്കുറിച്ചാണ് ഇവിടെ സംസാരിക്കുന്നത്. ഒരു ബുൾ മാർക്കറ്റിൽ, ജിം പറയുന്നത് ശരിയായിരിക്കാം, റാലി തുടർന്നേക്കാം; മാർക്കറ്റ് കൂടുതൽ ഇടിഞ്ഞു വീണ്ടും കുതിച്ചുയരുകയാണെങ്കിൽ നിങ്ങളുടെ ഓഹരികൾ വിൽക്കുന്നതും ശരിയായിരിക്കാം. ഇവിടെ പ്രശ്നം പലപ്പോഴും വികാരങ്ങൾ ആണ്, അത് സ്ഥാനങ്ങൾ യുക്തിസഹമാക്കുകയും നിക്ഷേപ ചിന്തയിൽ ആധിപത്യം സ്ഥാപിക്കുകയും ചെയ്യുന്നു. ഫലങ്ങൾ

ജിമ്മിന്റെ ഫ്ലിപ്പ്-ഫ്ലോപ്പ് തീരുമാനത്തെ ന്യായീകരിക്കുന്നില്ല, വൈകാരിക ചക്രങ്ങൾ അവൻ തന്റെ നിക്ഷേപങ്ങളെ സമീപിക്കുന്ന രീതി മാറ്റം കൊണ്ടുവരുന്നത് അനുവദിക്കരുത്.

വിപണി എല്ലായ്പ്പോഴും ഇതിലേക്ക് മടങ്ങുന്നുവെന്ന് വിദഗ്ദ്ധർ മനസ്സിലാക്കുന്നു; എല്ലാ നിക്ഷേപകരും വൈകാരിക തെറ്റുകൾക്ക് വിധേയരാണെന്നും അവർ തിരിച്ചറിയുന്നു. മനുഷ്യ സൈക്കോളജിയിൽ ഘടിപ്പിച്ചിട്ടുള്ള ക്ഷണികമായ പിഴവുകൾക്ക് **(അധ്യായം 10 : മനസ്സിനെ ശ്രദ്ധിക്കുക)**. വിപണി അമിതമാകുമ്പോൾ പരിഭ്രാന്തരാകരുത്, നിങ്ങൾ ആളുകളെ വൈകാരികമായി ഉപയോഗപ്പെടുത്താൻ കഴിയുന്ന അവസരങ്ങൾ കണ്ടെത്തണം.

സ്വതന്ത്രരായി തുടരേണ്ടതിന്റെ പ്രാധാന്യം മാന്ത്രികർക്ക് അറിയാം, മറ്റുള്ളവരുടെ ഉപദേശം അവർ എപ്പോഴും നിസ്സാരമായി കാണുന്നു, അവർ എത്ര വിശ്വാസയോഗ്യരാണെങ്കിലും. അന്വേഷണം നടത്താതെയുള്ള തീരുമാനങ്ങൾ എടുക്കരുത്. നിക്ഷേപ മാന്ത്രികർ ഒരു കൂട്ടത്തോടൊപ്പം ഓടുകയാണെങ്കിൽ, അവർ ബോധപൂർവ്വം അങ്ങനെ ചെയ്യുന്നു– ചത്ത മത്സ്യമാകരുത്! മറ്റുള്ളവർ നിക്ഷേപത്തിന്റെ വിലയെ തെറ്റിദ്ധരിക്കുമ്പോൾ, വിദഗ്ദ്ധർ വിപണിയിലെ കാര്യക്ഷമതയില്ലായ്മയെയും, വൈരുദ്ധ്യ വിളികളെയും കണ്ടെത്തി ലാഭം ഉണ്ടാക്കുന്നു,

അടുത്തതായി, **അധ്യായം 5 : മതത്തെ തേടുക** – എത്ര പ്രശസ്തരായ വിദഗ്ദ്ധരും അവരുടെ ആശയങ്ങൾക്കായി ഉയർന്ന ബോധ്യം എങ്ങനെ നേടുന്നു, എന്തിന് നിങ്ങളും അങ്ങനെ ചെയ്യണമെന്ന് നിങ്ങൾ മനസ്സിലാക്കും.

കല്പന അഞ്ച് :

മതത്തെ തേടുക

മറ്റാരെങ്കിലും നിങ്ങളോട് പറയുന്ന കാര്യങ്ങളിൽ അന്ധമായി നിക്ഷേപിക്കുകയെന്നത് ഒരു കുരങ്ങനോട് കണ്ണു കെട്ടിയ ഒരാളെ അടിക്കാൻ ആവശ്യപ്പെടുന്നതിന് തുല്യമാണ്. C3, C4 എന്നിവയിൽ നമ്മൾ മാർക്കറ്റ് സൈക്കിളുകളെയും വികാരങ്ങളെയും കുറിച്ച് സംസാരിച്ചു; അവ നിങ്ങളുടെ നിയന്ത്രണത്തിന് അതീതമാണ്, എന്നിരുന്നാലും നിങ്ങൾക്ക് അവയെ നിരീക്ഷിക്കാനും അവയോട് പ്രതികരിക്കാനും കഴിയും. **C5 : മതത്തെ തേടുക** എന്നത് ഏകദേശം വിപണിക്കെതിരെ നിങ്ങൾക്ക് നിയന്ത്രണവും മുൻതൂക്കവും നൽകുന്നതിനെക്കുറിച്ചാണ്. അത് നിങ്ങളുടേതായുള്ള പണം അപകടത്തിലാക്കുന്നതിന് മുമ്പ് എന്തെങ്കിലും ശക്തമായ ബോധ്യം തേടുന്നതിനെക്കുറിച്ചാണ്. മാന്ത്രികന്മാർ ഒരിക്കലും അർദ്ധഹൃദയത്തോടെയുള്ള നിക്ഷേപം നടത്തുന്നില്ല; അവർ ഭക്തരെപ്പോലെ തങ്ങളുടെ നിക്ഷേപത്തിൽ പൂർണ്ണ വിശ്വാസം അർപ്പിക്കുന്നു – ഒരു മതവിശ്വാസി എന്നപോലെ തന്നെ. സാമ്പത്തിക തിരിച്ചുവരവിന് നിരവധി മാർഗങ്ങളുണ്ടെങ്കിലും, എല്ലാ മാന്ത്രികർക്കും മതം കണ്ടെത്താൻ സഹായിക്കുന്നതിന് അവരുടേതായ ഒരു സംവിധാനമുണ്ട്, അത് ശരിയായ തീരുമാനങ്ങൾ എടുക്കുന്നുണ്ടെന്ന് അവർക്ക് ആത്മവിശ്വാസം നൽകുന്നു. “മതം” ഇല്ലെങ്കിൽ, നിങ്ങൾ ഒരു ഊഹക്കച്ചവടക്കാരൻ മാത്രമായിരിക്കും, ഒരിക്കലും വിപണിയിലെ ഒരു നിക്ഷേപകൻ ആകില്ല.

നിങ്ങളുടെ ഗൃഹപാഠം ചെയ്യുക

ജിം റോജേഴ്സും ജോർജ്ജ് സോറോസും കൂടി സഹകരിച്ച് 1970-

കൾക്കും 1980-കൾക്കുമിടയിൽ 4200% ക്വാണ്ടം ഫണ്ട് സൃഷ്ടിച്ചു വെന്നത് തീർത്തും യാദൃശ്ചികമല്ല. നിങ്ങൾക്ക് ഇത്തരത്തിലുള്ള വരുമാനം ലഭിക്കും, നിക്ഷേപ സാധ്യതകളെ വിശകലനം ചെയ്യുന്നതിന് വ്യവസ്ഥാപിതമായ ഒരു ഘടന നിങ്ങൾക്കുണ്ടെങ്കിൽ, മറിച്ച് നാണയം ഫ്ലിപ്പ്ചെയ്തുകൊണ്ടോ, നിങ്ങൾ പ്രതീക്ഷിക്കുന്നത് പോലെ വിപണി നിങ്ങൾക്ക് ചെയ്ത് തരുമെന്ന് പ്രതീക്ഷിച്ചുകൊണ്ടോ അല്ല. റോജേഴ്സ് ഒരിക്കൽ പറഞ്ഞു, "നിങ്ങൾ വാർഷിക റിപ്പോർട്ട് വായിച്ചാൽ, നിങ്ങൾ വാൾസ്ട്രീറ്റിലെ 90% ആളുകളെക്കാൾ കൂടുതൽ ചെയ്തുവെന്ന് നിങ്ങൾക്ക് മനസ്സിലാകും. നിങ്ങൾ വാർഷിക റിപ്പോർട്ടുകളെക്കുറിച്ച് ഒരു സ്പ്രെഡ്ഷീറ്റ് ഉണ്ടാക്കുകയാണെങ്കിൽ, നിങ്ങൾ 98%-ത്തിലധികം ചെയ്തുവെന്ന് പറയാം.

സോറോസും റോജേഴ്സും അടിസ്ഥാനപരമായ വിശകലനത്തിൽ നൈപുണ്യമുള്ളവരായിരുന്നു. വിപണി ചക്രങ്ങളും വികാരങ്ങളും അവർ മനസ്സിലാക്കിയിരുന്നു. അതിനപ്പുറം, നിക്ഷേപത്തെ ഒരു നിധി വേട്ട പോലെ പരിഗണിച്ച് അവർ ഒരു പടി മുന്നോട്ട് പോകുമായിരുന്നു - വിപണി നഷ്ടപ്പെടുത്തിയ സിഗ്നലുകളും അവസരങ്ങളും നോക്കിക്കൊണ്ട്. അവയുടെ പ്രകടനത്തിന് അടിവരയിടുകയെന്നത് മാക്രോ ട്രെൻഡുകൾ വിശകലനം ചെയ്തുകൊണ്ടും, സാധാരണ നിക്ഷേപകരുടെ പെരുമാറ്റം വിശകലനം

ജിം റോജേഴ്സ്

ചെയ്തുകൊണ്ടും, അവർക്കെതിരെ വ്യാപാരം നടത്തിക്കൊണ്ടു മൊക്കെയുള്ള ഒരു വ്യവസ്ഥാപിത രീതിയാണ്.

1960-കൾക്ക് ശേഷം ജപ്പാന്റെ സമ്പദ്‌വ്യവസ്ഥ ഉയരുന്ന തിന് മുമ്പ്, റോജേഴ്സ് ആയിരുന്നു അതിന്റെ സാധ്യതകൾ കണ്ട ആദ്യത്തെ അഗ്രകാമികളിൽ ഒരാൾ. 1990-കളിലെ "നഷ്ടപ്പെട്ട ദശകത്തിൽ" അമേരിക്കൻ സമ്പദ്‌വ്യവസ്ഥയ്ക്ക് പകരക്കാരനാ കാൻ സാധ്യതയുള്ള ഒരു രാജ്യമായിരുന്നു ജപ്പാൻ. അതൊരു വെല്ലുവിളിയായി മാറി. വളർന്നുവരുന്ന വിപണികളിൽ നിക്ഷേപി ക്കുന്നതിനുള്ള റോജേഴ്സിന്റെ അഭിനിവേശം മുഴുവൻ ഏഷ്യയി ലേക്കും, പ്രത്യേകിച്ച് ചൈനയിലേക്കും വ്യാപിച്ചു, കൂടാതെ അദ്ദേഹം തന്റെ കുടുംബത്തെ 2007-ൽ ന്യൂയോർക്കിൽ നിന്ന് സിംഗപ്പൂരിലേക്കു നീക്കി. റോജേഴ്സിന്റെ ഏഷ്യൻ വിപണികളിലുള്ള വിശ്വാസം വളരെ ശക്തമായിരുന്നു, അതുകൊണ്ടു തന്നെ അദ്ദേഹം ലോകം മുഴുവൻ കടന്നുപോയി ഒരു പുതിയ നഗരത്തിലും പരിസ്ഥി തിയിലും സ്ഥിരതാമസമാക്കാൻ തയ്യാറായി. ഈ ഒരു നീക്കം ഏഷ്യയിൽ അയാൾ നടത്താൻ പോകുന്ന ഏത് നിക്ഷേപത്തിലും തന്റെ വിശ്വാസം ശക്തിപ്പെടുത്താൻ അയാളെ അനുവദിച്ചു – വിപണികളും, സംസ്കാരങ്ങളും, ഉപഭോക്തൃ പെരുമാറ്റങ്ങളും വളരെ മികച്ച രീതിയിൽ മനസ്സിലാക്കാൻ സാധ്യമാകും എന്നതു കൊണ്ടുതന്നെ.

റോബിൻഹുഡിൽ ഇപ്പോൾ വ്യാപാരം നടത്തുന്ന നിരവധി തുടക്കക്കാരെക്കുറിച്ച് ചിന്തിക്കുക. ഏതാനും ബട്ടണുകൾ ക്ലിക്ക് ചെയ്താൽ ഒരു "നിക്ഷേപകൻ" ആകുന്നത് വളരെ എളുപ്പമാണ്, എന്നാൽ അവരിൽ എത്ര പേർ (വിപണി, കമ്പനി, ഉല്പന്നം, വരുമാന സാധ്യത എന്നിവയെക്കുറിച്ച്) സൂക്ഷ്മമായ വിശകലനം നടത്തി തങ്ങൾ ശരിയായ തീരുമാനമാണ് എടുത്തതെന്ന് ആത്മവിശ്വാസത്തോടെ നിങ്ങളോട് പറഞ്ഞിട്ടുണ്ട്? അല്ലെങ്കിൽ 2017-ലെ ബിറ്റ്കോയിൻ ഹൈപ്പിനെക്കുറിച്ച് ചിന്തിക്കുക, ഏകദേശം $19,000 എന്ന കൊടുമുടിയിൽ നിൽക്കുമ്പോൾ പലരും ക്രിപ്റ്റോകറൻസികൾ എങ്ങനെ പ്രവർത്തിക്കുന്നു എന്നു പോലുമറിയാതെ അവ വാങ്ങി. സാൻ, ടിം, ഒയ എന്നിവർ തങ്ങളുടെ സുഹൃത്തുക്കളിൽ നിന്ന് ധാരാളം കഥകൾ കേട്ടിട്ടുണ്ടാകും, അവർ എന്തിലാണ് നിക്ഷേപിക്കുന്നതെന്ന് അറിയാതെ വലിയ പന്തയങ്ങൾ വെച്ച് പണം നഷ്ടപ്പെട്ടുവെന്ന്.

നിങ്ങളുടെ ഗൃഹപാഠം ചെയ്യുക—നിക്ഷേപകരുടെ അടിസ്ഥാനകാര്യങ്ങൾ

ഗൃഹപാഠം ചെയ്യുന്നില്ലെങ്കിൽ, നിങ്ങൾ എല്ലായ്പ്പോഴും ഒരു കാഴ്ച്ചക്കാരനായിരിക്കും. നിങ്ങളുടേതായ നിക്ഷേപ വിശകലന രീതി സൃഷ്ടിക്കുന്നതിലൂടെയും കാലക്രമേണ അത് പരീക്ഷിക്കുന്നതിലൂടെയും, നിങ്ങളുടെ സിസ്റ്റത്തിൽ ക്രമേണ ആത്മവിശ്വാസം വളർത്തിയെടുക്കാനും അടുത്ത പത്ത് സാധ്യതയുള്ള നിക്ഷേപകരെ കണ്ടെത്താനും കഴിയും.

എണ്ണിയാലൊടുങ്ങാത്ത നിക്ഷേപകർ പുസ്തകത്തിന് ശേഷം പുസ്തകങ്ങൾ രചിച്ചിട്ടുണ്ട്, മറ്റ് നിക്ഷേപകരെ എങ്ങനെ നിക്ഷേപം വിശകലനം ചെയ്യാമെന്ന് അവ പഠിപ്പിക്കുന്നു. നിക്ഷേപങ്ങൾ വിശകലനം ചെയ്യുമ്പോൾ നിങ്ങൾക്ക് കാണാൻ കഴിയുന്ന ഗുണങ്ങളുടെ അനന്തമായ ഒരു പട്ടികയും ഉണ്ട്–വാസ്തവത്തിൽ അവയെല്ലാം ഒരു പുസ്തകത്തിൽ ഉൾപ്പെടുത്തുന്നത് അസാധ്യമാണ്. എന്നിരുന്നാലും, മതത്തെ തേടുന്നതും, നിങ്ങളുടെ ഗൃഹപാഠം ചെയ്യുന്ന പ്രക്രിയയും, ശരിക്കും യഥാർത്ഥത്തിൽ രണ്ട് കാര്യങ്ങൾ മനസ്സിലാക്കുന്നതിലേക്ക് വരുന്നു: (1) ഗുണപരവും (2) നിങ്ങളുടെ നിക്ഷേപത്തിന്റെ (അളവ്) മൂല്യനിർണ്ണയം. ഇവ രണ്ടും വിശകലനം ചെയ്യുന്നതിലൂടെ, ഒരു നിക്ഷേപത്തിന്റെ സാധ്യതയുള്ള വരുമാനവും അതിൽ നിക്ഷേപിക്കാനുള്ള ന്യായമായ വിലയും കണ്ടെത്താൻ ആവശ്യമായ ഉപകരണങ്ങളും നിങ്ങൾക്ക് സജ്ജീകരിച്ചിരിക്കുന്നു.

ഗുണപരമായ വിശകലനം

പേര് സൂചിപ്പിക്കുന്നത് പോലെ, കച്ചവടത്തിന്റെ ആകർഷകമായ സവിശേഷതകൾ കണ്ടെത്തുക എന്നതാണ് ഗുണപരമായ വിശകലനത്തിൽ ഗെയിമിന്റെ പേര്. ഒരു നിക്ഷേപകനെന്ന നിലയിൽ, അവരുടെ ടോപ്പ് ലൈൻ വരുമാനം സുസ്ഥിരമായി വളർത്താനും, അടിത്തട്ടിലെ അറ്റാദായം പരമാവധി വർദ്ധിക്കുമ്പോൾ തന്നെ അവരുടെ ചെലവുകൾ നിയന്ത്രിക്കാനും കഴിയുന്ന ബിസിനസ്സ് മോഡലുകളുമായി നിക്ഷേപം കണ്ടെത്താൻ നിങ്ങൾ ആഗ്രഹിക്കും. ഓരോ തരത്തിലുള്ള നിക്ഷേപത്തിനും, നിങ്ങൾക്ക് ചിന്തിക്കാനും വിശകലനം ചെയ്യാനും കഴിയുന്ന നിരവധി കാര്യങ്ങൾ നിങ്ങൾ ഉടൻ കണ്ടെത്തും. എന്നിരുന്നാലും,

ശക്തമായ ഒരു ബ്രാൻഡ്, നല്ല വിതരണ ചാനലുകൾ, സാങ്കേതിക നേട്ടങ്ങൾ എന്നിങ്ങനെ നിക്ഷേപകർ പലപ്പോഴും വിലമതിക്കുന്ന നിരവധി ഗുണങ്ങളുണ്ട്. ഈ ഗുണങ്ങൾ ഒരു നിക്ഷേപത്തിന് അറിയപ്പെടുന്ന ഒരു "മത്സര നേട്ടം" നൽകുന്നു, ഇത് ഒരു കമ്പനിയെയോ നിക്ഷേപത്തെയോ വളരാനും ഉയർന്ന വരുമാനവും ലാഭവും സൃഷ്ടിക്കാനും എളുപ്പമാക്കുന്നു.

വളരെയധികം ഇഷ്ടപ്പെടുന്ന ഒരു സിഗ്നേച്ചർ ഗുണം കിടങ്ങ് (പ്രവേശന തടസ്സം) എന്നറിയപ്പെടുന്നു. ഒരു കിടങ്ങ്, പേറ്റന്റ് പരിരക്ഷ, ബ്രാൻഡ് നാമം, സമ്പദ്‌വ്യവസ്ഥ അല്ലെങ്കിൽ നെറ്റ് വർക്ക് ഇഫക്റ്റുകൾ എന്നിവയായി വരാം, മാത്രമല്ല മത്സരത്തെ ഭയപ്പെടുകയും ചെയ്യാം. ആമസോണിന്റെ ശക്തമായ ഡെലിവറി ബന്ധങ്ങളെയും ഉല്പന്ന ഓഫറുകളെയും കുറിച്ച് ചിന്തിക്കുക, ഇത് എതിരാളികൾക്ക് നന്നായി പകർത്താൻ കഴിയില്ല. ഫേസ്ബുക്കിന്റെ 2.7 ബില്യൺ ഉപഭോക്തൃ അടിത്തറയെക്കുറിച്ച് ചിന്തിക്കുക; ഏതൊരു പുതിയ സോഷ്യൽ നെറ്റ് വർക്കിംഗ് സൈറ്റിനും സ്ഥാപിതമായ ഫെയ്സ് ബുക്ക് നെറ്റ് വർക്കിംഗ് സൈറ്റിന്എതിരെമത്സരിക്കാൻബുദ്ധിമുട്ടായിരിക്കും.ആപ്പിളിനെ ക്കുറിച്ചും ഐഒഎസ് ഇക്കോസിസ്റ്റത്തെക്കുറിച്ചും ചിന്തിക്കുക; ഐ ക്ലൗഡും/ഐ മെസ്സേജും കൂടാതെ മറ്റെല്ലാ പ്രവർത്തനങ്ങളും ഉപയോക്താക്കൾക്ക് പ്ലാറ്റ്ഫോമുകൾ മാറുന്നത് മിക്കവാറും അസാധ്യമാക്കുന്നു. മോറ്റ് നിക്ഷേപങ്ങളെ അപകടസാധ്യത കുറയ്ക്കുകയും വരുമാനത്തിനും വരുമാന വളർച്ചയ്ക്കും കൂടുതൽ സാധ്യത സൃഷ്ടിക്കുകയും ചെയ്യുന്നു.

ചുരുക്കത്തിൽ, നിങ്ങൾ നല്ല ഗുണങ്ങളുള്ള നിക്ഷേപ ങ്ങൾക്കായി തിരയുന്നു (അതായത്, മത്സര നേട്ടം, ബ്രാൻഡ്). നിക്ഷേപ മന്ത്രവാദികൾ അവരുടെ നിക്ഷേപത്തിൽ തേടുന്ന ചില യോഗ്യതകൾക്ക് ഉദാഹരണമായ മറ്റൊരു സൈഡ്ബാർ ആന്റണി ബോൾട്ടനുണ്ട്. ഗുണനിലവാരമുള്ള ഒരു നിക്ഷേപം ദീർഘകാലാടിസ്ഥാനത്തിൽ നന്നായി പ്രവർത്തിക്കും, മാത്രമല്ല ഓരോ നിമിഷവും അതിന്റെ വിപണി വില നോക്കേണ്ട ആവശ്യമില്ല.

ക്വാണ്ടിറ്റേറ്റീവ് അനാലിസിസ്

ക്വാണ്ടിറ്റേറ്റീവ് വിശകലനത്തിന് നിങ്ങൾക്ക് വേണ്ടി ചെയ്യാൻ

കഴിയുന്ന ഏറ്റവും പ്രധാനപ്പെട്ട ജോലികളിൽ ഒന്ന് എന്ന് പറയുന്നത് മൂല്യനിർണ്ണയം ആണ് – നിങ്ങൾ ഒരു നിക്ഷേപം നേടേണ്ട ന്യായമായ മൂല്യത്തിന്റെ പരിധി നിർണ്ണയിക്കുന്നതിന്. ഒരു നിക്ഷേപത്തിന്റെ സാമ്പത്തിക ആരോഗ്യം മനസ്സിലാക്കുന്നതിനും അത് എത്രമാത്രം വിലയേറിയതാണെന്ന് അളക്കുന്നതിനും ബന്ധപ്പെട്ട സംഖ്യകൾ – സാമ്പത്തിക പ്രസ്താവനകൾ, വരുമാന വളർച്ച, സജീവ ഉപഭോക്താക്കളുടെ എണ്ണം, വിറ്റ ഉല്പന്നങ്ങളുടെ യൂണിറ്റുകൾ മുതലായവയുടെ പരിശോധനയോടെയാണ് ഗുണപരമായ വിശകലനം ആരംഭിക്കുന്നത്. ഇനി പ്പറയുന്ന ലിസ്റ്റ് മൂന്ന് സാമ്പത്തിക പ്രസ്താവനകൾക്കായി ഒരു ചെറിയ ആമുഖം നൽകുന്നു (അവിടെയുള്ള ഏതെങ്കിലും ബിസിനസ്സ് വിശകലനം ചെയ്യുന്നതിന് ഉപയോഗപ്രദമാണ്) :

1. **ബാലൻസ്ഷീറ്റുകൾ** കമ്പനിയുടെസാമ്പത്തികവ്യവസ്ഥയ്ക്ക്ഒരു സ്നാപ്പ്ഷോട്ട് നൽകുന്നു. ഏതൊക്കെ ആസ്തികൾ വേഗത്തിൽ പണമാക്കി മാറ്റാം, കമ്പനി എത്ര പണം കടപ്പെട്ടിരിക്കുന്നു, അതിന്റെ അറ്റ മൂല്യം എന്നിവ ഇത് കാണിക്കുന്നു. നിങ്ങൾ കമ്പനിയുടെ പണലഭ്യത കണ്ടെത്തും, ഇത് ചക്രങ്ങളെ ചെറുക്കാനുള്ള വഴക്കം നൽകുന്നു. സമ്പദ്വ്യവസ്ഥയിൽ നിക്ഷേപിക്കുക, ഓഹരി ഉടമകൾക്ക് ലാഭവിഹിതം നൽകുക, സ്റ്റോക്ക് തിരികെ വാങ്ങുക, ഭാവി അവസരങ്ങൾ പ്രയോജനപ്പെടുത്തുക.ഒരുനല്ലകമ്പനിക്കോനിക്ഷേപത്തിനോഅതിന്റെ ഭാവി നിക്ഷേപ ആവശ്യങ്ങളും അവഗണനകളും നിറവേറ്റുന്നതിന് ശക്തമായ ബാലൻസ് ഷീറ്റ് ഉണ്ടായിരിക്കും.കമ്പനിക്ക് താങ്ങാൻ കഴിയുന്നതിനേക്കാൾ കൂടുതൽ കടമുണ്ടെങ്കിൽ വേണ്ടായെന്നു വെയ്ക്കുക.
2. **ആദായ പ്രസ്താവനകൾ** പറയുന്നു ഒരു നിശ്ചിത കാലയളവിൽ ഒരു കമ്പനി എത്ര പണം എടുക്കുകയും ചെലവഴിക്കുകയും ചെയ്യുന്നുവെന്ന്. ഒരു കമ്പനിക്ക് ശക്തമായ ബാലൻസ് ഷീറ്റ് ഉണ്ടെങ്കിൽ, വരുമാന പ്രസ്താവനയെ ഘടകങ്ങളായി വിഭജിക്കാനുംവളർച്ചാപ്രവണതകൾവിശകലനംചെയ്യാനും നിങ്ങൾ ആഗ്രഹിക്കും. ചെലവുകൾ ശ്രദ്ധാപൂർവ്വം നിയന്ത്രിക്കുമ്പോൾ വരുമാനം, മാർജിൻ എന്നിവ ക്രമാനുഗതമായി വർദ്ധിക്കുകയും ചെയ്യും അങ്ങനെയാകുമ്പോൾ ഇത് ഒരു നല്ല സൂചനയാണ്.

3. **ക്യാഷ് ഫ്ലോ സ്റ്റേറ്റ്മെന്റുകൾ** ഒരു കമ്പനിയിൽ പ്രവേശിക്കുകയോ പുറത്തു പോകുകയോ ചെയ്യുന്ന പണം (പണത്തിന് തുല്യമായവകളും) കാണിക്കുന്നു. ഒരു കമ്പനി യഥാർത്ഥത്തിൽഎത്രമാത്രംപണംസൃഷ്ടിക്കുന്നുവെന്ന്അവപ്രതിഫലിപ്പിക്കുന്നു – കടബാധ്യതകളും മറ്റ് ചെലവുകളും നിറവേറ്റുന്നതിനായി കമ്പനിയിലേക്കും പുറത്തേക്കും ഒഴുകുന്ന പണം.

അളവിന് മുമ്പുള്ള ഗുണനിലവാരം

ഷാർക്ക് ടാങ്ക്-ന്റെ ഒരു എപ്പിസോഡ് കാണുക, ഒരു നിക്ഷേപകന് ഒരു ബിസിനസ്സിനെക്കുറിച്ച് എത്ര വ്യത്യസ്ത രീതിയിൽ ചിന്തിക്കാൻ കഴിയുമെന്ന് നിങ്ങൾക്കറിയാം. ഒരു സ്റ്റാർട്ടപ്പ് വേഗത്തിൽ വളർന്നേക്കാം, പക്ഷേ ധാരാളം പണം സുസ്ഥിരമായി നഷ്ടപ്പെട്ടേക്കാം. മാനേജ്മെന്റ് അക്കൗണ്ടിംഗ് സ്റ്റാൻഡേർഡുകളിൽ കൃത്രിമം കാണിച്ചേക്കാം. അത്ഭുതകരമായ നിക്ഷേപങ്ങൾ നിങ്ങൾക്ക് ചുറ്റും ഉണ്ട്; ധാരാളം മോശം നിക്ഷേപങ്ങളുമുണ്ട്. മികച്ചനിക്ഷേപകർഎല്ലാംഏറ്റവും"ചൂടുള്ള"ആശയങ്ങളെക്കുറിച്ച് വിമർശനാത്മകമായി ചിന്തിക്കുകയും നല്ല ബിസിനസ്സുകൾ വളർത്താൻ അവരുടെ പണം നീക്കിവെയ്ക്കുകയും ചെയ്യുന്നു.

കാത്തി സൂ

C1 : സ്വയം അറിയുകയിൽ ഞങ്ങൾ അവതരിപ്പിച്ച വെഞ്ച്വർ ക്യാപിറ്റലിന്റെ രാജ്ഞിയായ കാത്തി സൂ, 2005-ൽ ക്യാപിറ്റൽ ടുഡേ, സ്ഥാപിതമായതിനുശേഷം 80 കമ്പനികളിൽ നിക്ഷേപം നടത്തിയിട്ടുണ്ട്. അതിൽ 17 കമ്പനികൾ ഒന്നിലധികം യൂണി കോണുകൾ ഉൾപ്പെടെ ചൈനയിലെ ഒന്നാം നമ്പർ ബ്രാൻഡായി മാറി (ഒരു ബില്യൺ ഡോളറിലധികം മൂല്യമുള്ള സ്വകാര്യ കമ്പനികൾ). അവളുടെ തുടർ വിജയം കേവലം ഭാഗ്യമാകില്ല.

ജെ.ഡി ഡോട്ട് കോം-ന്റെ സ്ഥാപകൻ ലിയു ക്വിയാങ് ഡോങ്ങുമായി ആദ്യ മീറ്റിംഗിൽ നാലു മണിക്കൂർ സംസാരിച്ചതിന് ശേഷം, സൂ ഒരു നിക്ഷേപം നടത്തി, അതിനുശേഷം അവളുടെ യഥാർത്ഥ $18 മില്യൺ ഓഹരി $2.6 ബില്യൺ ആയി, അതായത്, 145 മടങ്ങ് റിട്ടേൺ 10 വർഷത്തിനുള്ളിൽ. ഉപഭോക്തൃ വിപണിയിലെ തങ്ങളുടെ വൈദഗ്ധ്യം കൂടുതൽ മെച്ചപ്പെടുത്തുന്ന തിനായി, സൂവും സംഘവും ചെറിയ പട്ടണങ്ങളിലെ കുടുംബങ്ങ ളോടൊപ്പം താമസിച്ചു. കുറഞ്ഞ വരുമാനമുള്ള ഉപഭോക്താക്കൾക്ക് താങ്ങാവുന്ന വിലയിൽ സാധനങ്ങൾ വിൽക്കുന്നതിൽ ഓൺ ലൈൻ ഇ-കൊമേഴ്സ് കമ്പനികൾ ഓഫ്‌ലൈൻ കമ്പനികളെ എങ്ങനെ വേഗത്തിൽ മറികടക്കുന്നുവെന്ന് മനസ്സിലാക്കാൻ ഇത് അവരെ സഹായിച്ചു. റ്റാവോബാവോ, ജെഡി, പിൻഗ്ഡ്യുവോ ഡ്യുവോ തുടങ്ങിയ ഇ-കൊമേഴ്സ് കമ്പനികൾ വളർന്നു കൊണ്ടി രിക്കുമെന്ന് അദ്ദേഹം നിഗമനം ചെയ്തു, ഇപ്പോൾ ഉപഭോക്തൃ ശീലങ്ങളെയും സൂപ്പർ പ്ലാറ്റ്ഫോമുകളെയും കുറിച്ചുള്ള തന്റെ അറിവ് ഉപയോഗിച്ച് അവരുടെ മേഖലയിൽ ഒന്നാം നമ്പർ ബ്രാൻഡായി മാറാൻ കഴിയുന്ന മറ്റ് കമ്പനികളെ നിരന്തരം തിരയുന്നു.

സാധാരണ നിക്ഷേപകർക്ക് അറിയാവുന്നതിലും അപ്പുറമുള്ള കാര്യങ്ങൾ മനസ്സിലാക്കാൻ സൂവിന്റെ ഗവേഷണ പ്രക്രിയ സഹായിക്കുന്നു. ഒരു മികച്ച ബിസിനസ്സ് ആശയവും മികച്ച മാനേജരും തമ്മിൽ, അതിലും പ്രധാനം എന്താണെന്ന് ചോദിച്ച പ്പോൾ, ഒരു ബിസിനസ്സ് ആശയം രണ്ടും പ്രധാനമാണെങ്കിലും വിജയിക്കുമെന്ന് സൂ സമ്മതിക്കുന്നു. അവൾ ഇഷ്ടപ്പെടുന്ന ഒരു ഗുണം സൂപ്പർ പ്ലാറ്റ്ഫോമാണ് – വിചാറ്റ് അല്ലെങ്കിൽ മെയ്റ്റുവാൻ/ ദിയാൻപിൻ പോലുള്ള ഒരു ആപ്ലിക്കേഷൻ ഇക്കോസിസ്റ്റം നിരവധി സേവനങ്ങൾ നൽകുകയും അതിന്റെ ഉപയോക്താക്കളെ വിശ്വസ്തതയോടെ നിലനിർത്തുകയും ചെയ്യുന്നു. സൂപ്പർ പ്ലാറ്റ്ഫോം

ഒരു കിടങ്ങ് പോലെ പ്രവർത്തിക്കുന്നു (അവസാന സൈഡ്ബാറിലെ "പ്രവേശന തടസ്സങ്ങളെക്കുറിച്ചുള്ള" ചർച്ച കാണുക) ഇത് കമ്പനികളെ സുസ്ഥിരമായി വളരാൻ അനുവദിക്കുന്നു.

ഏറ്റവും പ്രധാനമായി, ഒരു ബിസിനസ്സിന്റെ ക്വാളിറ്റേറ്റീവ് വശം വിശകലനം ചെയ്യുന്നതിനുള്ള അഭിനിവേശം സൂവിനുണ്ട് – പ്രത്യേകിച്ചും അവരുടെ ഇടത്തിലെ ഒന്നാം നമ്പർ ബ്രാൻഡായി മാറാൻ ഇത് ആവശ്യമാണ്. ബിസിനസ്സ് മോഡലുകൾ, കമ്പനി മാനേജ്മെന്റ്, മത്സര അന്തരീക്ഷം, ഉപഭോക്തൃ മനഃശാസ്ത്രം, മറ്റ് നിരവധി ഘടകങ്ങൾ എന്നിവയെക്കുറിച്ചുള്ള നല്ല ഗുണപരമായ ധാരണയോടെ, സൂവും സംഘവും വാഗ്ദാനമായ ബിസിനസ്സ് അവസരങ്ങൾ തിരിച്ചറിയുകയും നിക്ഷേപത്തിന് ശരിയായതോ ന്യായമായതോ ആയ വില നിർണ്ണയിക്കുന്നതിന് അടുത്ത ഘട്ടത്തിലേക്ക് – അളവ് വിശകലനത്തിലേക്കും മൂല്യനിർണ്ണയത്തിലേക്കും – നീങ്ങുകയും ചെയ്യുന്നു.

ഷോപ്പിഫൈ, ഹ്യൂട്ട്സ്യൂട്ട്, റോവർ, ഡിസയർ 2 ലേൺ, ഹോപ്പർ, ഡക്ക്ഡക്ക്ഗോ, വാട്ട്പാഡ്, ടച്ച് ബിസ്ട്രോ, ലീഗ് എന്നിവയുൾപ്പെടെ വടക്കേ അമേരിക്കയിലുടനീളമുള്ള 40-ലധികം ടെക്നോളജി കമ്പനികളിൽ 500 മില്യൺ ഡോളർ മൂലധന നിക്ഷേപത്തിന് നേതൃത്വം നൽകിയ ഒമേർസ് വെഞ്ച്വേഴ്സിന്റെ സ്ഥാപകനാണ് ജോൺ റഫലോ. റൂഫോളോയുടെ സഹ കനേഡിയൻ നിക്ഷേപകയായ ഇവാ ലോ കാനഡയിലെയും നോർത്ത് ആമേർസീക്ക് റിലിജിയനിലെയും ഏറ്റവും അറിയപ്പെടുന്ന സംരംഭകരിൽ ഒരാളാണ്. അവരും ഭർത്താവ് അലൻ ലോയും വാട്ട്പാഡിനായി 118 മില്യൺ ഡോളർ സമാഹരിക്കുകയും പതിനായിരക്കണക്കിന് ഉപയോക്താക്കളുള്ള ഒരു ആഗോള മാധ്യമ സെൻസേഷനായി സ്റ്റാർട്ടപ്പിനെ മാറ്റുകയും ചെയ്തു. ടൊറന്റോ ആസ്ഥാനമായി പ്രവർത്തിക്കുന്ന ടു സ്മോൾ ഫിഷ് എന്ന മുൻനിര പ്രാരംഭ ഘട്ട സംരംഭ ഫണ്ട് ലോ ഇപ്പോൾ നടത്തുന്നു.

700 ദശലക്ഷം ഡോളർ മാനേജ്മെന്റിന് കീഴിലുള്ള എസ്ഒഎസ്വി-യുടെ ജനറൽ പാർട്ണറായ വില്യം ബാവോബീനും അതിന്റെ അനുബന്ധ സ്ഥാപനങ്ങളായ ചിൻ ആക്സിലറേറ്ററും എംഒഎക്സും ലോകത്തിലെ ഏറ്റവും സജീവമായ പ്രാരംഭ ഘട്ട സംരംഭ നിക്ഷേപകരിൽ ഉൾപ്പെടുന്നു. അവരെല്ലാം തങ്ങളുടെ 10,000 മണിക്കൂറിലധികം ചെലവഴിച്ച് ഐടി ഉൾപ്പെടെയുള്ള

സാങ്കേതിക നിക്ഷേപത്തിൽ മാന്ത്രികത നേടുകയും അവരുടെ ശ്രമങ്ങൾക്ക് കാണിക്കാൻ വലിയ വരുമാനം നേടുകയും ചെയ്യുന്നു. അവരുടെ ആഴത്തിലുള്ള അഭിമുഖങ്ങൾ (പോഡ്കാസ്റ്റുകൾ, യൂട്യൂബ്) https://wizards.institute/ എന്നിവയിൽ കാണാം. ഈ സൂപ്പർസ്റ്റാറുകൾ 10 സി-കൾ എങ്ങനെ പ്രയോഗിക്കുന്നുവെന്ന് കേൾക്കാൻ ഞങ്ങൾ നിങ്ങളെ പ്രോത്സാഹിപ്പിക്കുന്നു.

ആന്റണി ബോൾട്ടൺന്റെ ക്വാളിറ്റി ചെക്ക് ലിസ്റ്റ്

ആന്റണി ബോൾട്ടൺ

ഇതിഹാസ യുകെ ഫണ്ട് മാനേജരും നിക്ഷേപ വിദഗ്ധനുമായ ആന്റണി ബോൾട്ടൺ 28 വർഷമായി ഫിഡലിറ്റി സ്പെഷ്യൽ സിറ്റുവേഷൻസ് ഫണ്ട് കൈകാര്യം ചെയ്തു. ഈ 28 വർഷത്തെ കാലയളവിൽ, ഫണ്ട് 19.5% വാർഷിക വളർച്ച കൈവരിച്ചു, ഇത് വിശാലമായ സ്റ്റോക്ക് എക്സ്ചേഞ്ചിന്റെ 13.5% വളർച്ചയേക്കാൾ വളരെ കൂടുതലാണ്, 1,000 പൗണ്ട് നിക്ഷേപം 147,000 പൗണ്ടാക്കി (1979 മുതൽ 2007 വരെ) മാറ്റി.

1. പൊതുവായ പോയിന്റുകൾ

- നിങ്ങളുടെ ബിസിനസ്സ് മോഡൽ എന്താണ്?
- നിയമനിർമ്മാണത്തിലെ മാറ്റങ്ങൾക്ക് നിങ്ങൾ ഇരയാകുമോ?

- നിങ്ങളുടെ ഡിസ്ട്രിബ്യൂഷൻ ചാനലുകളുടെ ശക്തിയും, ദൗർബല്യവും എന്തൊക്കെയാണ്?
- നിങ്ങളുടെ ഉല്പന്നങ്ങൾ അവരുടെ മത്സരക്ഷമത എങ്ങനെ നിലനിർത്തുന്നു?

2. ഒരു കമ്പനിയുടെ ഫ്രാഞ്ചൈസിയുടെ ശക്തി

- നിങ്ങളുടെ കമ്പനിയുടെ വിപണി എത്രത്തോളം കേന്ദ്രീകരിച്ചിരിക്കുന്നു?
- ഒരു പുതിയ എതിരാളി നിങ്ങളുടെ വിപണിയിൽ പ്രവേശിക്കുന്നത് എത്ര എളുപ്പമാണ്?
- നിങ്ങളുടെ കമ്പനി നിങ്ങളുടെ എതിരാളികൾ/വിതരണക്കാർ/ഉപഭോക്താക്കൾ എന്നിവരുമായി താരതമ്യം ചെയ്യുമ്പോൾ എത്ര വലുതാണ്?
- നിങ്ങൾക്ക് കേന്ദ്രീകൃതമോ, വൈവിധ്യമാർന്നതോ ആയ ഉപയോക്താക്കളും കസ്റ്റമർമാരും ഉണ്ടോ?
- നിങ്ങളുടെ വിലനിർണ്ണയ ശേഷി എന്താണ്?

3. സുസ്ഥിരത

- 10 വർഷത്തിനുള്ളിൽ കമ്പനി എവിടെയായിരിക്കുമെന്ന് നിങ്ങൾ മുൻകൂട്ടി കാണുന്നു?
- അത് ഇന്നത്തേതിനേക്കാൾ കൂടുതൽ മൂല്യമുള്ളതാകുമോ?
- നിങ്ങളുടെ വ്യാപാരമുദ്രകൾ/പാറ്റ് എൻടിഎസ്/കുത്തക സാങ്കേതികവിദ്യയുടെ സുസ്ഥിരത എന്താണ്?
- ഏത് ഭാവി ഭീഷണികളാണ് നിങ്ങൾ പ്രവചിക്കുന്നത് (കുറഞ്ഞത് നിങ്ങളുടെ എതിരാളികളിൽ നിന്നല്ല)?

4. സാമ്പത്തിക കണക്കുകൾ

- പണ ഉല്പാദനവും വളർച്ചയും എങ്ങനെ സന്തുലിതമാക്കാം?
- നിങ്ങളുടെ ബിസിനസ്സ് സൃഷ്ടിക്കുന്ന പണം കൊണ്ട് നിങ്ങൾക്ക് വളരാൻ കഴിയുമോ?
- നിങ്ങളുടെ ക്യാഷ്-ഓൺ-ക്യാഷ് റിട്ടേണുകൾ (മൊത്തം നിക്ഷേപിച്ച പണത്തിന്റെ ശതമാനമായി ക്യാഷ് ഫ്ലോ) എത്രയാണ്?
- അടുത്ത പ്രതിസന്ധി നേരിടാൻ നിങ്ങളുടെ പക്കൽ മതിയായ പണമുണ്ടോ?

മുകളിലുള്ള ഗുണങ്ങൾക്കപ്പുറം, ഉടമസ്ഥാവകാശ ഘടന, ബോർഡ്, പ്രധാന മാനേജ്മെന്റ്, *സാങ്കേതികവിദ്യ ഭാവിയിൽ ബിസിനസ്സിനെ* എങ്ങനെ തടസ്സപ്പെടുത്തും എന്നിവ അറിയുന്നത് സഹായകമായേക്കാം.

നിങ്ങളുടെ മൂല്യം അറിയുക

ക്രിസ്റ്റഫർ ബ്രൗണിന്റെ നിക്ഷേപ കമ്പനി വാറൻ ബഫറ്റ്, ബെഞ്ചമിൻ ഗ്രഹാം, വാൾട്ടർ ഷ്ലോസ് എന്നീ മൂന്ന് മികച്ച മന്ത്രവാദികളുമായി നിക്ഷേപം നടത്തിയിട്ടുണ്ട്. എപ്പോൾ എന്തെങ്കിലും നിക്ഷേപിക്കണമെന്ന് ബ്രൗണിന് എങ്ങനെ അറിയാം? സൂപ്പർ മാർക്കറ്റ് ഇടനാഴികളിൽ ഷോപ്പിംഗ് പോലെ ലളിതമായി സൂക്ഷിക്കുക! തന്റെ *ലിറ്റിൽ ബുക്ക് ഓഫ് വാല്യൂ ഇന്റെറെസ്റ്റിംഗ്* എന്ന പുസ്തകത്തിൽ അദ്ദേഹം എഴുതുന്നു :

"മാംസവില്പന തെരുവിൽ, നിങ്ങളുടെ പ്രിയപ്പെട്ട പ്രൈം ഡെൽമോണിക്കോ സ്റ്റീക്ക് വില്പനയിലുണ്ടെന്ന് നിങ്ങൾ കണ്ടെത്തും – സാധാരണ ഒരു പൗണ്ടിന് $8.99-ൽ നിന്ന് വെറും $2.50 ആയി കുറഞ്ഞു. നീ എന്ത് ചെയ്യുന്നു? ആഴത്തിലുള്ള ഡിസ്കൗണ്ടിൽ ആയിരിക്കുമ്പോൾ നിങ്ങൾ ഈ രുചികരമായ ഭക്ഷണം കൊണ്ട് വണ്ടിയിൽ കയറ്റുന്നു. അടുത്തയാഴ്ച നിങ്ങൾ മടങ്ങിയെത്തുമ്പോൾ 12.99 ഡോളർ വിലയുള്ള ഡെൽമോണിക്കോ സ്റ്റീക്കുകൾ കാണുമ്പോൾ, നിങ്ങൾ നിർത്തുന്നു. ഒരുപക്ഷേ ഈ ആഴ്ച, ചിക്കൻ അല്ലെങ്കിൽ പന്നിയിറച്ചി വാങ്ങുന്നത് മികച്ചതാകാം."

ഈ സ്റ്റോറിയിൽ, നല്ല നിക്ഷേപങ്ങൾ കണ്ടെത്തുന്നത്, 1) ആന്തരിക മൂല്യം അറിയുക (ന്യായമായ വില അറിയുക), 2) സുരക്ഷയുടെ മാർജിൻ (ഡിസ്കൗണ്ടിൽ വാങ്ങുക) എന്നിവയാണ്. വളരെ ലളിതമായി തോന്നുന്നു, അല്ലേ? എന്നാൽ, ബ്രൗൺ ചൂണ്ടിക്കാണിക്കുന്നതുപോലെ, "വില കുറയുമ്പോൾ, എല്ലാവരും അവർ ആഗ്രഹിച്ചതും അവർക്ക് ആവശ്യമുള്ളതുമായ കൂടുതൽ സാധനങ്ങൾ വാങ്ങാൻ തിരക്കുകൂട്ടുന്നു. *നിക്ഷേപം ഒഴികെ.*" ദൈനംദിന ജീവിതത്തിൽ മൂല്യം തിരയാൻ എല്ലാവരും ഇഷ്ടപ്പെടുന്നു, പക്ഷേ ചില കാരണങ്ങളാൽ (ഉദാഹരണത്തിന്, ഭയം), സ്റ്റോക്കുകൾ (അല്ലെങ്കിൽ മറ്റേതെങ്കിലും തരത്തിലുള്ള നിക്ഷേപങ്ങൾ) വിലകുറഞ്ഞതാകുമ്പോൾ, ആളുകൾ വിലപേശലുകൾ തേടാൻ കൂടുതൽ വിമുഖത കാണിക്കുന്നു.

ക്രിസ് ബ്രൗൺ

നിങ്ങൾക്ക് അതിന്റെ മൂല്യം അറിയാതെ ഒരു കാര്യം വില പേശലാണോ എന്ന് നിങ്ങൾക്ക് അറിയാൻ കഴിയില്ല. ആന്തരിക മൂല്യം കണ്ടെത്താൻ, നിങ്ങൾ സംഖ്യകൾ വിശകലനം ചെയ്യേണ്ട തുണ്ട്. മോർട്ട്ഗേജ് അപേക്ഷകൾ ബാങ്കർമാർ വിശകലനം ചെയ്യുമ്പോൾ, വായ്പ സുരക്ഷിതമാക്കാൻ വായ്പക്കാരൻ പണയം വച്ച ഈടുകൾ ആദ്യം നോക്കുന്നു. അടുത്തതായി, വായ്പ തിരിച്ചട യ്ക്കാൻ വായ്പക്കാരന് മതിയായ വരുമാനം ഉണ്ടോ എന്ന് അവർ പരിശോധിക്കുന്നു. പലിശ സഹിതം അവരുടെ പണം തിരികെ ലഭിക്കുമെന്ന് ഉറപ്പാക്കാൻ ബാങ്കർമാർ ആഗ്രഹിക്കുന്നു; അവർ വായ്പയുടെ അപകടസാധ്യത വിലയിരുത്തുകയും ഉചിതമായ റിട്ടേണിനായി അത് അംഗീകരിക്കുകയും ചെയ്യുന്നു.

നിക്ഷേപത്തിന്റെ മറ്റ് രൂപങ്ങൾ വിശകലനം ചെയ്യാൻ നിങ്ങൾക്ക് അതേ തത്വങ്ങൾ പ്രയോഗിക്കാൻ കഴിയും : കടവു മായി താരതമ്യപ്പെടുത്തുമ്പോൾ ഒരു കമ്പനിയുടെ ആസ്തികൾ എന്തൊക്കെയാണ്? ബിസിനസ്സ് ഡിഫോൾട്ട് ആകാൻ എത്ര സാധ്യതയുണ്ട്? വരുമാനം വളരാൻ എത്രത്തോളം സാധ്യത യുണ്ട്? സംഖ്യകൾ വിശകലനം ചെയ്യുന്നതിലൂടെ, നിക്ഷേപകർക്ക് ഒരു നിക്ഷേപത്തിന് നൽകേണ്ട ശരിയായ വിലയെക്കുറിച്ച് മികച്ച ധാരണ ലഭിക്കും.

"Price ≠ Value" എന്ന് ഓർമ്മിക്കുക. ഉയർന്ന വിലയ്ക്ക് വാങ്ങി യാൽ മികച്ച കമ്പനികൾ മികച്ച നിക്ഷേപമാകില്ല.

ആന്തരിക മൂല്യം നിങ്ങൾ കണ്ടെത്തിക്കഴിഞ്ഞാൽ, പൂർണ്ണ ബോധ്യത്തോടെ നിക്ഷേപിക്കാൻ ആവശ്യമായ ഇടം നിങ്ങൾ തേടും.

മതം തേടുക

നിങ്ങളുടെ ഗൃഹപാഠം ചെയ്ത ശേഷം, അതിശയകരമായ ഗുണങ്ങളുള്ള മികച്ച നിക്ഷേപങ്ങൾ നിങ്ങൾ കണ്ടെത്തുകയും നിക്ഷേപം വാങ്ങുന്നതിനുള്ള ന്യായമായ വില കണക്കാക്കുകയും വേണം. എന്നാൽ ന്യായവിലയെക്കുറിച്ച് നിങ്ങൾക്ക് തെറ്റുപറ്റിയാലോ? ഈ പ്രശ്നം മറികടക്കാൻ, നിങ്ങൾക്ക് നിരവധി മികച്ച മന്ത്രവാദികളുടെ (ചാർലി മുംഗേർ, വാറൻ ബഫറ്റ്, വാൾട്ടർ ഷ്ലോസ്, ജെയിംസ് മോണ്ടിയർ, സേത്ത് ക്ലാർമാൻ, ജോയൽ ഗ്രീൻബ്ലാറ്റ്) പാതകൾ പിന്തുടരാനും "മാർജിൻ ഓഫ് സേഫ്റ്റി" ഉപയോഗിച്ച് നിക്ഷേപം നടത്താനും കഴിയും.

മാർക്കറ്റ് മൂല്യവും ആന്തരിക മൂല്യവും തമ്മിലുള്ള വ്യത്യാസം നൽകുന്ന ഒരു മെത്തയാണ് മാർജിൻ ഓഫ് സേഫ്റ്റി. 1950-കളിൽ ഗ്രഹാം ഒരു കമ്പനി അതിന്റെ ആന്തരിക മൂല്യത്തിന്റെ മൂന്നിൽ രണ്ട് അല്ലെങ്കിൽ അതിൽ കുറവ് വിലയ്ക്ക് വിൽക്കുന്നില്ലെങ്കിൽ വാങ്ങില്ല; അതിനാൽ, കമ്പനി ഒരു ഓഹരിക്ക് ഒരു ഡോളർ മൂല്യമുള്ളതാണെങ്കിൽ,പരമാവധി66 സെന്റ് നൽകാൻ അദ്ദേഹം തയ്യാറാണ്. ഇപ്പോൾ, പൊതു വിപണികളിൽ ഈ തെറ്റായ വിലയുള്ള കമ്പനികൾ കുറവാണ് (റിയൽ എസ്റ്റേറ്റ്, മറ്റ് സ്വകാര്യ നിക്ഷേപങ്ങൾ പോലുള്ള മറ്റ് പല വിപണികളിലും വൈകൃതങ്ങൾ നിലവിലുണ്ടെങ്കിലും), എന്നാൽ വാറൻ ബഫറ്റ് ഇപ്പോഴും കുറഞ്ഞത് 25% സുരക്ഷാ മാർജിൻ ശുപാർശ ചെയ്യുന്നു (മിസ്റ്റർ മാർക്കറ്റിന് ഭയാനകമായ ദിവസങ്ങളുള്ളപ്പോൾ ഇത് സാധ്യമാണ്). മാർജിൻ ഓഫ് സേഫ്റ്റി പിന്തുടരുന്നത് നിങ്ങളെ ഒരു മികച്ച നിക്ഷേപകനാകാൻ സഹായിക്കുന്നതിന് മൂന്ന് കാരണങ്ങൾ ഇതാ :

(1) വില 50% ഉയരാം, എന്നിട്ടും അമിതമായി മൂല്യനിർണ്ണയം നടത്തരുത്;

(2) വിപണികൾക്ക് അമിത ഭയം ഉണ്ടാകുമ്പോൾ നിങ്ങൾ വിപരീതമായി മാറുകയും, വാങ്ങുകയും ചെയ്യുന്നു;

(3) നിങ്ങളുടെ നഷ്ടങ്ങൾ കുറയ്ക്കുകയും ലാഭം പരമാവധിയാ

ക്കുകയും ചെയ്യുന്നു, അതുവഴി നിങ്ങളുടെ റിസ്ക്-റിട്ടേൺ അനുപാതം മെച്ചപ്പെടുത്തുന്നു.

അധ്യായം 5 : മതം തേടുന്നത് മെച്ചപ്പെട്ട വിശകലനപരമായ തീരുമാനങ്ങൾ എടുക്കുന്നതിന് നിങ്ങളുടെ നിക്ഷേപ പ്രക്രിയ വികസിപ്പിക്കുക എന്നതാണ്. നിങ്ങൾ ഇനി ചത്ത മത്സ്യമായിരിക്കുകയും മറ്റുള്ളവരുടെ ഉപദേശം ശ്രദ്ധിക്കുകയും ചെയ്യേണ്ടതില്ല. നിങ്ങൾ വിശ്വസിക്കുന്ന ഒരു സിസ്റ്റം ഉപയോഗിച്ച്, നിങ്ങളുടെ നിക്ഷേപ ആശയങ്ങളിൽ മതം കണ്ടെത്താനും നിങ്ങളുടെ പണം പൂർണ്ണവിശ്വാസത്തോടെവിന്യസിപ്പിക്കാനുംകഴിയും.നിങ്ങൾക്ക് ചില നിക്ഷേപങ്ങൾ തെറ്റാണെങ്കിൽ പോലും, നിങ്ങളുടെ തെറ്റുകളിൽ നിന്ന് നിങ്ങൾ പഠിക്കുകയും നിങ്ങളുടെ സിസ്റ്റം പരിഷ്കരിക്കുന്നത് തുടരുകയും ചെയ്യും.

കല്പന ആറ്:

ക്ഷമയോടെയിരിക്കുക, ധൈര്യമായിരിക്കുക

"ഇത് നിങ്ങൾ വാങ്ങുന്നതല്ല, നിങ്ങൾ അതിന് പണം നൽകുന്നതാണ്."

– ഹോവാർഡ് മാർക്ക്സ്

സി 5 : **മതം തേടൽ** ഈ പുസ്തകത്തിന്റെ മാംസമാണ്: സാധ്യതയുള്ള നിക്ഷേപത്തിൽ "മതം" നേടാൻ സഹായിക്കുന്ന ഒരു സംവിധാനം ഉണ്ടായിരിക്കേണ്ടതിന്റെ പ്രാധാന്യം നിങ്ങൾ പഠിച്ചു. അവിടെയാണ് മന്ത്രവാദികൾ ഭാരം ഉയർത്തുന്നതിനും അവരുടെ ആശയങ്ങൾ പരിശോധിക്കുന്നതിനും സമയം ചെലവഴിക്കുന്നത്. ആന്തരിക മൂല്യം നിർണ്ണയിക്കുന്നതിനുള്ള ശരിയായ രസകരമായ ഗവേഷണത്തിലൂടെ നേടിയ ഒരു നിക്ഷേപത്തിൽ നിങ്ങൾ ഇപ്പോൾ മതം തേടി, വാങ്ങാനുള്ള ശരിയായ സമയം എപ്പോഴാണെന്ന് നിങ്ങൾക്ക് ഇതിനകം അറിയാം. നിങ്ങളുടെ ടാർഗെറ്റ് വിലയേക്കാൾ വില കുറവാണെങ്കിൽ മാത്രം വാങ്ങുക. ലളിതമായി പറഞ്ഞാൽ, ശരിയായ സമയം വില ശരിയായ സമയമാണ്.

ശരിയായ സമയം = ശരിയായ വില

സി 3-ൽ നിന്ന് നമുക്കറിയാം : മാർക്കറ്റ് സൈക്കിളുകളെ ബഹുമാനിക്കുക വിപണിയിലെ ദൈനംദിന ഏറ്റക്കുറച്ചിലുകൾ മാനിക്കേണ്ട

തിന്റെയും സമയം നൽകാതിരിക്കുന്നതിന്റെയും പ്രാധാന്യം. **സി 4-ൽ നിന്ന് നമുക്കറിയാം : വിലകുറഞ്ഞ മത്സ്യമാകരുത്,** വില പലപ്പോഴും പല ഘടകങ്ങളാൽ, പ്രത്യേകിച്ച് നിക്ഷേപകരുടെ വികാരങ്ങളാൽ വികലമാക്കപ്പെടുന്നു, ഹ്രസ്വകാലത്തേക്ക്. ശരിയായ വില നൽകാൻ ശരിയായ സമയത്തിനായി കാത്തിരിക്കാൻ മന്ത്രവാദികൾക്ക് അറിയാം.

നിക്ഷേപിക്കുമ്പോൾ എല്ലായ്പ്പോഴും മാർക്ക്സിന്റെ ഉദ്ധരണി മനസ്സിൽ സൂക്ഷിക്കുക, നൽകിയ വില വേണ്ടത്ര കുറവാണെങ്കിൽ ആർക്കും പണം സമ്പാദിക്കാൻ കഴിയും. ഒരു അസറ്റിന്റെ ആന്തരിക മൂല്യം $100 ആണെങ്കിൽ, മതിയായ സുരക്ഷാ മാർജിനുകൾ ഉപയോഗിച്ച് താഴെ അടയ്ക്കുക. മിസ്റ്റർ മാർക്കറ്റ് വളരെ ശുഭാപ്തിവിശ്വാസമുള്ളയാളാണെങ്കിലും (ഇത് 200 ഡോളറായി കണക്കാക്കുന്നു) സമ്പദ്വ്യവസ്ഥ മികച്ചതായി കാണപ്പെടുന്നുവെങ്കിൽ പോലും, 200 ഡോളർ നൽകുന്നതിൽ അർത്ഥമില്ല. നിങ്ങൾക്ക് സുരക്ഷിതത്വത്തിന്റെ മാർജിൻ ഉണ്ടായിരുന്നുവെങ്കിൽ, അത് 70 ഡോളറിന് അല്ലെങ്കിൽ 90 ഡോളറിന് പോലും വാങ്ങുകയാണെങ്കിൽ, നിങ്ങൾ അത് ഉയർന്ന മൂല്യമുള്ള പ്രദേശത്ത് വാങ്ങിയതിനേക്കാൾ ദീർഘകാലാടിസ്ഥാനത്തിൽ നിക്ഷേപ നേട്ടങ്ങൾ നേടാൻ സാധ്യതയുണ്ട്. ഇത് ലളിതവും യുക്തിസഹവുമാണ്-പക്ഷേ നിക്ഷേപകർ പലപ്പോഴും ഇത് മറക്കുന്നു. നിഷ്ക്രിയത്വത്തെക്കാൾ പ്രവർത്തനത്തിന്റെ മുൻഗണനയായ പ്രവർത്തന പക്ഷപാതത്തെ ചെറുക്കുക എന്നതാണ് പ്രധാനം.

ഈ പോയിന്റ് വിശദീകരിക്കാൻ നമുക്ക് സോക്കർ പെനാൽറ്റി കിക്കുകൾ ഉപയോഗിക്കാം. പെനാൽറ്റി എടുക്കുന്നയാൾ 10 യാർഡ് അകലെനിന്നും ഗോൾപോസ്റ്റിലേക്ക് ഒരു പന്ത് തട്ടുന്നു; പന്ത് ഇടത്തോട്ടോ, മധ്യത്തിലേക്കോ, വലത്തോട്ടോ തട്ടിവിടാൻ അദ്ദേഹത്തിന് കഴിയും. അതുപോലെ, ഗോളിക്ക് ഇടത്തോട്ടോ വലത്തോട്ടോ ചരിയുക, മധ്യത്തിൽ തുടരുക അല്ലെങ്കിൽ ഡൈവിംഗ് ചെയ്യാനുള്ള ഓപ്ഷൻ എന്നിവയുണ്ട്. ഗോളി പന്തിന്റെ അതേ ദിശയിൽ നീങ്ങുകയാണെങ്കിൽ, ഒരു സേവ് ചെയ്യാൻ അയാൾക്ക് നല്ല അവസരമുണ്ട്. അല്ലാത്തപക്ഷം, സാധ്യതകൾ അനുകൂലമല്ല. എലൈറ്റ് മത്സരങ്ങളിലെ 286 പെനാൽറ്റി കിക്ക് ഫൂട്ടേജുകളിൽ, പെനാൽറ്റി എടുക്കുന്നയാൾ 30% സമയത്തിന്റെ മധ്യത്തിൽ പന്ത് അടിക്കുന്നതായി ഗവേഷകർ

കണ്ടെത്തി. ഗോളിയും 30% സമയത്തിന്റെ മധ്യത്തിൽ തുടരുകയാണെങ്കിൽ അത് ഗുണം ചെയ്യും. എന്നിരുന്നാലും, വാസ്തവത്തിൽ, ഗോൾകീപ്പർമാർ 6% സമയം മാത്രമാണ് മധ്യത്തിൽ തുടരുന്നത്.

എന്തുകൊണ്ടാണ് ഇത് സംഭവിക്കുന്നത്? അയാൾ കേന്ദ്രീകൃതമായി തുടരുകയും (ഒന്നും ചെയ്യാതെ) പന്ത് വശങ്ങളിലേക്ക് പോകുകയും ചെയ്താൽ, ഗോളി വിഡ്ഢിയായി കാണപ്പെടും. അയാൾ വശത്തേക്ക് ചാടുകയും പന്ത് നേരെയും പോയാൽ, കുറഞ്ഞപക്ഷം കാഴ്ചക്കാരൻ കരുതും അയാൾ ശ്രമിച്ചുവെന്ന്. ഒന്നും ചെയ്യാതിരിക്കുന്നതിനേക്കാൾ നല്ലത് എന്തെങ്കിലും ചെയ്യുന്നതാണെന്ന് ഈ ഉയർന്ന ശമ്പളമുള്ള പ്രൊഫഷണലുകൾ വിശ്വസിക്കുന്നു, ഒന്നും ചെയ്യാതിരിക്കുന്നത് അവർക്ക് സഹായിച്ചേക്കാം! കഥയുടെ ധാർമ്മികത : നിങ്ങൾ അഭിനയിക്കണമെന്ന് തോന്നുന്നതിനാൽ ഒന്നും ചെയ്യരുത്; കൃത്യസമയത്ത് പ്രവർത്തിക്കുകയും തെറ്റായ കാര്യം ചെയ്യുകയും ചെയ്യുന്നതിനേക്കാൾ ക്ഷമയോടെയിരിക്കുകയും ശരിയായ കാര്യം ചെയ്യുകയും ചെയ്യുന്നതാണ് നല്ലത്.

ഒരു മന്ത്രവാദിക്ക് അമിത മൂല്യമുള്ള ആസ്തികൾ വാങ്ങരുതെന്ന് അറിയാം; എന്തെങ്കിലും ചെയ്യാനുള്ള തന്റെ ചൊറിച്ചിൽ അവൻ അടിച്ചമർത്തുന്നു. തന്റെ നിക്ഷേപത്തിന്റെ ഏറ്റവും പുതിയ അപ്ഡേറ്റുകളും അങ്ങനെ മൂല്യത്തിലെ മാറ്റങ്ങളും പിന്തുടർന്ന് അദ്ദേഹം കമ്പനിയുടെ ആന്തരിക മൂല്യം മനസ്സിൽ സൂക്ഷിക്കുന്നു. ഏറ്റക്കുറച്ചിലുകൾ, ഹൈപ്പ് അല്ലെങ്കിൽ വികാരങ്ങൾ എന്നിവ തന്റെ തീരുമാനത്തെ മൂടാൻ അദ്ദേഹം അനുവദിക്കുന്നില്ല. ഒരു നീണ്ട നിക്ഷേപ ചക്രവാളമുള്ള അദ്ദേഹം, ശരിയായ വില ലഭിക്കുകയും വ്യാപാരത്തെക്കുറിച്ച് ആത്മവിശ്വാസം തോന്നുകയും ചെയ്താൽ മാത്രമേ നിക്ഷേപം നടത്തൂ.

ക്ഷമ ഫലം ചെയ്യും. ശരിയായ അവസരമോ ശരിയായ വിലയോ ലഭിക്കുമ്പോൾ ധൈര്യത്തോടെ പോകുക.

മുകേഷ് അംബാനിയും റിലയൻസ് സാമ്രാജ്യവും

2020-ലെ വേനൽക്കാലത്ത്, ഏഷ്യയിലെ ഏറ്റവും ധനികനായ മുകേഷ് അംബാനി തന്റെ ഇന്ത്യൻ ടെലികോം കമ്പനിയായ റിലയൻസ് ജിയോയെ ധനസമാഹരണത്തിനായി കൊണ്ടുവന്നു. ഒമ്പത് ആഴ്ചയ്ക്കുള്ളിൽ, ഫേസ്ബുക്ക്, സൗദി അറേബ്യയുടെ പബ്ലിക് ഇൻവെസ്റ്റ്മെന്റ് ഫണ്ട്, കെകെആർ എന്നിവയുൾപ്പെടെ

10 പ്രമുഖ നിക്ഷേപകരിൽ നിന്ന് ജിയോയ്ക്ക് 15.2 ബില്യൺ ഡോളർ സമാഹരിക്കാൻ കഴിഞ്ഞു. ഇന്ന്, അംബാനിയുടെ സർവ്വവ്യാപിയായ സാമ്രാജ്യം തുണിത്തരങ്ങൾ, എണ്ണ, വാതകം, പെട്രോകെമിക്കൽസ്, ടെലികമ്മ്യൂണിക്കേഷൻ എന്നിങ്ങനെ വിവിധ വ്യവസായങ്ങളിലുടനീളം വ്യാപിച്ചുകിടക്കുന്നു.

മുകേഷ് അംബാനി

2002-ൽ പിതാവ് ധീരുഭായ് അന്തരിച്ചപ്പോൾ, ഒരുകാലത്ത് സിനർജറ്റിക് ബിസിനസ്സ് പങ്കാളികളായിരുന്ന മുകേഷും അനിലും പിതാവിന്റെ റിലയൻസ് ഇൻഡസ്ട്രീസ് സാമ്രാജ്യത്തിന്റെ നിയന്ത്രണത്തിനായി ഒരു വലിയ പോരാട്ടത്തിലേക്ക് പ്രവേശിച്ചു. അവരുടെ അമ്മ കോകിലാബെൻ ഇടപെട്ട് കമ്പനിയെ രണ്ടായി വിഭജിച്ചു. റിലയൻസ് ഇൻഡസ്ട്രീസിന്റെ ഉടമയാണ് മുകേഷ് – സ്ഥാപിതവും എന്നാൽ മന്ദഗതിയിലുള്ളതുമായ എണ്ണ, വാതക, പെട്രോകെമിക്കൽ, റിഫൈനറി ബിസിനസ്സ്. അതിവേഗം വളരുന്ന ടെലികോം, ധനകാര്യ സേവന ബിസിനസുകളായ റിലയൻസ് ഗ്രൂപ്പിനെ അനിലിന് ലഭിച്ചു.

അനിലിന്റെ ബിസിനസ് ആദ്യം അതിവേഗം വളരുകയായിരുന്നു. വിനോദ, ചലച്ചിത്ര വ്യവസായം പോലുള്ള പുതിയ

വ്യവസായങ്ങളിലേക്ക് അദ്ദേഹം അതിവേഗം വികസിച്ചു, താമസിയാതെ തന്നെ അദ്ദേഹം സ്റ്റീവൻ സ്പീൽബെർഗിന്റെ ഡ്രീം വർക്ക്സുമായി ഒരു സിനിമാ കരാർ ഒപ്പിട്ടു. 2008-ൽ അത്യാധുനിക ടെലികമ്മ്യൂണിക്കേഷൻ സാങ്കേതികവിദ്യകളായ 2ജി/3ജി മൊബൈൽ നെറ്റ്‌വർക്കുകളിലും അദ്ദേഹം വളരെയധികം നിക്ഷേപം നടത്തി (അടുത്ത തലമുറ സാങ്കേതികവിദ്യയാൽ വേഗത്തിൽ മാറ്റിസ്ഥാപിക്കപ്പെട്ടു). 2014 ആയപ്പോഴേക്കും അവർ ഏറ്റെടുത്ത ഭീമമായ കടം കാരണം അനിലിന്റെ കമ്പനികൾ കുഴപ്പത്തിലാകാൻ തുടങ്ങി. അദ്ദേഹത്തിന്റെ മാധ്യമ സംരംഭങ്ങൾ തകർന്നതോടെ കടം തിരിച്ചടയ്ക്കാൻ മറ്റ് മീഡിയ എന്റർടൈൻമെന്റ് കമ്പനികളിലെ ചില ഓഹരികൾ വിൽക്കാൻ അദ്ദേഹം നിർബന്ധിതനായി. (കടത്തെക്കുറിച്ചും സി 9-ലെ ലീവറേജിനെക്കുറിച്ചും കൂടുതൽ : **പണം നഷ്ടപ്പെടരുത്**).

മറുവശത്ത്, മുകേഷ് ഭൂമിയിലും ഉപകരണങ്ങളിലും അധികം നിക്ഷേപിക്കാതെ തന്നെ ഗണ്യമായ ലാഭവും പണമൊഴുക്കും സൃഷ്ടിക്കുന്ന ബിസിനസുകൾ ആരംഭിച്ചു. ടെലികോം മേഖലയെ എല്ലായ്പ്പോഴും ആഗ്രഹിക്കുകയും ഇന്ത്യയുടെ ഭാവി അതിനെ ആശ്രയിച്ചിരിക്കുന്നുവെന്ന് അറിയുകയും ചെയ്ത മുകേഷ് തന്റെ കമ്പനി മികച്ചതിൽ മാത്രം ശ്രദ്ധ കേന്ദ്രീകരിക്കുകയും ആ ഇടങ്ങളിൽ തന്റെ ബിസിനസ്സ് ക്രമാനുഗതമായി വളർത്തുകയും ചെയ്തു. ഇതിനുപുറമെ, 10 വർഷത്തേക്ക് രണ്ട് സഹോദരന്മാർക്കിടയിൽ ഒരു മത്സരവും ഉണ്ടായിരുന്നില്ല. അതിനാൽ, ടെലികോം മേഖലയിലേക്ക് പ്രവേശിക്കാൻ മുകേഷ് ആഗ്രഹിച്ചതുപോലെ, ഇളയ സഹോദരന്റെ ബിസിനസ്സ് സ്പെഷ്യാലിറ്റികൾ പിന്തുടരുന്നത് നിയമപ്രകാരം വിലക്കിയിരുന്നു.

മുകേഷ് വെറുതെ ഇരുന്നില്ല; എന്നിരുന്നാലും, 10 വർഷത്തെ കാലയളവിൽ, ടെലികോം വ്യവസായത്തിന്റെ ബിസിനസ്സ് ലാൻഡ്സ്കേപ്പിനെക്കുറിച്ച് അദ്ദേഹം പഠിച്ചു, ലോബിയിസ്റ്റുകളുടെയും വിവരദാതാക്കളുടെയും ഒരു ശൃംഖല വികസിപ്പിച്ചെടുത്തു, ഒടുവിൽ തന്റെ ടെലികോം ശൃംഖല ആരംഭിക്കാൻ സഹായിക്കുന്ന കമ്പനികളിൽ നിക്ഷേപം നടത്തി. തന്റെ കിരീട രത്നത്തിൽ മതം തേടി അദ്ദേഹം ഗൃഹപാഠം ചെയ്തു. 2016-ൽ, ഇന്ത്യയിലെ മറ്റ് മൊബൈൽ ഓപ്പറേറ്റർമാരുമായി വിലയുദ്ധത്തിൽ ഏർപ്പെട്ടുകൊണ്ട് അദ്ദേഹം റിലയൻസ് ജിയോയുടെ ടെലികോം ശൃംഖല

അതിവേഗം ആരംഭിച്ച – 2025-ഓടെ 50% പിടിച്ചെടുക്കുക എന്ന ലക്ഷ്യത്തോടെ. ഇന്ത്യൻ മൊബൈൽ ഓപ്പറേറ്റർ വിപണിയിൽ ജിയോയ്ക്ക് 30% ഉണ്ടായിരുന്നു,

കടുത്ത വിപണി മത്സരത്തിൽ അനിലിന്റെ ടെലികോം സാമ്രാജ്യം കൂടുതൽ അപകടത്തിലായി. 2008-ൽ ലോകത്തിലെ ആറാമത്തെ ധനികനായ അനിൽ തന്റെ സഹോദരനുമായുള്ള ബിസിനസ്സ് മത്സരം നഷ്ടപ്പെടുത്തുകയും 2020-ൽ പാപ്പരത്തം നേരിടുകയും ചെയ്തു.

നിങ്ങളുടെ നിക്ഷേപങ്ങളിൽ മതം തേടുക. സമയവും വിലയും ശരിയായിരിക്കുമ്പോൾ, ധൈര്യമായി പോകുക!

വലുതായി പോകൂ, ധൈര്യമായി പോകൂ

C1 : നിങ്ങൾ സ്വയമറിയുക-യിൽ പരിചയപ്പെടുത്തിയ അമേരിക്കൻ ഹെഡ്ജ് ഫണ്ട് മാന്ത്രികൻ മൈക്കൽ സ്റ്റെയ്ൻഹാർഡിൽ 1967-ൽ നിങ്ങൾ ഒരു ഡോളർ നിക്ഷേപിച്ചിരുന്നെങ്കിൽ, 1995-ൽ അദ്ദേഹം വിരമിക്കുമ്പോൾ അത് 24.5% കോമ്പൗണ്ട് റിട്ടേണിൽ $481 ആയി വളരുമായിരുന്നു. അദ്ദേഹം പറഞ്ഞു, "ചെറിയ നിക്ഷേപങ്ങൾ നടത്തരുത് – നിങ്ങളുടെ പണം കളിക്കുമ്പോൾ മാത്രമേ നിങ്ങൾക്ക് വളരെയധികം സമയവും ഊർജ്ജവും ലഭിക്കൂ. അതിനാൽ, നിങ്ങൾ പണം അപകടത്തിലാക്കാൻ പോകുകയാണെങ്കിൽ, അതിനെ ന്യായീകരിക്കാൻ മതിയായ പ്രതിഫലം ഉയർന്നതാണെന്ന് ഉറപ്പാക്കുക." ഗവേഷണം നടത്താനും ആസ്തിയുടെ ആന്തരിക മൂല്യം നിർണ്ണയിക്കാനും ശരിയായ വിലയ്ക്കായി കാത്തിരിക്കാനും നിങ്ങൾ സമയം ചെലവഴിച്ചിട്ടുണ്ടെങ്കിൽ, വലുതായി നിങ്ങളുടെ നിക്ഷേപങ്ങളിൽ ധൈര്യത്തോടെ പോകുക. നിങ്ങളുടെ സമയത്തിന് വില കല്പിക്കുക.

വലുതും ധീരവുമായി പോകുന്നതിന്റെ ഏറ്റവും പ്രശസ്തമായ ഉദാഹരണങ്ങളിലൊന്നാണ് ജോർജ്ജ് സോറോസിന്റെ ബ്രിട്ടീഷ് പൗണ്ടിനെക്കുറിച്ചുള്ള നാടകം. 1990-കളുടെ തുടക്കത്തിൽ ബ്രിട്ടന്റെ പണപ്പെരുപ്പ നിരക്ക് എക്കാലത്തെയും ഉയർന്ന നിരക്കായ 8.1 ശതമാനത്തിലെത്തി പലിശനിരക്ക് 15% ആയിരുന്നു, സമ്പദ്‌വ്യവസ്ഥ കുലുങ്ങുകയും, തകരുകയും ചെയ്തു. 1992 സെപ്റ്റംബറോടെ, വിപണി പൂർണ്ണമായും ചൂടാകുകയും കടുത്ത മാന്ദ്യം ഉടലെടുക്കുകയും ചെയ്യുന്നതായി സോറോസ്

കണ്ടു, ബ്രിട്ടീഷ് പൗണ്ടിന്റെ മൂല്യം കുറയുമെന്ന് അദ്ദേഹം ഗണ്യമായ പന്തയം നടത്തി.

ജോർജ് സോറോസ്

സോറോസ് തന്റെ മുഖ്യ വ്യാപാരിയോട് "ആഞ്ഞടിക്കുക" എന്ന് പറഞ്ഞു, അദ്ദേഹത്തിന്റെ ഫണ്ട് ഒരു ബില്യൺ ഡോളർ വിലമതിക്കുന്ന പൗണ്ട് വിറ്റു, അത് വിപണിയെ മുഴുവൻ നിറച്ചു. പൗണ്ടിന്റെ അധിക വിതരണം ആഗിരണം ചെയ്യാൻ ആവശ്യമായ യുഎസ് ഡോളർ തുടക്കത്തിൽ സർക്കാർ കരുതിയിരുന്നു. ഇത് പോരാഞ്ഞപ്പോൾ, സോറോസ് മറ്റ് നിക്ഷേപകരെയും കറൻസി വ്യാപാരികളെയും വിളിച്ച് അങ്ങനെ ചെയ്യാൻ ആവശ്യപ്പെട്ടു. സമ്പ്രദായത്തിലെ ബലഹീനത കണ്ട് മറ്റ് വ്യാപാരികൾ സന്തോഷത്തോടെ അനുസരിക്കുകയും ബ്രിട്ടീഷ് പൗണ്ട് വിൽക്കുന്നത് തുടരുകയും ചെയ്തു. ഒരു ഘട്ടത്തിൽ, ഏകദേശം 10 ബില്യൺ ഡോളർ മൂല്യമുള്ള പൗണ്ട് കറൻസി വിപണിയിൽ നിറഞ്ഞു. മതിയായ വിദേശ കറൻസി കരുതൽ ശേഖരം ഇല്ലാതെ, യൂറോപ്യൻ എക്സ്ചേഞ്ച് റേറ്റ് മെക്കാനിസം ആവശ്യപ്പെടുന്ന കറൻസി നിരക്ക് നിലനിർത്താൻ ബാങ്ക് ഓഫ് ഇംഗ്ലണ്ടിന് കഴിയില്ല – കറൻസികൾക്കിടയിൽ സ്ഥിരമായ മൂല്യം നിലനിർത്തുന്നതിനും വ്യാപാരം പ്രോത്സാഹിപ്പിക്കുന്നതിനുമുള്ള ഒരു സംവിധാനമാണിത്. തൽഫലമായി, ബ്രിട്ടീഷുകാർക്ക് എക്സ്ചേഞ്ച് റേറ്റ് മെക്കാനിസത്തിലെ അംഗത്വം ഉപേക്ഷിക്കുകയും ആളുകൾ കറൻസി വലിച്ചെറിയുമ്പോൾ

പൗണ്ടിന്റെ മൂല്യം നഷ്ടപ്പെടാൻ അനുവദിക്കുകയും ചെയ്തു. പൗണ്ടിന്റെ മൂല്യം 2 യുഎസ് ഡോളറിൽ നിന്ന് 1.5 യുഎസ് ഡോളറായി കുറഞ്ഞു, കുറച്ച് മാസങ്ങൾക്കുള്ളിൽ അതിന്റെ മൂല്യത്തിന്റെ 25% നഷ്ടപ്പെട്ടു.

അദ്ദേഹത്തിന്റെ ഒരു നിക്ഷേപം സോറോസിന് ഒരു ബില്യൺ ഡോളർ നേടിക്കൊടുത്തു. വേണ്ടത്ര ധൈര്യമില്ലാത്തതാണ് തന്റെ ഏറ്റവും വലിയ ഖേദമെന്ന് സോറോസ് ചൂണ്ടിക്കാട്ടി. അദ്ദേഹം ഗൃഹപാഠം ചെയ്തു, പൗണ്ടിന്റെ ആന്തരിക മൂല്യം നിർണ്ണയിച്ചു, ബ്രിട്ടീഷ് കറൻസി സമ്പ്രദായത്തിന്റെ ബലഹീനതയിൽ മതം നേടി, അതിനാൽ അദ്ദേഹത്തിന് കൂടുതൽ പന്തയം വയ്ക്കാനും കൂടുതൽ ലാഭം നേടാനും കഴിയുമായിരുന്നു. തീർച്ചയായും, ഇത് തിരിഞ്ഞുനോക്കുമ്പോൾ മാത്രമേ സത്യമാകൂ. വ്യാപാരം വളരെ തെറ്റായി പോയിരുന്നെങ്കിൽ, സോറോസിനും വലിയ നഷ്ടം സംഭവിക്കുമായിരുന്നു (സോറോസിനെക്കുറിച്ചും 1998-ലെ ഹോങ്കോംഗ് കറൻസി സമ്പ്രദായത്തെക്കുറിച്ചും വായിക്കുക). ഒരു മന്ത്രവാദിക്കും നിക്ഷേപത്തിൽ 100% വിജയ നിരക്ക് ഇല്ല. പൗണ്ടിന്റെ കാര്യത്തിൽ, സോറോസിന്റെ കഠിനാധ്വാനവും ബാങ്ക് ഓഫ് ഇംഗ്ലണ്ടിനെ വെല്ലുവിളിക്കാനുള്ള ധൈര്യവും അദ്ദേഹത്തെ വിജയകരമായ വ്യാപാരം നടത്താൻ അനുവദിച്ചു.

ബിറ്റ്കോയിനിലെ ഏറ്റവും വലിയ സുവിശേഷകരിൽ ഒരാളായ നമ്മുടെ സുഹൃത്ത് ബോബി ലീ, ഈ ക്രിപ്റ്റോ-അസറ്റിലെ തന്റെ ആദ്യകാല, വലിയ പന്തയത്തിന് സോറോസിനെപ്പോലെ ഒരു മാന്ത്രികൻ ആണെന്ന് തെളിയിക്കുമോ? ബിറ്റ്കോയിനിന്റെ ഭാവിയെക്കുറിച്ച് ലീ തന്റെ പുനർവിചിന്തനവും കരിയറും വാചാലമായും ധൈര്യത്തോടെയും പന്തയം വച്ചിട്ടുണ്ട്. ഇത് ഇപ്പോഴും പറയാൻ വളരെ നേരത്തെയാണെന്ന് ഞങ്ങൾ വിശ്വസിക്കുന്നു. (സ്വയം തീരുമാനിക്കാൻ, https://wizards.institute/ എന്ന അദ്ദേഹത്തിന്റെ ആഴത്തിലുള്ള അഭിമുഖം കേൾക്കുക).

നിങ്ങളുടെ നിക്ഷേപത്തിന്റെ ആന്തരിക മൂല്യത്തെക്കുറിച്ച് നിങ്ങൾക്ക് ഉറപ്പും ബോധ്യവും ഉണ്ടെങ്കിൽ, നിങ്ങൾ വലുതായി ധൈര്യത്തോടെ പോകണം. ഒരു നല്ല അവസരം പലപ്പോഴും വരില്ല, അതിനാൽ നിശ്ചയദാർഢ്യത്തോടെയും ദൃഢനിശ്ചയത്തോടെയും പ്രവർത്തിക്കുകയും ശരിയായ സാഹചര്യങ്ങൾ വരുമ്പോൾ അത് പിടിച്ചെടുക്കുകയും ചെയ്യുക.

ജോർജ് സോറോസ് : "ലോകത്തിലെ ഏറ്റവും വലിയ പണ മാനേജർ"

സോറോസിനെ പലപ്പോഴും വാറൻ ബഫറ്റിന്റെ അതേ ശ്വാസത്തിൽ പരാമർശിക്കുന്നു, എന്നിരുന്നാലും അവരുടെ തന്ത്രങ്ങൾ വ്യത്യസ്തമാണ്. ബഫെ ഒരു ദീർഘകാല മൂല്യ നിക്ഷേപകനാണ്, അതേസമയം സോറോസ് ചരിത്രത്തിലെ ഏറ്റവും മികച്ച ഊഹക്കച്ചവട (ഹ്രസ്വകാല) നിക്ഷേപകനാണ്. കറൻസികളെക്കുറിച്ചുള്ള ഷോർട്ട്സിന്റെയും പുരോഗമന, ലിബറൽ നയങ്ങളെ പരസ്യമായി പിന്തുണച്ചതിന്റെയും പേരിൽ ചിലർ വിമർശിക്കുന്ന ഒരു വിവാദ വ്യക്തിയാണ് സോറോസ്. തന്റെ ജീവകാരുണ്യ ഏജൻസിയായ ഓപ്പൺ സൊസൈറ്റി ഫൗണ്ടേഷന് 32 ബില്യൺ ഡോളറിലധികം സംഭാവന നൽകിയിട്ടും സോറോസിന്റെ ആസ്തി 8 ബില്യൺ ഡോളറാണ്.

സോറോസിന്റെ അഞ്ച് നിക്ഷേപ തത്വങ്ങൾ

1. ***വിപണികൾ കുഴപ്പത്തിലാകുമ്പോൾ നേട്ടമുണ്ടാക്കുക :*** വിപണികൾ വികാരാധിഷ്ഠിതമായതിനാൽ, വിലയും മൂല്യവും തമ്മിൽ വലിയ വിടവുകൾ ഉണ്ടാകുമ്പോൾ നിക്ഷേപകർക്ക് അന്വേഷിക്കുകയും, നിക്ഷേപിക്കുകയും ചെയ്യുന്നതിലൂടെ ലാഭം നേടാൻ കഴിയും. "വികാരങ്ങളിൽ നിന്ന് അകന്നുനിൽക്കുന്നതിലൂടെ മികച്ച അവസരങ്ങൾ ലഭിക്കുന്നു. നിക്ഷേപകർ വിപണി വിലയിലും അടിസ്ഥാന ആസ്തികളുടെ മൂല്യത്തിലും ശ്രദ്ധ കേന്ദ്രീകരിക്കണം."
2. ***മൂലധനം സംരക്ഷിക്കുക :*** അതിജീവിക്കാൻ അപകടസാധ്യതയുടെ ചില ഘടകങ്ങൾ ആവശ്യമാണ്; സ്മാർട്ട് റിസ്കുകളാണ് വ്യത്യാസം വരുത്തുന്നത്. നിങ്ങൾക്ക് മനസ്സിലാകുന്നതിലും നിങ്ങളുടെ മാനദണ്ഡങ്ങൾ പാലിക്കുന്നതിലും മാത്രം നിക്ഷേപിക്കുക. നിങ്ങളുടെ കാഴ്ചപ്പാട് മികച്ചതും അതുല്യവുമാണെന്ന് നിങ്ങൾ വിശ്വസിക്കുമ്പോൾ റിസ്ക് എടുക്കുക. സോറോസ് എല്ലായ്പ്പോഴും സജീവമല്ല; ഒരു വശത്ത് ഇരിക്കുന്നതും ഗൃഹപാഠം ചെയ്യുന്നതും സമയവും അവസരവും അനുയോജ്യമാകുമ്പോൾ ചാടുന്നതും കുഴപ്പമില്ലെന്ന് അവനറിയാം.

3. ***അമിതമായി വൈവിധ്യവത്കരിക്കരുത്, ശ്രദ്ധ കേന്ദ്രീകരിക്കുക :*** വലിയ ലാഭം ഉണ്ടാക്കാൻ ശേഷിയുള്ള ഒരുപിടി ശക്തമായ ആസ്തികളിൽ ശ്രദ്ധ കേന്ദ്രീകരിക്കുക, അങ്ങനെ മറ്റ് നിക്ഷേപങ്ങളിൽ നിന്നുള്ള നഷ്ടം നികത്തുക. ഒരു സൂപ്പർ സ്റ്റാർ നിക്ഷേപം തിരിച്ചറിയുന്നത് നൂറിനേക്കാൾ വളരെ എളുപ്പമാണ്. ശരിയായ നിക്ഷേപങ്ങൾ തിരിച്ചറിയുന്നതിൽസോറോസ്തന്റെഊർജ്ജംകൂടുതൽതീവ്രമായികേന്ദ്രീകരിക്കുന്നു. ഒരെണ്ണം കണ്ടെത്തുമ്പോൾ, പണം നഷ്ടപ്പെടുന്നതിന്റെ അപകടസാധ്യത കുറവാണെന്ന് അവനറിയാം.

4. ***നിങ്ങളുടെ നിക്ഷേപങ്ങളെക്കുറിച്ച് മിണ്ടാതിരിക്കുക :*** മറ്റുള്ളവർ കരുതുന്നത്സോറോസിന്അർത്ഥശൂന്യമാണെന്ന്.ആവശ്യമായ ഗവേഷണം നടത്തുക, നിങ്ങളുടെ സ്വന്തം കാഴ്ചപ്പാടുകൾ രൂപപ്പെടുത്തുക, പ്രത്യേകിച്ച് വ്യാപാര ലോകത്ത്. നിങ്ങളുടെ ട്രേഡുകൾ പരസ്യപ്പെടുത്തുകയും വിപണിയുടെ നീക്കങ്ങൾ കൊട്ടിഘോഷിക്കുകയും ചെയ്യേണ്ട ആവശ്യമില്ല.

5. ***ഭാഗ്യം ധീരന്മാരെ അനുകൂലിക്കുന്നു :*** മേല്പറഞ്ഞ നിയമങ്ങൾ പാലിക്കുമ്പോൾ, ഭാഗ്യം ആവശ്യമില്ല. മാനുഷിക വികാരങ്ങൾ കാരണം വിപണികളും മൂല്യങ്ങളും പലപ്പോഴും വിച്ഛേദിക്കപ്പെടുന്നു. ഒരു നിക്ഷേപ പ്രബന്ധത്തിൽ ഗൃഹപാഠം ചെയ്ത ശേഷം, വ്യക്തമായും സാധ്യതകൾ വളരെ അനുകൂലമാണ്, മുങ്ങുക, അതിൽ ശ്രദ്ധ കേന്ദ്രീകരിക്കരുത്. കന്നുകാലിക്കൂട്ടം നഷ്ടപ്പെടുത്തിയ അവസരങ്ങൾ കണ്ടെത്തുക – ഇങ്ങനെയാണ് വലിയ പണം സമ്പാദിക്കുന്നത്.

കല്പന ഏഴ്:

മാരത്തൺ വിജയികൾ

10-ബാഗറുകൾ ഓടിക്കുക

പുതിയതും പരിചയസമ്പന്നരുമായ നിക്ഷേപകർക്ക് ഒരുപോലെ ഏറ്റവും സാധാരണവും ചെലവേറിയതുമായ തെറ്റുകളിലൊന്ന് വിജയികളെ വളരെ നേരത്തെ വിൽക്കുക എന്നതാണ്. നിക്ഷേപ മാന്ത്രികൻ പീറ്റർ ലിഞ്ചിന്റെ മഗല്ലൻ ഫണ്ടിന്റെ ചട്ടം #1 40% വർദ്ധിക്കുമ്പോൾ ഓഹരി വിൽക്കരുത്, 100% പോലും. പല നിക്ഷേപകരും അവരുടെ വിജയികളെ വെട്ടി മുറിക്കുകയോ വിൽക്കുകയോ, ചെയ്യുകയും അവരുടെ പരാജിതരെ ചേർക്കുകയും ചെയ്യുന്നു. നിങ്ങൾ ഗൃഹപാഠം ചെയ്തിട്ടുണ്ടെങ്കിൽ, നിക്ഷേപ സിദ്ധാന്തം ശരിയാണെങ്കിൽ, നേരത്തെ വിൽക്കാനും ഭാവിയിലെ വരുമാന സാധ്യത നഷ്ടപ്പെടുത്താനും ഒരു കാരണവുമില്ലെന്ന് ലിഞ്ച് ഉപദേശിക്കുന്നു.

പീറ്റർ ലിഞ്ച്

ലിഞ്ച് വാൾമാർട്ടിന്റെ ഉദാഹരണം നൽകി. ആദ്യ 10 വർഷത്തിനുള്ളിൽ അതിന്റെ സ്റ്റോക്ക് 10 മടങ്ങ് ഉയർന്നു, എന്നിട്ടും നിങ്ങൾ 11-ാം വർഷത്തിൽ എത്തിയിരുന്നെങ്കിൽ, നിങ്ങൾ ഇപ്പോഴും 10-ബാഗറിൽ ഇരിക്കുമായിരുന്നു. കമ്പനി വർഷംതോറും ഇക്വിറ്റിയിൽ 20% വരുമാനം നേടുന്നത് തുടരുന്നിടത്തോളം കാലം, ഇത് വളരെ വൈകിയിട്ടില്ല. സ്റ്റോക്ക് ഉയർന്നതിനാൽ ഒരു പോർട്ട്ഫോളിയോ യാന്ത്രികമായി "സമതുലിതമാക്കുക" എന്നത് കളകൾ വളർത്തുന്നതിനായി പൂന്തോട്ടത്തിൽ പൂക്കൾ വലിച്ചെടുക്കുന്നതിന് തുല്യമാണ്.

മിക്ക പ്രമുഖ നിക്ഷേപ വിദഗ്ധരും ലിഞ്ചിനോട് യോജിക്കുന്നു. ജോൺ ട്രെയിൻ പറഞ്ഞു, "ഇരട്ടിയായി എന്നതുകൊണ്ട് മാത്രം ഒരു നല്ല സ്റ്റോക്ക് വിൽക്കരുത്. മികച്ച സ്റ്റോക്കുകൾക്ക് ഒന്നോ രണ്ടോ തലമുറകൾക്കുള്ളിൽ 20 അല്ലെങ്കിൽ 100 മടങ്ങ് വളരാൻ കഴിയും." കാത്തി സൂവിന്റെ തന്ത്രം അവളുടെ എല്ലാ പോർട്ട്ഫോളിയോ കമ്പനികളെയും പ്രതിവർഷം 25% അല്ലെങ്കിൽ അതിൽ കൂടുതൽ വളരാൻ അനുവദിക്കുക എന്നതാണ്.

അസാധാരണമായ കമ്പനികൾ അപൂർവ്വമാണ്.

ബഫറ്റിനും മുംഗറിനും ഇത് നന്നായി അറിയാം : "ചാർലിയും ഞാനും പങ്കിടുന്ന ഒരു മനോഭാവത്തെക്കുറിച്ച് നിങ്ങൾ പൂർണ്ണമായും അറിഞ്ഞിരിക്കണം, അത് ഞങ്ങളുടെ സാമ്പത്തിക

പ്രകടനത്തെ വേദനിപ്പിക്കുന്നു," ബഫറ്റ് പറഞ്ഞു. "വില കണക്കിലെടുക്കാതെ, ബെർക്ക്ഷെയറിന്റെ ഉടമസ്ഥതയിലുള്ള ഏതെങ്കിലും നല്ല ബിസിനസ്സുകൾ വിൽക്കാൻ ഞങ്ങൾക്ക് താല്പര്യമില്ല. മോശം ബിസിനസുകൾ വിൽക്കാൻ ഞങ്ങൾ വളരെ മടിക്കും, അവയിൽ നിന്ന് കുറച്ച് പണമെങ്കിലും ലഭിക്കുമെന്ന് ഞങ്ങൾ പ്രതീക്ഷിക്കുന്നിടത്തോളം, അവരുടെ മാനേജർമാരെയും തൊഴിൽ ബന്ധങ്ങളെയും കുറിച്ച് ഞങ്ങൾക്ക് നല്ല തോന്നൽ ഉണ്ടെങ്കിൽ."

നിങ്ങൾ നിങ്ങളുടെ ഗൃഹപാഠം ചെയ്തിട്ടുണ്ടെങ്കിൽ, മതം തേടുകയാണെങ്കിൽ **(സി 5 : മതം തേടുക)**, ശരിയായ സമയത്തിനും വിലയ്ക്കും ക്ഷമയോടെ കാത്തിരിക്കുക, ധൈര്യത്തോടെ നിക്ഷേപിക്കുക **(സി 6 : ക്ഷമ പാലിക്കുക, ധൈര്യമായിരിക്കുക),** അത് വർദ്ധിച്ചപ്പോൾ, അത് ബോധ്യം തെളിയിക്കുമ്പോൾ എന്തിന് അത് വിൽക്കണം? നിങ്ങൾ സാധാരണയായി വിഷമിക്കേണ്ട ആവശ്യമില്ലാത്തവയാണ് സൂപ്പർ സ്റ്റാർ സ്ഥാപനങ്ങൾ. അവർ ദീർഘകാല വ്യവസായ നേതാക്കളാണ്, പലപ്പോഴും തടസ്സപ്പെടുത്തുന്നവരും നൂതനാശയങ്ങൾ സൃഷ്ടിക്കുന്നവരുമാണ്; അവർ നല്ല സമയത്തും മോശം സമയത്തും മികച്ചത് ചെയ്യുന്നു. വാൾമാർട്ടിനെ കൂടാതെ ഗൂഗിൾ, ആമസോൺ, ആപ്പിൾ, പത്ത് ശതമാനം, JD.com, ആലിബാബ, ടെസ്‌ല എന്നിവയാണ് മറ്റ് ഉദാഹരണങ്ങൾ.

ഴാങ് ലി

പുതിയ നിക്ഷേപകർ "ലാഭം" അല്ലെങ്കിൽ "സമതുലിതമാക്കൽ" എന്ന പൊതുവായ തെറ്റ് ചെയ്യുന്നു, അതേസമയം പ്രൊഫഷണൽ നിക്ഷേപകർ മറ്റ് കാരണങ്ങളാൽ വിൽക്കാൻ നിർബന്ധിതരാകും. ഉദാഹരണത്തിന്, സാന്റെ 100 മില്യൺ ഡോളർ വെഞ്ച്വർ ക്യാപിറ്റൽ ഫണ്ടിനായി അദ്ദേഹം 16 പോർട്ട്ഫോളിയോ കമ്പനികളിൽ നിക്ഷേപിച്ചു. ഫണ്ടിന് ഒരു "സമയ ചക്രവാളം" ഉണ്ടായിരുന്നു – മൂന്ന് വർഷത്തെ നിക്ഷേപ കാലയളവും, എല്ലാ മൂലധനവും ലാഭവും നിക്ഷേപകർക്ക് തിരികെ നൽകുന്നതിന് ഏഴ് വർഷത്തെ കാലയളവും. മിക്ക വെഞ്ച്വർ ക്യാപിറ്റൽ, പ്രൈവറ്റ് ഇക്വിറ്റി ഫണ്ടുകളുടെയും ഘടനയാണിത്. ലാഭവും എക്സിറ്റും കാണിക്കുന്നതിലൂടെ മാത്രമേ ഫണ്ട് മാനേജർക്ക് അടുത്ത വലിയ ഫണ്ട് സമാഹരിക്കാൻ കഴിയൂ. അതിനാൽ, ഘടനാപരമായ (ഫണ്ടിന്റെ സമയ ജീവിതം), മാർക്കറ്റിംഗ് (ട്രാക്ക് റെക്കോർഡിനായി അതിവേഗ ലാഭം കാണിക്കുന്നത്) പ്രശ്നങ്ങൾ മിക്കവാറും എല്ലാ ഫണ്ടുകളും നേരത്തെ വിൽക്കാൻ സമ്മർദ്ദം ചെലുത്തുന്നു. ഇക്കാരണങ്ങളാൽ, സാന്റെ ഫണ്ട് NASDAQ-ൽ നേരത്തെ ഐപിഒ ചെയ്ത ഒരു പോർട്ട്ഫോളിയോ സ്ഥാപനം വിൽക്കുകയും ലാഭം കാണിക്കുന്നതിനായി ഐപിഒയിലേക്കുള്ള വഴിയിൽ സ്വകാര്യ സ്ഥാപനങ്ങളെ വിൽക്കുകയും ചെയ്തു. ഇത് മാനേജരുടെയും ഫണ്ടിന്റെ നിക്ഷേപകരുടെയും താല്പര്യങ്ങൾക്ക് വിരുദ്ധമാണ്. മികച്ച പ്രകടനം കാഴ്ചവയ്ക്കുന്ന ചില നിക്ഷേപകർക്ക് ദീർഘകാല അല്ലെങ്കിൽ "നിത്യഹരിത" ഫണ്ടുകൾ ഉള്ളത് ഇതുകൊണ്ടാണ്. കാത്തി സൂവിന്റെ ക്യാപിറ്റൽ ടുഡേ, ഷാങ് ലീയുടെ ഹിൽഹൗസ് ക്യാപിറ്റൽ എന്നിവ ദീർഘകാല ഫണ്ടുകളുള്ള മികച്ച ചൈനീസ് ഫണ്ട് മാനേജർമാർക്കായി മനസ്സിൽ വരുന്നു, തീർച്ചയായും ബെർക്ക്ഷെയർ ഹാത്വേ ദീർഘകാല, സ്ഥിരം മൂലധനമായി പോലും രൂപകല്പന ചെയ്തിരിക്കുന്നു.

കൂട്ടു പലിശയുടെ മാന്ത്രികത

"കൂട്ടുപലിശ ലോകത്തിലെ എട്ടാമത്തെ അത്ഭുതമാണ്."

– ആൽബർട്ട് ഐൻസ്റ്റീൻ

എന്താണ് കൂട്ടു പലിശ, എന്തുകൊണ്ടാണ് ഐൻസ്റ്റീൻ അതിനെ ലോകത്തിലെ എട്ടാമത്തെ അത്ഭുതം എന്ന് വിളിക്കുന്നത്?

ബെഞ്ചമിൻ ഫ്രാങ്ക്ലിൻ ഇതിനെക്കുറിച്ച് മനോഹരമായി വിശദീകരിക്കുന്നത് ഇപ്രകാരമാണ് "പണം കൊണ്ട് പണം സമ്പാദിക്കുമ്പോൾ അത്തരത്തിൽ സമ്പാദിച്ച പണം ഉപയോഗിച്ച് വീണ്ടും കൂടുതലായി പണം സമ്പാദിക്കുന്നതിനെയാണ് കൂട്ടു പലിശയെന്ന് പറയുന്നത്."

കൂട്ടു പലിശയുടെ മാന്ത്രികത

9/10/11% കൂട്ടിച്ചേർക്കലിലൂടെ 100 ഡോളർ എത്രയാകുന്നു

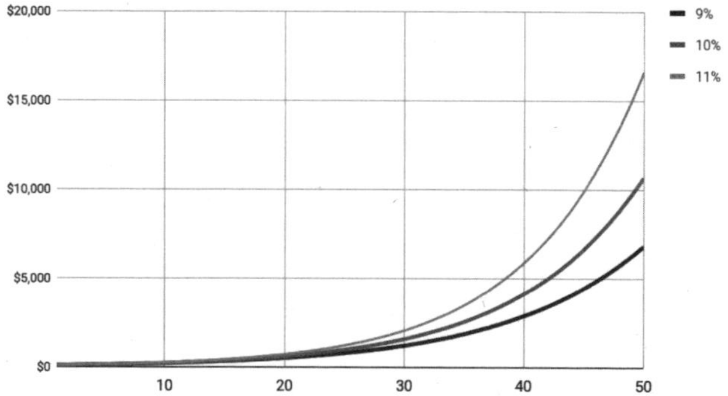

ഇന്ന് നിങ്ങളുടെ കൈവശം 100 ഡോളർ ഉണ്ടെന്ന് സങ്കല്പിക്കുക. ഓരോ വർഷവും 10% സമ്പാദിക്കുന്ന ആദ്യ വർഷം കഴിഞ്ഞാൽ 110 ഡോളർ ലഭിക്കും. രണ്ട് വർഷം കഴിയുമ്പോൾ 121 ഡോളർ കിട്ടും. പത്ത് വർഷമാകുമ്പോൾ നിങ്ങൾക്ക് 260 ഡോളർ ലഭിക്കും. 20-ാം വർഷമാകുമ്പോഴേക്കും നിങ്ങൾക്ക് 672 ഡോളർ ലഭിക്കും. 30-ാം വർഷമാകുമ്പോഴേക്കും നിങ്ങൾക്ക് 1744 ഡോളർ ലഭിക്കും. 40-ാം വർഷമാകുമ്പോൾ നിങ്ങൾക്ക് 4525 ഡോളർ ലഭിക്കും. നിങ്ങൾക്ക് 50 വയസ്സാകുമ്പോഴേക്കും നിങ്ങൾക്ക് 11,739 ഡോളർ ലഭിക്കും. ആദ്യത്തെ പത്ത് വർഷത്തിനുള്ളിൽ നിങ്ങൾ 160 ഡോളർ മാത്രമേ സമ്പാദിക്കുന്നുള്ളൂവെങ്കിലും, കാലക്രമേണ കൂടുതൽ പണം സമ്പാദിക്കുന്നതിനായി വരുമാനം വീണ്ടും നിക്ഷേപിക്കുന്നതിലൂടെ നിങ്ങൾക്കുള്ള വരുമാനം വർദ്ധിപ്പിക്കുന്നു. നിങ്ങളുടെ നിക്ഷേപങ്ങൾ ക്രമാതീതമായി വളരും, കാരണം നിങ്ങൾ നിക്ഷേപിച്ച മൂലധനം വർദ്ധിച്ചുകൊണ്ടിരിക്കും.

ഓരോ ശതമാനം വരുമാനവും വലിയ വ്യത്യാസമുണ്ടാക്കും.

9% മുതൽ 11% വരെ വാർഷിക വരുമാനം കണക്കിലെടുക്കുമ്പോൾ, ഓരോ വർഷവും 2% അധികമായി നൽകുന്നത് 50 വർഷത്തിനുള്ളിൽ തുക ഇരട്ടിയാക്കുമെന്ന് നിങ്ങൾ കണ്ടെത്തും. അതിനാൽ, നിങ്ങളുടെ പ്രാരംഭ വരുമാനം ചെറുതായി തോന്നാമെങ്കിലും, കാലക്രമേണ ഇത് വളർത്തുന്നത് തുടരുക, കോമ്പൗണ്ടിംഗ് ഭാവിയിൽ നിങ്ങളുടെ വരുമാനം മാന്ത്രികമായി വർദ്ധിപ്പിക്കും.

റിച്ചാർഡ് റസ്സൽ

റിച്ചാർഡ് റസ്സൽ (1924-2015) ആധുനിക കാലത്തെ ഏറ്റവും സ്വാധീനമുള്ള സാമ്പത്തിക എഴുത്തുകാരിൽ ഒരാളായി കണക്കാക്കപ്പെടുന്നു. എന്തുകൊണ്ടാണ് ഒരു നിക്ഷേപകൻ നേരത്തെ നിക്ഷേപം ആരംഭിക്കുന്നത്? സാലിയുടെയും ജാക്കിന്റെയും കഥ റസ്സൽ പങ്കിടുന്നു :

19-ാം വയസ്സിൽ സാലി ഒരു ഐആർഎ അക്കൗണ്ട് തുറക്കുകയും 26 വയസ്സ് വരെ പ്രതിവർഷം 2000 ഡോളർ നിക്ഷേപിക്കുകയും ചെയ്യുന്നു. ഏഴ് വർഷത്തിന് ശേഷം, അവൾ അക്കൗണ്ടിലേക്ക് സംഭാവന ചെയ്യുന്നത് നിർത്തുന്നു. സാലിയുടെ അതേ പ്രായത്തിലുള്ള ജാക്ക്, 26 വയസ്സിൽ 65 വയസ്സ് തികയുന്നതുവരെ പ്രതിവർഷം 2000 ഡോളർ സംഭാവന ചെയ്യാൻ തുടങ്ങുന്നു. ഐആർഎ ശരാശരി 10% (7%

പലിശയും വളർച്ചയും) നേടുന്നുവെന്ന് കരുതുക, 65 വയസ്സിൽ റിട്ടയർമെന്റിനായി ആർക്കാണ് കൂടുതൽ ഉള്ളതെന്ന് നിങ്ങൾ കരുതുന്നു? 65-ാം വയസ്സിൽ, ജാക്കിന്റെ ഐആർഎ അക്കൗണ്ടിൽ 973,704 ഡോളറും സാലിയുടെ അക്കൗണ്ടിൽ 944,641 ഡോളറും ഉണ്ട്. ഒറ്റനോട്ടത്തിൽ, അവസാനം ജാക്ക് വിജയിച്ചതായി തോന്നുന്നു. എന്നാൽ ജാക്കിന്റെ 80,000 ഡോളറുമായി താരതമ്യപ്പെടുത്തുമ്പോൾ സാലി 14,000 ഡോളർ മാത്രമാണ് നിക്ഷേപിച്ചതെന്ന് ഓർക്കുക, ഇത് 64,000 ഡോളർ കുറവാണ്! കൂടാതെ, സാലി തന്റെ യഥാർത്ഥ പ്രിൻസിപ്പൽ ഏകദേശം 67,500% വളർത്തിയപ്പോൾ ജാക്കിന്റെ വളർച്ച 12,000% വർദ്ധിച്ചു. സാലി തന്റെ ഐആർഎ അക്കൗണ്ടിലേക്ക് സംഭാവന നൽകുന്നത് നിർത്തിയെങ്കിലും, അവൾക്ക് ഇപ്പോഴും ജോലിയിൽ നിന്ന് വരുമാനമുണ്ട്, കൂടാതെ ഓരോ വർഷവും 2000 ഡോളർ ലാഭിക്കുന്നത് തുടരാൻ കഴിയും. ജാക്ക് സാലിയേക്കാൾ 33 വർഷം കൂടുതൽ നിക്ഷേപിച്ചിട്ടുണ്ടെങ്കിലും, തന്റെ നിക്ഷേപ വരുമാനത്തിന്റെ ശ്രേഷ്ഠത നോക്കുമ്പോൾ സാലി ജാക്കിനെ വ്യക്തമായി മറികടക്കുന്നു.

അപ്പോൾ നമ്മൾ എന്താണ് പഠിച്ചത്?

1. ***നേരത്തെ തുടങ്ങുക.*** നേരത്തെ നിക്ഷേപിക്കുന്നതും ക്ഷമ പാലിക്കുന്നതും നിങ്ങളുടെ സാമ്പത്തിക ഭാവി സുരക്ഷിതമാക്കുന്നതിനുള്ള വളരെ പ്രധാനപ്പെട്ട താക്കോലുകളാണ് – നിങ്ങൾക്ക് യഥാർത്ഥത്തിൽ ധാരാളം പണം ആവശ്യമില്ല; അതിന്റെ ജോലി ചെയ്യാൻ നിങ്ങൾക്ക് ക്ഷമയും, സമയവും മാന്ത്രികവിദ്യയും ആവശ്യമാണ്.
2. ***മാജിക് ആസ്വദിക്കൂ.*** ഇൻവെസ്റ്റ്മെന്റ് മന്ത്രവാദികൾ എല്ലായ്പ്പോഴും വിജയികളെ മാരത്തൺ ചെയ്യുകയും തുടർന്ന് ഇരുന്ന് അവരുടെ നേട്ടങ്ങൾ ആസ്വദിക്കുകയും ചെയ്യുന്നത് എന്തുകൊണ്ടാണെന്ന് കോമ്പൗണ്ടിംഗ് വിശദീകരിക്കുന്നു!

റിച്ചാർഡ് റെസലിന്റെ റിച്ച് മാൻ, പുവർ മാൻ

ശരാശരി നിക്ഷേപകൻ ബിൽ ഗേറ്റ്സിനെയോ സ്റ്റീവൻ സ്പിൽബർഗിനെയോ പോലെ ഒരു പ്രതിഭയല്ല, അതിശയകരമായ സമ്പത്ത് സൃഷ്ടിക്കാനുള്ള അസാധാരണമായ കഴിവുകളുള്ള

യാളാണ്. പകരം നമ്മുടെ സമ്പത്ത് വർദ്ധിപ്പിക്കുന്നതിന് നമുക്കെല്ലാവർക്കും മികച്ച സാമ്പത്തിക പദ്ധതികൾ ആവശ്യമാണ്. റസ്സലിന്റെ നാല് നിക്ഷേപ നിയമങ്ങൾ ആ ലക്ഷ്യത്തിലേക്ക് നമ്മെ സഹായിക്കും :

1. ***ചട്ടം 1 – കോമ്പൗണ്ടിംഗ് :*** വിജയകരമായി കൂട്ടിച്ചേർക്കാൻ, നിങ്ങൾക്ക് ഇനിപ്പറയുന്നവ ആവശ്യമാണ് : നിങ്ങളെ രക്ഷാപാതയിൽ ഉറച്ചുനിൽക്കാൻ സ്ഥിരോത്സാഹം; നിങ്ങൾ എന്താണ് ചെയ്യുന്നതെന്നും എന്തുകൊണ്ടാണെന്നും മനസ്സിലാക്കാനുള്ള ബുദ്ധി; നിങ്ങൾ കോമ്പൗണ്ടിംഗ് പാത വിശ്വസ്തതയോടെ പിന്തുടരുകയാണെങ്കിൽ വരാനിരിക്കുന്ന അതിശയകരമായ പ്രതിഫലങ്ങൾ മനസ്സിലാക്കുന്നതിന് അറിവ്. തീർച്ചയായും, നിങ്ങൾക്ക് സമയം ആവശ്യമാണ്... ഓർക്കുക, കോമ്പൗണ്ടിംഗ് സമയത്തിനനുസരിച്ച് മാത്രമേ പ്രവർത്തിക്കൂ!
2. ***ചട്ടം 2 – പണം നഷ്ടപ്പെടരുത് :*** പണം നഷ്ടപ്പെടരുത്, കുറഞ്ഞത് വലിയ അളവിലെങ്കിലും പണം നഷ്ടപ്പെടരുത്. ചൂതാട്ടം, ചീഞ്ഞ ബിസിനസ്സ് ഇടപാടുകൾ, അത്യാഗ്രഹം, മോശം സമയം തുടങ്ങിയ വിനാശകരമായ നിക്ഷേപങ്ങളിൽ മിക്ക ആളുകൾക്കും പണം നഷ്ടപ്പെടുന്നു.
3. ***ചട്ടം 3 – ധനികൻ, ദരിദ്രൻ :*** ധനികന് കമ്പോളത്തിന്റെ ആവശ്യമില്ല, കാരണം അയാൾക്ക് ആവശ്യമുള്ള എല്ലാ വരുമാനവും ഇതിനകം തന്നെ ഉണ്ട്. കുടിശ്ശികയുള്ള മൂല്യമൊന്നും പ്രയോജനപ്പെടുത്താൻ കഴിയുന്നില്ലെങ്കിൽ, അദ്ദേഹം അവസരത്തിനായി കാത്തിരിക്കുന്നു. വിവിധ സ്രോതസ്സുകളിൽ നിന്ന് പണം വരുന്നതിനാൽ അദ്ദേഹത്തിന് കാത്തിരിക്കാൻ കഴിയും. അപ്പോൾ ആ ചെറിയ ആളുടെ കാര്യമോ? ഈ മനുഷ്യൻ എല്ലായ്പ്പോഴും "പണം സമ്പാദിക്കാൻ" സമ്മർദ്ദം അനുഭവിക്കുന്നു, പകരമായി, തനിക്കായി "എന്തെങ്കിലും ചെയ്യാൻ" അദ്ദേഹം എല്ലായ്പ്പോഴും വിപണിയിൽ സമ്മർദ്ദം ചെലുത്തുന്നു. അവൻ മൂല്യം മനസ്സിലാക്കുന്നില്ല, അതിനാൽ അവൻ എല്ലായ്പ്പോഴും അമിതമായി പണം നൽകുന്നു. "പലിശ മനസ്സിലാക്കുന്നവൻ അത് സമ്പാദിക്കുന്നു, പലിശ മനസ്സിലാക്കാത്തവൻ അത് നൽകുന്നു" എന്ന ചൊല്ല് അവൻ ഒരിക്കലും കേട്ടിട്ടില്ലായിരുന്നു.

4. ***ചട്ടം 4 – മൂല്യം :*** ഒരു നിശ്ചിത വിപണി മികച്ച മൂല്യം വാഗ്ദാനം ചെയ്യുമ്പോൾ മാത്രമാണ് ശരാശരി നിക്ഷേപകൻ അടിസ്ഥാന കോമ്പൗണ്ടിംഗ് സംവിധാനത്തിന് പുറത്തേക്ക് പോകേണ്ടത്. ഒരു നിക്ഷേപം വാഗ്ദാനം ചെയ്യുമ്പോൾ അത് ഒരു വലിയ മൂല്യമാണെന്ന് റസ്സൽ വിലയിരുത്തുന്നു : (എ) സുരക്ഷ; (ബി) ആകർഷകമായ തിരിച്ചുവരവ്; (സി) വില വർദ്ധിപ്പിക്കുന്നതിനുള്ളഒരുനല്ലഅവസരം.മറ്റെല്ലാസമയങ്ങളിലും,കോമ്പൗണ്ടിംഗ് റൂട്ടുകൾ സുരക്ഷിതവും ഒരുപക്ഷേ കൂടുതൽ ലാഭകരവുമാണ്, കുറഞ്ഞത് ദീർഘകാലാടിസ്ഥാനത്തിൽ.

72–ന്റെ നിയമം

അമേരിക്കൻ നിക്ഷേപകനും ഫണ്ട് മാനേജരും മനുഷ്യസ്നേഹിയുമായ വാൾട്ടർ ഷ്ലോസ് 54 വർഷത്തിനുള്ളിൽ 15% സംയുക്ത വാർഷിക വളർച്ചാ നിരക്ക് (സിഎജിആർ) നേടി. അഞ്ച് ദശാബ്ദങ്ങളായി ഇത്രയും മികച്ച വരുമാനമുള്ള കുറച്ച് മന്ത്രവാദികളെക്കുറിച്ച് നമുക്ക് ചിന്തിക്കാൻ കഴിയും! കോം പൗണ്ടിംഗിന്റെ ഒരു വലിയ ആരാധകൻ കൂടിയാണ് ഷ്ലോസ്, ഇത് തന്റെ വിജയത്തെ നയിക്കാൻ ഉപയോഗിച്ചു. കോമ്പൗണ്ടിംഗിന്റെ ശക്തി വിശദീകരിക്കാൻ ഗണിത ക്ലാസുകളിൽ സാധാരണയായി പഠിപ്പിക്കുന്ന 72 എന്ന ലളിതമായ നിയമം അദ്ദേഹം ഉപയോഗിക്കുന്നു.

വാൾട്ടർ ഷ്ലോസ്

72-ാം ചട്ടം അനുസരിച്ച് 72-നെ നിങ്ങൾ പ്രതീക്ഷിക്കുന്ന റിട്ടേൺ നിരക്ക് അനുസരിച്ച് വിഭജിക്കുമ്പോൾ, നിങ്ങളുടെ പണം ഇരട്ടിയാക്കാൻ എടുക്കുന്ന വർഷങ്ങളുടെ എണ്ണം നിങ്ങൾക്ക് ലഭിക്കും. അതിനാൽ, നിങ്ങൾ പ്രതിവർഷം 8% നിരക്കിൽ കോമ്പൗണ്ടിംഗ് പലിശയോടെ 100 ഡോളർ നിക്ഷേപിക്കുകയാണെങ്കിൽ, നിക്ഷേപം 200 ഡോളറായി മാറാൻ 72/8 = 9 വർഷം ആവശ്യമാണ്. യാദൃച്ഛികമായി, യുഎസ് സ്റ്റോക്ക് മാർക്കറ്റിൽ നിന്നുള്ള ശരാശരി ദീർഘകാല വരുമാനം 8% ആണ്; അതിനാൽ നിങ്ങൾ ഒരു സ്റ്റോക്ക് മാർക്കറ്റ് സൂചിക വാങ്ങുകയാണെങ്കിൽ, ഓരോ 9 വർഷത്തിലും നിങ്ങളുടെ പണം ഇരട്ടിയാക്കാനുള്ള നല്ല അവസരമുണ്ട് – നിങ്ങൾക്ക് ക്ഷമയുള്ളിടത്തോളം, നിഷ്ക്രിയ നിക്ഷേപമനുസരിച്ച് മോശമല്ല.

സി 2 : നിങ്ങളുടെ ഇടം സ്വന്തമാക്കുക-യിൽ പറഞ്ഞിരിക്കുന്ന 10,000-ന്റെ നിയമം പോലെ, 9 വർഷം ചില ആളുകൾക്ക് അല്പം ദൈർഘ്യമേറിയതായിരിക്കാം. എന്നാൽ നിങ്ങളുടെ നിക്ഷേപ ചക്രവാളത്തെക്കുറിച്ച് ചിന്തിക്കുമ്പോൾ, നിങ്ങൾ ഇരുപതുകളിൽ നിക്ഷേപം നടത്താൻ തുടങ്ങിയിരുന്നെങ്കിൽ, നിങ്ങൾക്ക് 65 വയസ്സാകുമ്പോഴേക്കും നിങ്ങളുടെ പണം ഇരട്ടിയായി ലഭിക്കും, ഇത് നിങ്ങൾ വിപണിയിൽ തുടരുകയാണെങ്കിൽ 2 x 2 x 2 x 2 x 2 = 32 അല്ലെങ്കിൽ 3,200% വരുമാനം നൽകുന്നു. കൂടാതെ, ശരാശരി 8% സ്റ്റോക്ക് മാർക്കറ്റ് റിട്ടേൺ മാത്രമേ ഞങ്ങൾ അനുമാനിച്ചിട്ടുള്ളൂ. വിപണി ശരാശരിയേക്കാൾ കൂടുതൽ സമ്പാദിക്കാൻ നിങ്ങൾക്ക് കഴിയുമെങ്കിൽ, നിങ്ങളുടെ പണം ഇരട്ടിയാക്കാനും വേഗത്തിലുള്ള സാമ്പത്തിക വളർച്ച കൈവരിക്കാനും എടുക്കുന്ന സമയം നിങ്ങൾ കുറയ്ക്കുന്നു.

അവസാനമായി, നിങ്ങളുടെ വിജയികളെ വളരെ നേരത്തെ വിൽക്കരുത്. അവരെ മാരത്തൺ ചെയ്യുക, എട്ടാമത്തെ ലോകാത്ഭുതം അതിന്റെ മാന്ത്രികത പ്രവർത്തിക്കട്ടെ!

കല്പന എട്ട്:

വൈവിധ്യവത്ക്കരിക്കുക... എന്നാൽ കൂടുതലാകരുത്

വൈവിധ്യപൂർണ്ണമായി തുടരുക

വൈവിധ്യവൽക്കരണം നിക്ഷേപത്തിന്റെ വിശുദ്ധ പാനപാത്രമാണ്.100 ബില്യൺഡോളറിലധികം എയുഎമ്മുള്ള ബ്രിഡ്ജ്വാട്ടർ അസ്സോസിയേറ്റ്സിന്റെ സ്ഥാപക നായ റേ ഡാലിയോ വൈവിധ്യവൽക്കരണത്തിന്റെ ശക്തിയെ ക്കുറിച്ച് വിവരിക്കുന്നത് ഇങ്ങനെയാണ്, "മികച്ച നിക്ഷേപങ്ങൾ കണ്ടെത്തുക എന്നതാണ് ഏറ്റവും പ്രധാനപ്പെട്ട കാര്യമെന്ന് ധാരാളം ആളുകൾ കരുതുന്നു. അത് പ്രധാനമാണ്, പക്ഷേ [വൈവിധ്യവൽക്കരണം] പോലുള്ള ഒന്നിനോട് മത്സരിക്കാൻ കഴിയുന്ന മികച്ച നിക്ഷേപമില്ല." അതെ, വൈവിധ്യവൽക്കരണം നിങ്ങൾക്ക് അത്ഭുതങ്ങൾ സൃഷ്ടിക്കും. വ്യത്യസ്ത ആസ്തി തരങ്ങൾ, ഭൂമിശാസ്ത്രം, മേഖലകൾ എന്നിവയിൽ നിക്ഷേപം നടത്തി ക്കൊണ്ട് വൈവിധ്യവൽക്കരണം നിങ്ങളുടെ അപകടസാധ്യത വ്യാപിപ്പിക്കുന്നു. നിങ്ങൾ എല്ലായ്പ്പോഴും വൈവിധ്യവത്കരി ക്കണം, പക്ഷേ നിങ്ങളുടെ നിക്ഷേപങ്ങൾ പിന്തുടരാൻ കഴിയാത്ത തരത്തിൽ അമിതമായി വൈവിധ്യവത്കരിക്കരുത്. ശരിയായി ഉപയോഗിക്കുമ്പോൾ, വൈവിധ്യവൽക്കരണം നിങ്ങളുടെ പോർട്ട്ഫോളിയോ റിസ്ക് കുറയ്ക്കുകയും പ്രതീക്ഷിക്കുന്ന വരുമാന ത്തിന്റെ അതേ നില നിലനിർത്തുകയും നിങ്ങളുടെ റിസ്ക്-റിട്ടേൺ അനുപാതം മെച്ചപ്പെടുത്തുകയും ചെയ്യും.

റേ ഡാലിയോ

ഒരേ യൂണിറ്റ് റിസ്കിനായി കൂടുതൽ സമ്പാദിക്കാൻ വൈവിധ്യവൽക്കരണം നിങ്ങളെ അനുവദിക്കുന്നുണ്ടോ? സത്യമാകാൻ കഴിയാത്ത ഒരു ഇടപാട് വളരെ നല്ലതാണെന്ന് തോന്നുന്നു. നിക്ഷേപത്തിനുള്ള ഏക സൗജന്യ ഉച്ചഭക്ഷണം വൈവിധ്യവൽക്കരണമാണെന്ന് നൊബേൽ സമ്മാന ജേതാവ് ഹാരി മാർക്കോവിറ്റ്സ് സമ്മതിക്കുന്നു. ആഗോള വൈവിധ്യമാർന്ന മ്യൂച്വൽ ഫണ്ടുകളുടെ തുടക്കക്കാരനും ഇരുപതാം നൂറ്റാണ്ടിലെ ഏറ്റവും മികച്ച നിക്ഷേപകരിൽ ഒരാളുമായ സർ ജോൺ ടെമ്പിൾട്ടൺ പറയുന്നു, "തെറ്റായ സമയത്ത് നിങ്ങളുടെ എല്ലാ മുട്ടകളും തെറ്റായ ബാസ്കറ്റിൽ നിക്ഷേപിക്കുന്നത് ഒഴിവാക്കാൻ, ഓരോ നിക്ഷേപകനും വൈവിധ്യവത്കരിക്കണം."

മാർക്കറ്റ് വിസാർഡ്സ് എന്ന പ്രശസ്ത പുസ്തകത്തിന്റെ പ്രശസ്ത എഴുത്തുകാരനായ ജാക്ക് ഷ്വാഗർ പറയുന്നത്, നിങ്ങളുടെ പോർട്ട്ഫോളിയോയിലെ ഹോൾഡിംഗുകളുടെ എണ്ണം വർദ്ധിപ്പിക്കുന്നതിലൂടെ, നിങ്ങളുടെ പോർട്ട്ഫോളിയോയുടെ അസ്ഥിരതയും ഇക്വിറ്റിയിലെ ഡ്രോഡൗണിന്റെ (ഇടിവ്) അളവും കുറയ്ക്കാൻ കഴിയുമെന്നാണ്. പോർട്ട്ഫോളിയോ തകർച്ചയുടെ അപകട സാധ്യത കുറയ്ക്കുന്നതിന് വൈവിധ്യവൽക്കരണത്തിന്റെ നേട്ടങ്ങൾ വിശദീകരിക്കാൻ ഷ്വാഗർ തന്റെ പുസ്തകമായ *മാർക്കറ്റ് സെൻസ് ആൻഡ് നോൺസെൻസ്*-ൽ ഇനിപ്പറയുന്ന ചാർട്ട് നൽകി :

വൈവിധ്യവൽക്കരണത്തിന്റെ മാന്ത്രികത

പോർട്ട്ഫോളിയോയിൽ കൂടുതൽ ആസ്തികൾ ഉള്ളതിനാൽ ഒരു പോർട്ട്ഫോളിയോ കുറയാനുള്ള സാധ്യത കുറയുന്നുവെന്ന് മുകളിലുള്ള ഷ്വാഗറിന്റെ ചാർട്ട് കാണിക്കുന്നു. നിങ്ങൾക്ക് അഞ്ച് ആസ്തികൾ വൈവിധ്യവത്കരിക്കുകയാണെങ്കിൽ, പോർട്ട്ഫോളിയോ ഒരു മാസത്തിനുള്ളിൽ മൂന്നിൽ രണ്ട് കുറയാൻ 35% സാധ്യതയുണ്ട്. നിങ്ങൾ 10 ആസ്തികൾ ചേർക്കുകയാണെങ്കിൽ, ആ അപകടസാധ്യത പകുതിയായി കുറയും.

ആസ്തികളുടെ എണ്ണത്തെ അടിസ്ഥാനമാക്കി
പോർട്ട്ഫോളിയോയുടെ 2/3 കുറയാനുള്ള സാധ്യത

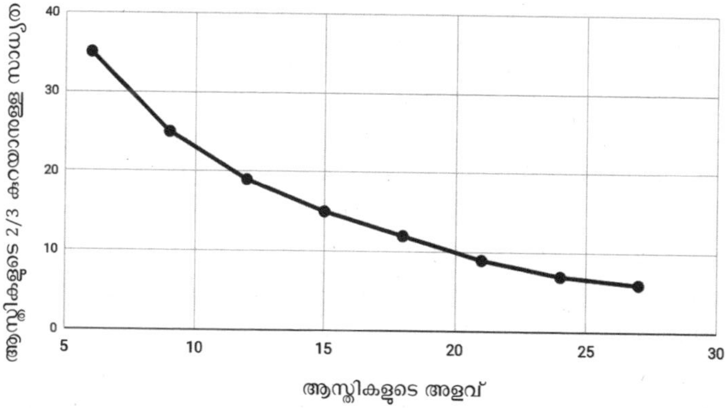

25+ ആസ്തിയുള്ളപ്പോൾ, അപകടസാധ്യത 6% ആയി കുറയുന്നു. ഗണിതം പ്രാവർത്തികമാക്കുന്നതിന്, നിക്ഷേപകർ ഈ മൂന്ന് അനുമാനങ്ങൾ പാലിക്കണം :

1. വ്യക്തിഗത ഹോൾഡിംഗുകൾ പൂർണ്ണമായും പരസ്പരബന്ധമില്ലാത്തതാണ്.
2. ഓരോ ആസ്തിയും ഒരു നിശ്ചിത മാസത്തിൽ വിജയിക്കാനോ, തോൽക്കാനോ തുല്യ സാധ്യതയുണ്ട്.
3. ഓരോ ആസ്തിക്കും, വിജയങ്ങളുടെയും പരാജയങ്ങളുടെയും വലുപ്പം തുല്യമാണ്.

ജാക്ക് ഷ്വാഗർ

ആസ്തികളുടെ എണ്ണം വർദ്ധിക്കുന്നതിനനുസരിച്ച് അപകട സാധ്യത കുറയുന്നത് നിങ്ങൾക്ക് കാണാൻ കഴിയും, ആദ്യത്തെ കുറച്ച് വൈവിധ്യവൽക്കരണത്തോടെ അതിവേഗം കുറയുന്നു. 10-ന് അപ്പുറമുള്ള വൈവിധ്യവൽക്കരണ ആനുകൂല്യങ്ങൾ വളരെ കുറവാണെന്ന് മിക്ക നിക്ഷേപകരും അനുമാനിക്കുന്നു, പക്ഷേ 10 ആസ്തികൾക്ക് ശേഷം മുങ്ങുന്നതിൽ ഇപ്പോഴും നേട്ടങ്ങളുണ്ടെന്ന് ഷ്വാഗർ തെളിയിക്കുന്നു. ഷ്വാഗറിന്റെ അഭിപ്രായത്തിൽ, "10-ന് അപ്പുറം എത്ര എണ്ണം കേസിനെ ആശ്രയിച്ചിരിക്കും, പക്ഷേ പൊതുവായി പറഞ്ഞാൽ, 20 അല്ലെങ്കിൽ അതിൽ കൂടുതൽ 10-നെ ക്കാൾ മികച്ച തിരഞ്ഞെടുപ്പായിരിക്കും (അധിക നിക്ഷേപങ്ങൾ സമതുലിത ഗുണനിലവാരമുള്ളതും വേണ്ടത്ര വൈവിധ്യപൂർണ്ണവു മായിരിക്കുന്നിടത്തോളം കാലം).

സമാനമായ ഗവേഷണം നടത്തിയ ശേഷം, നിക്ഷേപകർ "15 മുതൽ 20 വരെ 'നല്ല', 'പരസ്പരബന്ധമില്ലാത്ത' റിട്ടേൺ സ്ട്രീമുകൾ" ഉള്ളപ്പോൾ മികച്ച രീതിയിൽ വൈവിധ്യവത്ക രിക്കുന്നുവെന്ന് ഡാലിയോ നിഗമനം ചെയ്തു. നിങ്ങൾക്ക് പരസ്പരബന്ധമില്ലാത്ത പതിനഞ്ച് നിക്ഷേപങ്ങൾ ഉള്ളപ്പോൾ, നിങ്ങൾക്ക് "നിങ്ങളുടെ റിട്ടേൺ-ടു-റിസ്ക് അനുപാതം ഒരു ഘടകം ഉപയോഗിച്ച് മെച്ചപ്പെടുത്താൻ കഴിയും... ഒരേ യൂണിറ്റ് റിസ്ക് ഉപയോഗിച്ച് പ്രതീക്ഷിച്ച വരുമാനത്തിന്റെ അഞ്ചിരട്ടിയാണിത്!"

കൂടുതൽ (പരസ്പരബന്ധമില്ലാത്ത) ആസ്തികൾ തിരഞ്ഞെടുക്കുന്നതിലൂടെ, കുറഞ്ഞ റിസ്ക് എക്സ്പോഷർ ഉപയോഗിച്ച് നിങ്ങൾ അതേ വരുമാന നിരക്ക് നേടുന്നു.

നിങ്ങൾ ഡാലിയോയുടെയും ഷ്വാഗറിന്റെയും ഉപദേശം സ്വീകരിക്കുകയും 15 മുതൽ 20 വരെ നിക്ഷേപങ്ങൾ സൂക്ഷ്മമായി നിരീക്ഷിക്കുകയും ചെയ്താൽ, വൈവിധ്യവൽക്കരണത്തിൽ നിന്ന് നിങ്ങൾക്ക് വലിയ നേട്ടങ്ങൾ നേടാൻ കഴിയും. എന്നിരുന്നാലും, സമാന ഗുണനിലവാരമുള്ള 15 പരസ്പരബന്ധമില്ലാത്ത നിക്ഷേപങ്ങൾ കണ്ടെത്താൻ ശ്രമിക്കുമ്പോൾ നിങ്ങൾക്ക് സ്വയം വളരെ മെലിഞ്ഞതായി പടരാൻ കഴിയും. ഓർക്കുക : വിശുദ്ധ പാനപാത്രത്തിന്റെ നേട്ടങ്ങളുടെ ഗണ്യമായ ഭാഗം ആദ്യത്തെ 15 നിക്ഷേപങ്ങളിൽ നിന്നാണ് വരുന്നത്, അതിനാൽ നിങ്ങൾക്ക് കുറഞ്ഞ വൈവിധ്യം തിരഞ്ഞെടുക്കാനും നല്ല അളവിലുള്ള ആനുകൂല്യങ്ങൾ ആസ്വദിക്കാനും കഴിയും.

വിഡ്ഢികൾക്ക് വേണ്ടി വൈവിധ്യവൽക്കരണം?

ഇനിപ്പറയുന്ന ഉദ്ധരണികൾ പരിചിന്തിക്കുക :

1. ***ആൻഡ്രൂ കാർനെഗി :*** "ധനികനാകാനുള്ള മാർഗ്ഗം നിങ്ങളുടെ എല്ലാ മുട്ടകളും ഒരു കൊട്ടയിൽ ഇട്ട് ആ കുട്ട കാണുക എന്നതാണ്."
2. ***മാർക്ക് ക്യൂബൻ :*** "അസ്സറ്റ് മാനേജ്മെന്റ്, വൈവിധ്യവൽക്കരണം, ഇത് വിഡ്ഢികൾക്കുള്ളതാണ്. കാരണം നിങ്ങൾ എന്താണ് ചെയ്യുന്നതെന്ന് അറിയാൻ നിങ്ങൾക്ക് വേണ്ടത്ര വൈവിധ്യവത്കരിക്കാൻ കഴിയില്ല."
3. ***വാറൻ ബഫറ്റ് :*** "വൈവിധ്യവൽക്കരണം അജ്ഞതയിൽ നിന്നുള്ള സംരക്ഷണമാണ്... എന്നാൽ അവർ എന്താണ് ചെയ്യുന്നതെന്ന് അറിയുന്നവർക്ക് ഇത് വളരെ അർത്ഥശൂന്യമാണ്."

ഇനി, നിങ്ങൾ ചോദിച്ചേക്കാം : നമ്മൾ ആരെയാണ് വിശ്വസിക്കേണ്ടത്? വൈവിധ്യവൽക്കരണക്കാരെയോ അതോ വിപരീത സിദ്ധാന്തങ്ങളെയോ? എന്നിരുന്നാലും, നിങ്ങൾ സൂക്ഷ്മമായി വായിച്ചാൽ, ആ മൂന്ന് മന്ത്രവാദികളും വൈവിധ്യവൽക്കരണത്തിന് എതിരാണെന്ന് തോന്നാം – പക്ഷേ അവർ അങ്ങനെയല്ല.

1. നിങ്ങൾ ബാസ്കറ്റിലേക്ക് ശ്രദ്ധാപൂർവ്വം നോക്കണമെന്ന് കാർനെഗി ആഗ്രഹിക്കുന്നു **(സി2 : നിങ്ങളുടെ ഇടം സ്വന്തമാക്കുക).** നിങ്ങളുടെ എല്ലാ മുട്ടകളും തെറ്റായ സമയത്ത് ഒരിക്കലും തെറ്റായ കുട്ടയിൽ ഇടില്ലെന്ന് ഉറപ്പാക്കാൻ നിങ്ങളുടെ ബാസ്കറ്റിനെക്കുറിച്ച് നിങ്ങൾ അറിഞ്ഞിരിക്കണം.
2. നിങ്ങൾ ഗൃഹപാഠം ചെയ്യണമെന്ന് ക്യൂബൻ ആഗ്രഹിക്കുന്നു **(സി5 : മതം തേടുക).** നിങ്ങൾ എന്താണ് നിക്ഷേപിക്കുന്നതെന്ന് നിങ്ങൾ അറിയുകയും അത് നിങ്ങൾക്ക് ധാരാളം പണം സമ്പാദിക്കാൻ കഴിയുമെന്ന ബോധ്യം ഉണ്ടായിരിക്കുകയും വേണം. ക്യൂബൻ ഒരു ശതകോടീശ്വരൻ സെലിബ്രിറ്റി കൂടിയാണെന്ന് ഓർമ്മിക്കുക, അവർ എൻബിഎ ടീമുകൾ, സിനിമാ നിർമ്മാണങ്ങൾ, *ഷാർക്ക് ടാങ്ക്* പോർട്ട്ഫോളിയോ കമ്പനികൾ എന്നിവയിൽ നിക്ഷേപം നടത്തുന്നു. നിങ്ങൾ വിചാരിക്കുന്നതിനേക്കാൾ കൂടുതൽ വൈവിധ്യപൂർണ്ണനാണ് അദ്ദേഹം.
3. നിങ്ങൾ അജ്ഞരാകരുതെന്ന് ബഫറ്റ് ആഗ്രഹിക്കുന്നു/മതം തേടുക **(സി 5 : മതം തേടുക).** ക്യൂബൻ വക്താക്കളെപ്പോലെ, നിങ്ങൾ എന്താണ് ചെയ്യുന്നതെന്ന് നിങ്ങൾ അറിയേണ്ടതുണ്ട്. 2020 ആഗസ്റ്റ് വരെ ബെർക്ക്ഷെയറിന് കീഴിൽ 45 -ലധികം കമ്പനികളും ബഫറ്റിന് സ്വന്തമായുണ്ട്.

അമിതമായി വൈവിധ്യവത്ക്കരിക്കരുത്

വൈവിധ്യവൽക്കരണവും അല്ലാത്തതും നിങ്ങൾക്ക് അനുകൂലമായി പ്രവർത്തിക്കും. എന്നാൽ ബഫറ്റ്, ഡാലിയോ, ഷ്വാഗർ എന്നിവർ പറയുന്നതുപോലെ, വൈവിധ്യവൽക്കരണം ഒരു അപകടസാധ്യത കുറയ്ക്കൽ നടപടിയാണ്, ഇത് നിങ്ങളുടെ എല്ലാ മുട്ടകളും തെറ്റായ സമയത്ത് തെറ്റായ കുട്ടകളിൽ ഇടുന്നതിൽ നിന്ന് നിങ്ങളെ തടയുന്നു. നിങ്ങളുടെ മികച്ച നിക്ഷേപത്തിൽ നിങ്ങളുടെ വരുമാനം വർദ്ധിപ്പിക്കുന്നതിൽ നിന്ന് ഇത് നിങ്ങളെ തടയുന്നു, മാത്രമല്ല ഒരു താഴ്ന്ന നിക്ഷേപകനെന്ന നിലയിൽ നിന്ന് നിങ്ങളെ സംരക്ഷിക്കുകയും കാലക്രമേണ നിങ്ങളുടെ പോർട്ട്ഫോളിയോ വളർത്തുന്നത് സുരക്ഷിതമാക്കുകയും ചെയ്യുന്നു. പുതിയ നിക്ഷേപകരെ സംബന്ധിച്ചിടത്തോളം, വൈവിധ്യവൽക്കരണം കൂടുതൽ നിക്ഷേപങ്ങളിലുടനീളം അപകടസാധ്യത വ്യാപിപ്പിക്കുന്ന

തിലൂടെ നിങ്ങളുടെ പുതിയ തെറ്റുകൾ വളരെ വിലകുറഞ്ഞതാക്കുന്നു.

എന്നിരുന്നാലും, അമിതമായി വൈവിധ്യവത്കരിക്കുന്നത് നിങ്ങളെ വളരെ മെലിഞ്ഞതിലേക്ക് നയിക്കും. നിങ്ങളുടെ ഹോം വർക്ക് ചെയ്യാൻ നിങ്ങൾ സമയം നീക്കിവച്ചില്ലെങ്കിൽ, നിങ്ങളുടെ പോർട്ട് ഫോളിയോയ്ക്കായി നിങ്ങൾ അശ്രദ്ധമായി മോശം തിരഞ്ഞെടുപ്പുകൾ നടത്തും. വൈവിധ്യവൽക്കരണ തന്ത്രം ഓരോ വ്യക്തിക്കും വ്യത്യാസപ്പെടാം, പക്ഷേ ചില മോശം മുട്ടകളിൽ നിന്ന് നിങ്ങളെ സംരക്ഷിക്കുന്നതിന് നിങ്ങളുടെ പോർട്ട്ഫോളിയോയിൽ മതിയായ വൈവിധ്യമുണ്ടെന്ന് നിങ്ങൾ എല്ലായ്പ്പോഴും ഉറപ്പാക്കണം, പക്ഷേ നിങ്ങളുടെ നിക്ഷേപങ്ങളുടെ ട്രാക്ക് നഷ്ടപ്പെടുന്നില്ല.

വൈവിധ്യവത്കരിക്കുന്നതിനുള്ള വ്യക്തമായ അപകടസാധ്യത കുറയ്ക്കൽ ആനുകൂല്യങ്ങൾ ഇവിടെയുണ്ട്, വൈവിധ്യവൽക്കരണത്തിനുള്ളിൽ നിങ്ങൾ എത്രത്തോളം ആക്രമണാത്മകമായിരിക്കാൻ ആഗ്രഹിക്കുന്നുവെന്ന് നിങ്ങൾക്ക് തീരുമാനിക്കാനും കഴിയും. ഫിഡലിറ്റിയുടെ *ഗൈഡ് ടു ഡൈവേഴ്സിഫിക്കേഷൻ*-ൽ നിന്നുള്ള ഈ ചാർട്ട് വൈവിധ്യമാർന്ന പോർട്ട്ഫോളിയോകളുടെ പ്രകടനത്തെ അവയുടെ അപകടസാധ്യതയുമായി താരതമ്യം ചെയ്യുന്നു :

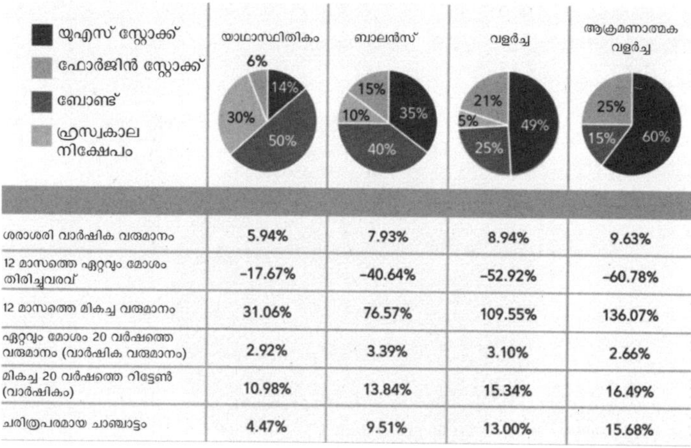

	യാഥാസ്ഥിതികം	ബാലൻസ്	വളർച്ച	ആക്രമണാത്മക വളർച്ച
ശരാശരി വാർഷിക വരുമാനം	5.94%	7.93%	8.94%	9.63%
12 മാസത്തെ ഏറ്റവും മോശം തിരിച്ചുവരവ്	-17.67%	-40.64%	-52.92%	-60.78%
12 മാസത്തെ മികച്ച വരുമാനം	31.06%	76.57%	109.55%	136.07%
ഏറ്റവും മോശം 20 വർഷത്തെ വരുമാനം (വാർഷിക വരുമാനം)	2.92%	3.39%	3.10%	2.66%
മികച്ച 20 വർഷത്തെ റിട്ടേൺ (വാർഷികം)	10.98%	13.84%	15.34%	16.49%
ചരിത്രപരമായ ചാഞ്ചാട്ടം	4.47%	9.51%	13.00%	15.68%

നിങ്ങൾ ആക്രമണാത്മക വളർച്ചയോ ഉയർന്ന ബോധ്യമുള്ള ആശയങ്ങളോ പിന്തുടരാൻ തീരുമാനിക്കുകയാണെങ്കിൽ, നിങ്ങളുടെ വാർഷിക വരുമാനം കൂടുതലായിരിക്കാം, പക്ഷേ കൂടുതൽ അസ്ഥിരതയും ഉണ്ടാകും. കൂടുതൽ സന്തുലിതമായ വൈവിധ്യങ്ങൾ നേടാൻ നിങ്ങൾ തീരുമാനിക്കുകയാണെങ്കിൽ, പരമാവധി വരുമാനത്തിൽ നിങ്ങൾ വിട്ടുവീഴ്ചകൾ ചെയ്യുന്നു, പക്ഷേ നിങ്ങളുടെ പോർട്ട്ഫോളിയോയ്ക്ക് കൂടുതൽ സ്ഥിരത നൽകും. നിങ്ങൾ എത്രമാത്രം വൈവിധ്യവത്കരിക്കാൻ ആഗ്രഹിക്കുന്നുവെന്നും എത്ര റിസ്ക് എടുക്കാമെന്നും നിങ്ങൾക്ക് മാത്രമേ തീരുമാനിക്കാൻ കഴിയൂ.

സാമ്പിൾ പോർട്ട്ഫോളിയോ വൈവിധ്യവൽക്കരണം

വ്യക്തിഗതനിക്ഷേപങ്ങൾതിരഞ്ഞെടുക്കുന്നതിലൂടെയോ"ടോട്ടൽ മാർക്കറ്റ്" ഇൻഡക്സ് ഫണ്ടുകളിൽ നിക്ഷേപിക്കുന്നതിലൂടെയോ നിങ്ങൾക്ക് വൈവിധ്യവത്കരിക്കാൻ കഴിയും. നിങ്ങൾക്ക് വേണ്ടത്ര സമയമില്ലെങ്കിൽ, വിപണി വളർച്ചയുടെ നിങ്ങളുടെ പങ്ക് ചെലവ് കാര്യക്ഷമമായ രീതിയിൽ എടുക്കുന്നതിന് നിഷ്ക്രിയ "ടോട്ടൽ മാർക്കറ്റ്" ഇൻഡക്സ് ഫണ്ടുകൾ ഉപയോഗിക്കാൻ ജാക്ക് ബോഗിൽ ശുപാർശ ചെയ്യുന്നു.

ജാക്ക് ബോഗിളിന്റെ മൂന്ന് ഫണ്ട് പോർട്ട്ഫോളിയോ

ജാക്ക് ബോഗിളിന്റെ മൂന്ന് "ടോട്ടൽ മാർക്കറ്റ്" ഫണ്ട് പോർട്ട്ഫോളിയോ

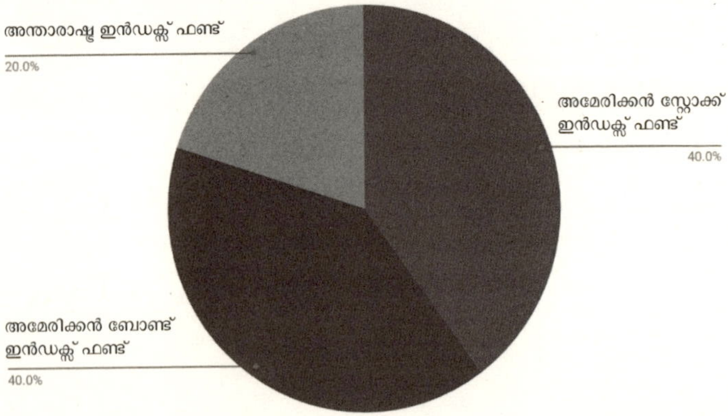

യേൽ എൻഡോവ്മെന്റ് ഫണ്ടിന്റെ പ്രശസ്ത മാനേജർ ഡേവിഡ് സ്വെൻസെൻ വൈവിധ്യമാർന്ന നിക്ഷേപങ്ങൾ ഇഷ്ടപ്പെടുന്നു. നിക്ഷേപങ്ങൾ തിരഞ്ഞെടുക്കാൻ നിങ്ങൾ ആഗ്രഹിക്കുന്നുവെങ്കിൽ, നിങ്ങളുടെ നിക്ഷേപങ്ങൾ സജീവവും നിഷ്ക്രിയവുമായ നിക്ഷേപങ്ങൾക്കിടയിൽ വിഭജിക്കുന്നത് പരിഗണിക്കാം.

ഡേവിഡ് സ്വെൻസന്റെ മോഡൽ പോർട്ട്ഫോളിയോ

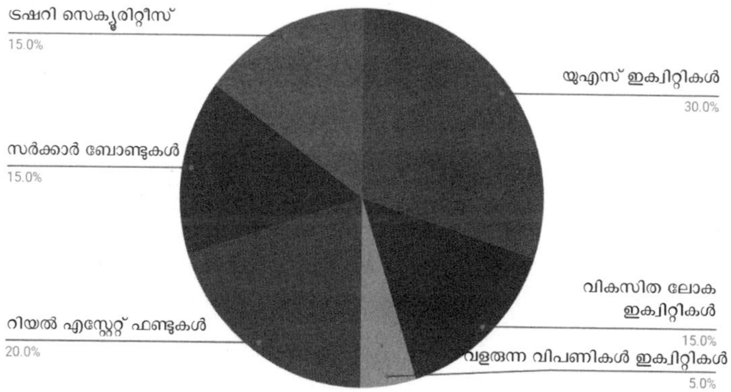

കല്പന ഒമ്പത്:

പണം പാഴാക്കരുത്

അപകടസാധ്യതകളില്ലാതെ വരുമാനമില്ല, സൗജന്യ ഉച്ചഭക്ഷണവുമില്ല (**സി8 : വൈവിധ്യവൽക്കരണം** അറിയപ്പെടുന്ന ഒരു അപവാദമാണ്). ഓർക്കുക—റിട്ടേൺ സമവാക്യത്തിന്റെ പകുതി മാത്രമാണ്. ബുദ്ധിമാനായ ഒരു നിക്ഷേപകനും വിഡ്ഢിയായ ഒരു നിക്ഷേപകനും തമ്മിലുള്ള വ്യത്യാസം, ബുദ്ധിമാനായ ഒരു നിക്ഷേപകൻ റിസ്കിൽ ശ്രദ്ധ കേന്ദ്രീകരിക്കുമ്പോൾ, വിഡ്ഢിയായ ഒരു നിക്ഷേപകൻ വരുമാനത്തിൽ മാത്രം ശ്രദ്ധ കേന്ദ്രീകരിക്കുന്നു എന്നതാണ് എന്ന് പല വിദഗ്ദ്ധരും ഉപദേശിച്ചിട്ടുണ്ട്. അപകടസാധ്യതകൾ ഒഴിവാക്കരുത്, പക്ഷേ പൂർണ്ണമായി മനസ്സിലാക്കണം. കണക്കുകൂട്ടിയ റിസ്കുകൾ എടുക്കുക, ബോധ്യം നേടിയ ശേഷം വേഗത്തിലും നിർണ്ണായകമായും നിക്ഷേപിക്കുക (**സി5 : മതം തേടുക**). മന്ത്രവാദികൾ മതപരമായി അവരുടെ അപകടസാധ്യതകൾ നാല് വിധങ്ങളിൽ കൈകാര്യം ചെയ്യുന്നു.

നഷ്ടം കുറയ്ക്കുക

"നിങ്ങൾ വിൽക്കുന്നത് തുടർച്ചയായി മുകളിലേക്ക് പോകുന്നെന്നുള്ളതല്ല പ്രധാനം. നിങ്ങൾ വിൽക്കാത്തവ താഴേക്ക് പൊയ്ക്കോണ്ടിരിക്കണം എന്നുള്ളതാണ്."

– വാറൻ ബഫറ്റ്

മറ്റെല്ലാവരേയും പോലെ മന്ത്രവാദികൾ ചിലപ്പോൾ മോശം

നിക്ഷേപങ്ങൾ നടത്തുന്നു – നിങ്ങളുടെ പോർട്ട്ഫോളിയോയെ നശിപ്പിക്കുന്നവലിയനഷ്ടങ്ങൾഒഴിവാക്കുകഎന്നതാണ്പ്രധാനം. നഷ്ടങ്ങൾ കുറയ്ക്കുന്നതിൽ മന്ത്രവാദികൾ അക്ഷമരാണ്. അവസരങ്ങൾ ഉപേക്ഷിക്കുന്നതിൽ കുഴപ്പമില്ല, പക്ഷേ സ്ഥിരമായ മൂലധന നഷ്ടം അനുഭവിക്കുന്നത് ഒരിക്കലും ശരിയല്ല. വില കുറഞ്ഞ വിപണികൾ വിലകുറഞ്ഞതാകാം, വിലയേറിയവയ്ക്ക് വില കൂടും. നിങ്ങൾ പണം നഷ്ടപ്പെടുത്താൻ ആഗ്രഹിക്കുന്നില്ലെന്ന് വ്യക്തമാണെങ്കിലും, ഒരിക്കലും വലിയ നഷ്ടങ്ങൾ ഉണ്ടാകാതിരിക്കുന്നത് നിർണ്ണായകമായിരിക്കുന്നത് എന്തുകൊണ്ട്? നിങ്ങളുടെ യഥാർത്ഥ പോർട്ട്ഫോളിയോ നിലയിലേക്ക് മടങ്ങാൻ നഷ്ടം നേരിട്ട ശേഷം നിങ്ങൾ എത്രമാത്രം സമ്പാദിക്കേണ്ടതുണ്ടെന്ന് ചുവടെയുള്ള ചാർട്ട് കാണിക്കുന്നു :

നഷ്ടം നികത്താൻ ആവശ്യമായ റിട്ടേൺ

% നഷ്ടം	% ആവശ്യമായ ലാഭം		% നഷ്ടം	% ആവശ്യമായ ലാഭം
5%	5.3%		50%	100%
10%	11.1%		75%	300%
20%	25%		90%	900%
40%	66.7%		95%	1900%

നഷ്ട ശതമാനം കൂടുംതോറും, നിങ്ങളുടെ യഥാർത്ഥ നിലയിലേക്ക് മടങ്ങാൻ നിങ്ങൾ കൂടുതൽ നേട്ടങ്ങൾ സൃഷ്ടിക്കേണ്ടതുണ്ട്. 5% നഷ്ടത്തിൽ, വീണ്ടെടുക്കാൻ നിങ്ങൾക്ക് 5.3% മാത്രമേ ആവശ്യമുള്ളൂ. 20% ആകുമ്പോൾ, അത് 25% എടുക്കും. 50% നഷ്ടപ്പെടാൻ, ഒരാൾക്ക് 100% വീണ്ടെടുക്കണം, 90% കുറയുകയാണെങ്കിൽ, വീണ്ടെടുക്കാൻ 900% ആവശ്യമാണ്. നിങ്ങൾ കൂടുതൽ നഷ്ടപ്പെടുമ്പോൾ ഗെയിമിലേക്ക് മടങ്ങുന്നത് വളരെയധികം ബുദ്ധിമുട്ടാണ്.

സി7-ൽ പറഞ്ഞിരിക്കുന്നു : "മാരത്തൺ വിജയികൾ" വിജയികളെ നിലനിർത്താൻ ഉപദേശിക്കുന്നതുപോലെ, നിങ്ങളുടെ വരുമാനം നശിപ്പിക്കുന്നതിനുമുമ്പ് വ്യക്തമായ പരാജിതരിൽ നിന്ന് പുറത്തുകടക്കാൻ മന്ത്രവാദികൾ ഉപദേശിക്കുന്നു. എന്നിരുന്നാലും, പുതിയതും പഴയതുമായ നിരവധി നിക്ഷേപകർ, ഒരു

ദിവസം തകരുമെന്ന പ്രതീക്ഷയിൽ തങ്ങളുടെ പരാജിതരെ പിടിച്ചുനിർത്തുന്ന വിലയേറിയ തെറ്റ് ചെയ്യുന്നു. പരാജിതരെ വിൽക്കുന്നത് മാനസികമായി ബുദ്ധിമുട്ടാണ്, കാരണം അവർ തെറ്റാണെന്ന് തെളിയിക്കുന്നു, മാത്രമല്ല ആളുകൾ തെറ്റ് ചെയ്യാൻ ഇഷ്ടപ്പെടുന്നില്ല. വിൽക്കാത്തിടത്തോളം കാലം നഷ്ടം യഥാർത്ഥ നഷ്ടമല്ലെന്ന് അവർ കരുതുന്നു.

മികച്ച നിക്ഷേപകർക്ക് പോലും വളരെ അപൂർവ്വമായി മാത്രമേ പോർട്ട്ഫോളിയോകൾക്ക് 100% വിജയികളുണ്ടാകൂ എന്ന് മന്ത്രവാദികൾ ഓർക്കുന്നു. 10 പോർട്ട്ഫോളിയോയിൽ ഒരാൾ മാത്രം 5 മുതൽ 10 മടങ്ങ് വരെ വരുമാനം നൽകുമ്പോൾ, മറ്റ് ഒമ്പത് പേരുടെ നഷ്ടം ഏറ്റവും കുറഞ്ഞതായി കുറയ്ക്കുകയാണെങ്കിൽ, മൊത്തത്തിലുള്ള പോർട്ട്ഫോളിയോ മികച്ച വരുമാനം നൽകും. നിക്ഷേപകർ അവരുടെ നഷ്ടം നിയന്ത്രിക്കേണ്ടതുണ്ട്! ഉദാഹരണത്തിന്, ബഫറ്റ് നഷ്ടങ്ങൾ വേഗത്തിലും നിർണ്ണായകമായും കുറയ്ക്കുന്നു. ഓഹരി വിപണിയിലെ നഷ്ടം നിക്ഷേപ പ്രക്രിയയുടെ ഭാഗമാണെന്നും ഒരു പോർട്ട്ഫോളിയോയെ തകർക്കാൻ അത് വലിയ ഒന്നായി മാറാൻ അനുവദിക്കാതിരിക്കുക എന്നതാണ് പ്രധാനമെന്നും അദ്ദേഹത്തിന് അറിയാം. 2020 ഏപ്രിലിൽ, കോവിഡ്-19 പ്രതിസന്ധിയിൽ, നഷ്ടം കുറയ്ക്കുന്നതിനായി ബഫറ്റ് തന്റെ 4 ബില്യൺ ഡോളർ എയർലൈൻ ഓഹരികളെല്ലാം വിറ്റു. പകർച്ചവ്യാധി – ഒരു ബലപ്രയോഗ സംഭവം – യാത്രയെ ചുറ്റിപ്പറ്റിയുള്ള മുഴുവൻ നിക്ഷേപ സിദ്ധാന്തത്തെയും മാറ്റിമറിച്ചുവെന്നും എപ്പോഴെങ്കിലും വീണ്ടെടുക്കാൻ വർഷങ്ങളെടുക്കുമെന്നും അദ്ദേഹം കണ്ടു. അതിനാൽ അദ്ദേഹം തന്റെ നഷ്ടങ്ങൾ വെട്ടിക്കുറച്ചു. സമാനമായ കാരണങ്ങളാൽ 2020 മെയ് മാസത്തിൽ അദ്ദേഹം തന്റെ പ്രധാന ബാങ്ക് പോർട്ട്ഫോളിയോ വെട്ടിക്കുറയ്ക്കാൻ തുടങ്ങി.

വലിയ നഷ്ടങ്ങൾ ഒഴിവാക്കുക. നിങ്ങളുടെ കുട്ടയിലെ ചീത്ത മുട്ടകൾ നല്ലവയുടെ എല്ലാ നേട്ടങ്ങളും തുടച്ചുനീക്കാൻ അനുവദിക്കരുത്.

സുരക്ഷയുടെ മാർജിൻ

സി5-ൽ അന്തർലീനമായത് : മതം തേടുക എന്നത് സുരക്ഷയുടെ മാർജിൻ എന്ന ആശയമാണ്. പ്രവേശന വില ആന്തരിക

മൂല്യത്തിലോ അതിൽ താഴെയോ ഇല്ലെങ്കിൽ നിക്ഷേപകർക്ക് യഥാർത്ഥ ബോധ്യം ഉണ്ടായിരിക്കില്ല. മിക്കവാറും എല്ലാ മന്ത്ര വാദികളും ഞങ്ങൾ ചാമ്പ്യൻമാരെക്കുറിച്ചും സുരക്ഷയുടെ പ്രായോ ഗിക മാർജിനെക്കുറിച്ചും പഠിച്ചു.

ഈ മാർജിൻ നിക്ഷേപകരെ വിപണിയിലെ ഗണ്യമായ നഷ്ടത്തിൽ നിന്ന് സംരക്ഷിക്കുന്നുവെന്ന് ഹെഡ്ജ് ഫണ്ട് ബൗപോസ്റ്റ് ഗ്രൂപ്പിന്റെ ചീഫ് എക്സിക്യൂട്ടീവ് സേത്ത് ക്ലാർമാൻ പറഞ്ഞു. അദ്ദേഹം പറയുന്ന "സങ്കീർണ്ണവും പ്രവചനാതീതവും അതിവേഗം മാറിക്കൊണ്ടിരിക്കുന്നതുമായ ലോകത്ത് മാനുഷിക പിശക്, നിർഭാഗ്യം അല്ലെങ്കിൽ കടുത്ത ചാഞ്ചാട്ടം എന്നിവ അനുവദിക്കുന്നതിന് സെക്യൂരിറ്റികൾ (അല്ലെങ്കിൽ മറ്റേതെങ്കിലും ആസ്തി) അടിസ്ഥാന മൂല്യത്തേക്കാൾ കുറഞ്ഞ വിലയ്ക്ക് വാങ്ങു മ്പോൾ സുരക്ഷയുടെ മാർജിൻ കൈവരിക്കുന്നു."

വാറൻ ബഫറ്റ് സുരക്ഷയുടെ അറ്റത്തുള്ള ഏറ്റവും ഉറച്ച വിശ്വാസികളിൽ ഒരാളാണ്, ഇത് തന്റെ "നിക്ഷേപത്തിന്റെ മൂലക്കല്ലുകളിലൊന്നായി" പ്രഖ്യാപിക്കുന്നു. താൻ നിക്ഷേപിക്കുന്ന ഒരു ഓഹരിയുടെ ആന്തരിക മൂല്യത്തിന് 50% കിഴിവ് വരെ അദ്ദേഹം പ്രയോഗിക്കുന്നതായി അറിയപ്പെടുന്നു. സ്റ്റോക്ക് നിക്ഷേ പകർക്കായി, എബിസി സ്റ്റോക്ക് ഉപയോഗിച്ച് നമുക്ക് വിശദീ കരിക്കാൻ കഴിയും. നിങ്ങൾ നിങ്ങളുടെ ഗൃഹപാഠം ചെയ്തുവെന്ന് കരുതുക, എബിസിയുടെ ആന്തരിക മൂല്യം $100 ആയി നിർണ്ണ യിക്കുക, ഇത് ഇന്ന് $120-ൽ വ്യാപാരം ചെയ്യുന്നു. നിക്ഷേപകന് 80 ഡോളറിന് ഒരു പരിധി ഓർഡർ ക്രമീകരിക്കാം – ആന്തരിക മൂല്യത്തേക്കാൾ 20% താഴെ – കാത്തിരിക്കുക. വികാരങ്ങളാലും നിരവധി ഘടകങ്ങളാലും നയിക്കപ്പെടുന്ന സ്റ്റോക്ക് മാർക്കറ്റുകൾ മുകളിലേക്കും താഴേക്കും ഞങ്ങൾ ചർച്ച ചെയ്തതിനാൽ, എബിസി ഒരു ദിവസം 80 ഡോളറിലേക്ക് വ്യാപാരം നടത്തിയേക്കാം, ഈ സാഹചര്യത്തിൽ അത് വാങ്ങാം. മറുവശത്ത്, എബിസി ഒരിക്കലും 80 ഡോളറിലേക്ക് താഴാനിടയില്ല, നിക്ഷേപകൻ ഒരിക്കലും ഓഹരി സ്വന്തമാക്കിയേക്കില്ല. നിക്ഷേപകർ മറ്റ് ഓഹരികളുമായി സമാനമായ ഓർഡറുകൾ നൽകിയിട്ടുള്ളിടത്തോളം കാലം ഇത് സ്വീകാര്യമാണ്. ക്ഷമ ഒടുവിൽ ഫലം ചെയ്യും, നിക്ഷേപങ്ങൾക്ക് മതിയായ സുരക്ഷിതത്വ മാർജിൻ ഉണ്ട്.

നിങ്ങളുടെ പൊതുവായ അപകടസാധ്യത – കുറയ്ക്കൽ ഉപകരണങ്ങൾ

വലിയ നഷ്ടങ്ങൾ തടയാൻ നിക്ഷേപ മന്ത്രവാദികൾ നിരവധി ഉപകരണങ്ങൾ ഉപയോഗിക്കുന്നു :

1. ***സ്റ്റോപ്പ് ലോസ് :*** പ്രതികൂല നീക്കം നടത്തുന്ന ഒരു സുരക്ഷാ സ്ഥാനത്ത് ഒരു നിക്ഷേപകന്റെ നഷ്ടം പരിമിതപ്പെടുത്തുന്നതിനാണ് സ്റ്റോപ്പ്-ലോസ് രൂപകല്പന ചെയ്തിരിക്കുന്നത്. വില ഒരു നിശ്ചിത പോയിന്റിലേക്ക് താഴ്ന്നുകഴിഞ്ഞാൽ, വില ഇനിയും കുറയുകയാണെങ്കിൽ കൂടുതൽ നഷ്ടം തടയാൻ നിങ്ങളുടെ നിക്ഷേപം യാന്ത്രികമായി വിൽക്കപ്പെടും. നഷ്ടങ്ങൾ കുറയ്ക്കുന്നതിലും ഡ്രോഡൗൺ കുറയ്ക്കുന്നതിലും നിങ്ങൾ വളരെ അച്ചടക്കമുള്ളവരായിത്തീരുന്നു എന്നതാണ് വലിയ നേട്ടം. എന്നിരുന്നാലും, ഹ്രസ്വകാല വിപണിയിലെ ഏറ്റക്കുറച്ചിലുകൾ കാരണം ആകസ്മിക സ്റ്റോപ്പ്-നഷ്ടങ്ങൾ ഒഴിവാക്കാൻ സ്റ്റോക്ക് വിലയുടെ 15% മുതൽ 25% വരെ സ്റ്റോപ്പ് നഷ്ടം ക്രമീകരിക്കാൻ നിങ്ങൾ സാധാരണയായി ആഗ്രഹിക്കുന്നു.
2. ***കൺവെർട്ടബിൾ നോട്ട് :*** സ്വകാര്യ ഇക്വിറ്റിയിൽ, നിക്ഷേപകർ പലപ്പോഴും നിക്ഷേപ അപകടസാധ്യതകളിൽ നിന്ന് സ്വയം പരിരക്ഷിക്കുന്നതിന് കൺവേർട്ടിബിൾ നോട്ടുകൾ ഉപയോഗിക്കുന്നു. കൺവേർട്ടിബിൾ നോട്ട് എന്നത് ഒരു പ്രത്യേക തരം വായ്പയാണ്, ഇത് ഒരു നിക്ഷേപകന് ഒരു ബിസിനസിൽ ഇക്വിറ്റി (ഉടമസ്ഥാവകാശം) ആയി പരിവർത്തനം ചെയ്യാൻ കഴിയും. വായ്പ കൂടുതൽ സുരക്ഷിതമായതിനാൽ (ഇക്വിറ്റിയേക്കാൾ മുതിർന്നത്), നിക്ഷേപകൻ കൂടുതൽ പരിരക്ഷിതനാണ്, കൂടാതെ നിക്ഷേപം മികച്ച പ്രകടനം കാഴ്ചവച്ചില്ലെങ്കിൽ ഇക്വിറ്റിയിലേക്ക് പരിവർത്തനം ചെയ്യാതിരിക്കാൻ തിരഞ്ഞെടുക്കാം.
3. ***ഓപ്ഷൻ വയ്ക്കുക :*** നിങ്ങളുടെ നിക്ഷേപത്തിനുള്ള ഇൻഷ്വറൻസ് പോലെയാണ് ഓപ്ഷൻ വയ്ക്കുന്നത്. നിക്ഷേപത്തിനു മുമ്പ് നിക്ഷേപകർക്ക് തന്റെ ഓഹരികൾ മുൻകൂട്ടി നിശ്ചയിച്ച വില പോയിന്റിൽ (ഈ ഓപ്ഷനായി പ്രീമിയം അടച്ച ശേഷം) വിൽക്കാനുള്ള ഓപ്ഷനുകൾ നൽകാൻ

നിക്ഷേപകനും സ്വീകർത്താവും സമ്മതിക്കുന്നു. വിപണി വില വേണ്ടത്ര കുറയുകയാണെങ്കിൽ, നിക്ഷേപകന് വിപണിയിൽ കുറഞ്ഞ വിലയ്ക്ക് ഓഹരികൾ വാങ്ങാനും മുൻകൂട്ടി നിശ്ചയിച്ച വില പോയിന്റിൽ ഓഹരികൾ വിൽക്കാനും കഴിയും.

4. ***കൊളാറ്ററലുകൾ :*** റിയൽ എസ്റ്റേറ്റിൽ ഇത് വളരെ പ്രധാനമാണ്. വായ്പ നൽകുന്നവർ സാധാരണയായി നിങ്ങൾക്ക് "ഈടായി" ഉപയോഗിക്കാൻ മൂല്യമുള്ള സ്വത്തുണ്ടെന്ന് കാണാൻ ആഗ്രഹിക്കുന്നു, അതിനാൽ വായ്പക്കാരന് അവരുടെ വായ്പ തിരിച്ചടയ്ക്കാൻ കഴിയുന്നില്ലെങ്കിൽ അവർക്ക് മൂല്യമുള്ള ആസ്തികൾ ഉണ്ട്. കടം കൊടുക്കുന്നവർക്ക് – വായ്പക്കാർക്ക് ബാങ്ക് വായ്പ നൽകുന്നത് അല്ലെങ്കിൽ വ്യക്തികൾ അല്ലെങ്കിൽ ഡെറ്റ് ഫണ്ടുകൾ ആകട്ടെ – പലപ്പോഴും വായ്പക്കാരന്റെ ഈട് വിപുലീകരിക്കുന്ന വ്യക്തിഗത ഗ്യാരണ്ടികൾ ആവശ്യമാണ്. നിങ്ങൾ നിക്ഷേപിക്കാൻ ഏത് അസറ്റ് ക്ലാസ് അല്ലെങ്കിൽ തന്ത്രം തിരഞ്ഞെടുത്താലും, എല്ലായ്പ്പോഴും ദോഷം (നിങ്ങൾക്ക് എത്ര മാത്രം നഷ്ടപ്പെടാൻ കഴിയും) പൂർണ്ണമായും മനസ്സിലാക്കുക, വലിയ നഷ്ടങ്ങൾ ലഘൂകരിക്കാനുള്ള വഴികൾ കണ്ടെത്തുക.

"വൈഫ്-ബീറ്റർ വില്ലി"യുടെ യഥാർത്ഥ കഥ ചുവടെയുള്ള മൂന്ന്, നാല് പോയിന്റുകളെ ചിത്രീകരിക്കുന്നു. തന്റെ കരിയറിന്റെ തുടക്കത്തിൽ, സാൻ ഒരു മൾട്ടി ബില്യൺ ഡോളർ സ്വകാര്യ ഇക്വിറ്റി സ്ഥാപനത്തിൽ ഇൻവെസ്റ്റ്മെന്റ് മാനേജരായി ജോലി ചെയ്തു. ഫിലിപ്പീൻസ് മൊബൈൽ ഫോൺ ഓപ്പറേറ്ററിൽ 16.5 മില്യൺ ഡോളർ നിക്ഷേപമായിരുന്നു അദ്ദേഹത്തിന്റെ ആദ്യ ഇടപാടുകളിലൊന്ന്. നീല ജീൻസും ലൈറ്റ് പ്ലെയ്ഡ് ജാക്കറ്റും ധരിച്ച ഉയരമുള്ള ആളായ സ്ഥാപകനും സിഇഒയുമായ വില്ലിയെ സാൻ കണ്ടുമുട്ടി.

ഫണ്ടിന്റെ എല്ലാ മാനദണ്ഡങ്ങളും നിക്ഷേപ ലക്ഷ്യത്തിൽ എത്തിയെങ്കിലും, വില്ലിയിൽ എന്തോ ഒരു "വിചിത്രത" ഉണ്ടെന്ന് സാന്റെ അവബോധം അദ്ദേഹത്തോട് പറഞ്ഞു. ഒന്നാമതായി, വില്ലി തന്റെ ജാക്കറ്റിനടിയിൽ ഒരു വെളുത്ത ടാങ്ക്-ടോപ്പ് (സാധാരണയായി "വൈഫ്-ബീറ്റർ ഷർട്ട്" എന്ന് വിളിക്കുന്നു) അല്ലാതെ മറ്റൊന്നും ധരിച്ചിരുന്നില്ല. തന്റെ നിക്ഷേപ കേസ്

അവതരിപ്പിക്കുമ്പോൾ വില്ലി നിരവധി തവണ സ്വയം പരിചയപ്പെടുത്തി, തിരിഞ്ഞുനോക്കുമ്പോൾ, ഫണ്ട് ടീം ഈ മുന്നറിയിപ്പ് മണികളിൽ ചിലത് ശ്രദ്ധിച്ചിരിക്കണം. ഫണ്ടിന്റെ പങ്കാളികൾ നിക്ഷേപവുമായി മുന്നോട്ട് പോകാൻ തീരുമാനിച്ചു, പക്ഷേ സാൻ കരാറിൽ ഒരു പുട്ട് ഓപ്ഷൻ ചേർക്കണമെന്ന് നിർബന്ധിച്ചതിന് ശേഷമാണ്. നിക്ഷേപം കഴിഞ്ഞ് അഞ്ച് വർഷത്തിനുള്ളിൽ എപ്പോൾവേണമെങ്കിലും ഫണ്ടിന് മൂലധനവും പലിശയും തിരികെ ആവശ്യപ്പെടാമെന്ന് പുട്ട് ഓപ്ഷൻ വ്യവസ്ഥ ചെയ്തു. വില്ലിയുടെയും കുടുംബത്തിന്റെയും ഉടമസ്ഥതയിലുള്ള 16.5 മില്യൺ ഡോളർ വിലമതിക്കുന്ന കെട്ടിടങ്ങളാണ് പിടിച്ചെടുത്തത്.

നിക്ഷേപത്തിനുശേഷം താമസിയാതെ, വില്ലി ആശയവിനിമയം നടത്താത്തവനായിത്തീരുകയും പദ്ധതിക്ക് നിരവധി കാലതാമസം നേരിടുകയും ചെയ്തു. നാലാം വർഷത്തിൽ, ഫണ്ട് അതിന്റെ പുട്ട് ഓപ്ഷൻ പ്രയോഗിക്കാൻ തീരുമാനിച്ചു, പക്ഷേ വില്ലി അപ്രത്യക്ഷമായി, ഹോങ്കോങ്ങിലോ ഫിലിപ്പിൻസിലോ എവിടെയും കണ്ടെത്താനായില്ല. പണവും പോയി. സ്വത്തുക്കൾ പിടിച്ചെടുത്ത് ഫണ്ട് വീണ്ടെടുക്കാൻ ശ്രമിച്ചപ്പോൾ, വില്ലി ഇതിനകം ഈ ആസ്തികൾ വിറ്റതായി അവർ കണ്ടെത്തി. ഫണ്ട് ഹോങ്കോംഗ്, ഫിലിപ്പീൻസ് പൊലീസിനെയും ഉൾപ്പെടുത്തി, മൂന്ന് വർഷത്തിന് ശേഷം വില്ലിയെ അറസ്റ്റ് ചെയ്യുകയും ഒടുവിൽ വില്ലിയുടെ മറ്റ് സ്വത്തുക്കളിൽ നിന്ന് ഫണ്ട് വീണ്ടെടുക്കുകയും ചെയ്തു. പുട്ട് ഓപ്ഷന് ദൈവത്തിന് നന്ദി!

കഥയുടെ ധാർമ്മികത എന്താണ്? എപ്പോഴും ഡൗൺസൈഡ് പ്രൊട്ടക്ഷൻ രൂപപ്പെടുത്തുക. സാൻ കൂട്ടിച്ചേർക്കും, നിങ്ങളുടെ അവബോധത്തെ വിശ്വസിക്കുക, ഭാര്യയെ അടിക്കുന്ന ഷർട്ട് ധരിക്കുന്ന ഒരു സ്ഥാപകനിൽ ഒരിക്കലും നിക്ഷേപിക്കരുത്!

അമിതമായി സ്വാധീനം ചെലുത്തരുത്

“ലിവറേജ്” എന്ന പദം ഭൗതികശാസ്ത്രത്തിൽ നിന്നാണ് വന്നത്, അതായത് ബലങ്ങൾ വർദ്ധിപ്പിക്കുന്ന ഒരു സിസ്റ്റം അല്ലെങ്കിൽ ഉപകരണം. നിക്ഷേപത്തിൽ, ലിവറേജ് സാധാരണയായി കടം വാങ്ങിയ പണം ഉപയോഗിച്ച് നിക്ഷേപിക്കുക എന്നാണ് അർത്ഥമാക്കുന്നത്. വരുമാനവും അപകടസാധ്യതകളും വർദ്ധിപ്പിക്കുന്ന ഇരട്ട അറ്റങ്ങളുള്ള വാളാണ് ലീവറേജ്ഡ് നിക്ഷേപം. നിക്ഷേപ

ത്തിലെ മറ്റെന്തിനെയും പോലെ, ലിവറേജ് ഉപയോഗിച്ച് ശരിയായ കോളുകൾ ചെയ്യുമ്പോൾ നിങ്ങൾക്ക് വളരെയധികം പ്രതിഫലം ലഭിക്കും, പക്ഷേ ഇത് ഉയർന്ന നഷ്ടം കാരണം നിങ്ങളുടെ പോർട്ട്ഫോളിയോയെ നശിപ്പിക്കും.

ഉദാഹരണത്തിന്, നിങ്ങൾ 100 ഡോളറിൽ ആരംഭിച്ച് 200 ഡോളർ വിലമതിക്കുന്ന ടെസ്‌ല ഓഹരി വാങ്ങാൻ 100 ഡോളർ കടം വാങ്ങിയിട്ടുണ്ടെങ്കിൽ, 50% വർദ്ധനവ് ഇപ്പോൾ നിങ്ങൾക്ക് 100% വരുമാനം നൽകും. നേരെമറിച്ച്, 50% ഇടിവ് മുഴുവൻ പോർട്ട്ഫോളിയോയെയും തുടച്ചുനീക്കുന്നു. 50% നഷ്ടത്തിനപ്പുറം, അക്കൗണ്ടിലേക്ക് കൂടുതൽ പണം ചേർക്കാൻ ബ്രോക്കർ നിങ്ങളോട് ആവശ്യപ്പെടും, അല്ലെങ്കിൽ വായ്പ വീണ്ടെടുക്കാൻ അവർ നിങ്ങളുടെ ഇക്വിറ്റി ഹോൾഡിംഗുകൾ (എന്ത്, എപ്പോൾ വിൽക്കണമെന്ന് അവർ തിരഞ്ഞെടുക്കുന്നു) വിൽക്കും. ഈ അധ്യായത്തിൽ ഞങ്ങൾ നേരത്തെ പഠിച്ചതുപോലെ, ഒരു ലീവറേജ് നിക്ഷേപത്തിലെ ഒരു മോശം വിളി നിങ്ങളുടെ നഷ്ടങ്ങൾ വർദ്ധിപ്പിക്കുന്നത് അനന്തമായി കൂടുതൽ ബുദ്ധിമുട്ടാക്കുന്നു.

ലീ കാ ഷിംഗ്

ഏഷ്യയിലെ ഏറ്റവും സമ്പന്നരായ ബിസിനസ്സുകാരിൽ ഒരാളും ഹോങ്കോങ്ങിൽ "സൂപ്പർമാൻ" എന്ന് വിളിക്കപ്പെടുന്ന നിക്ഷേപകരിൽ ഒരാളുമായ ലി കാ ഷിംഗ് നിക്ഷേപത്തിന് ലീവറേജ്

ഉപയോഗിക്കുന്നതിന്റെ കടുത്ത വിമർശകനാണ്. 2008-ലെ സാമ്പത്തിക പ്രതിസന്ധിയുടെ സമയത്ത്, വിപണിയുടെ അടിത്തട്ടിൽ സമയം ചെലവഴിക്കുമെന്ന് പ്രതീക്ഷിച്ചിരുന്ന ഹോങ്കോംഗ് ഊഹക്കച്ചവടക്കാർക്ക് കൂടുതൽ നഷ്ടം താങ്ങാൻ കഴിയുമെങ്കിൽ അവരുടെ സാമ്പത്തിക സ്ഥിതിയെ മറികടക്കരുതെന്ന് സൂപ്പർമാൻ മുന്നറിയിപ്പ് നൽകി. ഓഹരികളിൽ നിക്ഷേപിക്കാൻ ഒരിക്കലും ലിവറേജ് ഉപയോഗിക്കരുതെന്ന് *ഷാർക്ക് ടാങ്ക്* താരം കെവിൻ ഓ ലിയറി മിക്ക നിക്ഷേപകരെയും ഉപദേശിക്കുന്നു. ബഫറ്റ്, തന്റെ 2010-ലെ ഓഹരി ഉടമയുടെ കത്തിൽ പറഞ്ഞു, "പോസിറ്റീവ് സംഖ്യകളുടെ ഏത് പരമ്പരയും, എണ്ണം എത്ര ശ്രദ്ധേയമാണെങ്കിലും, ഒരൊറ്റ പൂജ്യത്താൽ ഗുണിക്കുമ്പോൾ ബാഷ്പീകരിക്കപ്പെടുന്നു." മിക്കപ്പോഴും ലീവറേജ് പൂജ്യങ്ങൾ സൃഷ്ടിക്കുന്നു, "മിടുക്കരായ ആളുകൾക്ക് തടസ്സപ്പെടാനുള്ള ഒരേയൊരു മാർഗ്ഗം ലീവറേജ് ആണ്" എന്ന് ബഫറ്റ് ആവർത്തിച്ച് പറഞ്ഞിട്ടുണ്ട്.

അത്യാഗ്രഹികളെ പ്രലോഭിപ്പിക്കാൻ ലീവറേജ് നന്നായി പ്രവർത്തിക്കുന്നു. നിങ്ങൾ അത് ഉപയോഗിക്കുകയാണെങ്കിൽ, ദയവായി മന്ത്രവാദികളെ ശ്രദ്ധിക്കുക, അങ്ങേയറ്റം ജാഗ്രതയോടെ അത് ചെയ്യുക.

ശരിയാണെങ്കിലും തെറ്റാണ്

1997-ലെ ഏഷ്യൻ സാമ്പത്തിക പ്രതിസന്ധിക്ക് ഒരു വർഷത്തിന് ശേഷം, ലോകം മറ്റൊരു ആഗോള സാമ്പത്തിക പ്രതിസന്ധിയുടെ വക്കിലായിരുന്നു. 1994-ൽ, സലോമൻ ബ്രദേഴ്സിന്റെ മുൻ വൈസ് ചെയർമാനും ബോണ്ട് ട്രേഡിംഗ് മേധാവിയുമായ ജോൺ മെറിവെതർ, ലോംഗ്-ടേം ക്യാപിറ്റൽ മാനേജ്മെന്റ് (LTCM) സൃഷ്ടിച്ചു. കൺവെർജൻസ് ബോണ്ട് ട്രേഡിംഗ് ആയിരുന്നു ഫണ്ടിന്റെ പ്രധാന തന്ത്രം. ഇതാ ഒരു ഉദാഹരണം (ഹൃദയം തളർന്നവർക്കല്ല, പിന്തുടരാൻ ശ്രമിക്കുക).

നിങ്ങൾക്ക് 29.5 വർഷത്തെ ട്രഷറി ബോണ്ടും 30 വർഷത്തെ ട്രഷറി ബോണ്ടും ഉണ്ടെങ്കിൽ, ആറ് മാസ കാലയളവിനുള്ളിൽ യുഎസ് സർക്കാർ കടം തിരിച്ചടയ്ക്കുന്നതിൽ വീഴ്ച വരുത്തുമെന്ന് നിങ്ങൾ കരുതുന്നില്ലെങ്കിൽ (വളരെ കുറഞ്ഞ സാധ്യത) അടിസ്ഥാനപരമായി അവയ്ക്ക് ഒരേ വില പ്രതീക്ഷിക്കാം.

വിപണിയിലെ ഉയർന്ന പണലഭ്യത കാരണം 30 വർഷത്തെ ബോണ്ടുകൾക്ക് എല്ലായ്പ്പോഴും അല്പം ഉയർന്ന വിലയുണ്ടെന്ന് എൽടിസിഎം കണ്ടെത്തി (കുറച്ച് ലിക്വിഡ് നിക്ഷേപങ്ങളുടെ മൂല്യം കുറവാണ്). ഉയർന്ന വിലയുള്ള 30 വർഷത്തെ ബോണ്ട് ചുരുക്കുന്നതിലൂടെയും കുറഞ്ഞ വിലയുള്ള 29.5 വർഷത്തെ ബോണ്ട് ദീർഘിപ്പിക്കുന്നതിലൂടെയും എൽടിസിഎം അവരുടെ പന്തയം മറയ്ക്കുകയും വിലകൾ ഒത്തുചേരുന്നതുവരെ പൊരുത്തക്കേടുകൾ നേടുകയും ചെയ്യുന്നു.

വാസ്തവത്തിൽ, അദ്ദേഹത്തിന്റെ തന്ത്രം മധ്യസ്ഥതയുടെ ഒരു ഉപോല്പന്നമാണ്. യുഎസ് ഇതര സോവറിൻ ബോണ്ടുകൾ ഉൾപ്പെടെ ഈ തന്ത്രം ഉപയോഗിച്ച് എൽടിസിഎം ധാരാളം വ്യത്യസ്ത ഉല്പന്നങ്ങൾ ട്രേഡ് ചെയ്യുന്നു. 1994 മുതൽ 1996 വരെ ഫണ്ട് വളരെ വിജയകരമായിരുന്നു, ആദ്യ മൂന്ന് വർഷങ്ങളിൽ 20%, 43%, 41% എന്നിവ നേടി. തന്ത്രം പ്രത്യക്ഷപ്പെട്ടതുപോലെ, 29.5-നും 30 വർഷ ബോണ്ടുകൾക്കും ഇടയിലുള്ള വ്യാപനം (വ്യത്യാസം) വളരെ ചെറുതായിരുന്നു. 1997 അവസാനത്തോടെ, കമ്പനി 7.3 ബില്യൺ ഡോളർ ഇക്വിറ്റിയിൽ ആരംഭിച്ചുവെങ്കിലും 120 ബില്യൺ ഡോളർ മൂല്യമുള്ള ആസ്തികൾ കൈവശം വച്ചിരുന്നു.

സാധാരണഗതിയിൽ വിലകൾ ന്യായമായ മൂല്യത്തിലേക്ക് ഒത്തുചേരുമെങ്കിലും, സി4-ൽ നിന്ന് ഞങ്ങൾക്കറിയാം : മാർക്കറ്റ് വികാരങ്ങൾഹ്രസ്വകാലത്തേക്ക്വിലവർദ്ധിപ്പിക്കുമെന്ന്.അടുത്ത വർഷം, എൽടിസിഎം നിക്ഷേപകർക്ക് കുറച്ച് പണം തിരികെ നൽകുകയും 4.7 ബില്യൺ ഡോളറുമായി വർഷം ആരംഭിക്കുകയും ചെയ്തു. 1998-ൽ റഷ്യ അതിന്റെ ദേശീയ കടത്തിൽ വീഴ്ച വരുത്തിയപ്പോൾ, മറ്റൊരു ഏഷ്യൻ സാമ്പത്തിക പ്രതിസന്ധിയെക്കുറിച്ചുള്ള ഭയം വിപണികളിലുടനീളം പടർന്നു. എൽടിസിഎം ചുരുക്കിയ 30 വർഷത്തെ ബോണ്ടിനായി വില ഉടൻ ഉയർന്നു; എൽടിസിഎം ദീർഘകാലമായി കൈവശം വച്ചിരുന്ന 29.5 വർഷത്തെ ബോണ്ടുകളുടെ വില കുറഞ്ഞു. ഓരോ വ്യാപാരത്തിന്റെയും രണ്ട് വഴികൾക്കും, ഹ്രസ്വകാല ചാഞ്ചാട്ടം കാരണം എൽടിസിഎമ്മിന് പണം നഷ്ടപ്പെടുന്നു. സെപ്റ്റംബർ പകുതിയോടെ എൽടിസിഎമ്മിന്റെ ഓഹരി 600 മില്യൺ ഡോളറായി കുറഞ്ഞു.

എൽടിസിഎം ഈ നിക്ഷേപങ്ങൾ വളരെക്കാലം കൈവശം വച്ചിരിക്കുന്നിടത്തോളം കാലം നന്നായിരിക്കുമെന്ന് നിങ്ങൾ കരുതുന്നു. എന്നിരുന്നാലും, എൽടിസിഎമ്മിന്റെ ഉയർന്ന സ്വാധീനം കാരണം, കമ്പനിക്ക് മാർജിൻ കോൾ ചെയ്യാൻ കഴിയുമോ എന്ന് ബാങ്കുകൾ ആശങ്കപ്പെടാൻ തുടങ്ങി (അത് തിരിച്ചടയ്ക്കാൻ കഴിയും). ബാങ്കുകൾ വായ്പ പിൻവലിച്ചാൽ, എൽടിസിഎം അതിന്റെ ആസ്തികൾ വിൽക്കാൻ നിർബന്ധിതരാകും, മാത്രമല്ല അതിന്റെ വലുപ്പം കണക്കിലെടുക്കുമ്പോൾ സാമ്പത്തിക വിപണികളെ വളരെയധികം തടസ്സപ്പെടുത്തുകയും ചെയ്യും. ഒടുവിൽ വില വീണ്ടെടുക്കുമെങ്കിലും, കടത്തിന്റെ വലുപ്പം കാരണം ഫെഡിന് ഇടപെടേണ്ടിവന്നു, സ്ഥാപനത്തിന്റെ 90% വാങ്ങാൻ ഒരു കൂട്ടം ബാങ്കുകളെ പ്രേരിപ്പിക്കുന്നതിനുള്ള ഒരു കരാറും അതിന്റെ സാമ്പത്തിക ബാധ്യതകളും. എൽടിസിഎമ്മിന് ഒരു സ്മാർട്ട് സംവിധാനം ഉണ്ടായിരുന്നെങ്കിലും, അതിന്റെ ഉയർന്ന സ്വാധീനം ആത്യന്തികമായി വെള്ളത്തിനടിയിലാകാൻ കാരണമായി.

കഥയുടെ ഗുണപാഠം : വീണ്ടും, ലിവറേജ് വളരെ ശ്രദ്ധാപൂർവ്വം ഉപയോഗിക്കുക. LTCM-ന്റെ സൂപ്പർസ്റ്റാർ എലൈറ്റ് ടീം പൊള്ളലേറ്റാൽ, നിങ്ങൾക്കും അങ്ങനെ സംഭവിക്കില്ലേ?

അകത്തേക്ക് കടക്കുന്നതിനു മുമ്പ് പുറത്ത്

"ഓരോ കമ്പനിക്കും ഒരു എക്സിറ്റ് സ്ട്രാറ്റജിയും എക്സിറ്റ് പ്ലാനും ആവശ്യമാണ്. നിക്ഷേപത്തിന്റെ ആദ്യ ഡോളർ കമ്പനിയിലേക്ക് പോകുന്നതിനുമുമ്പ് സ്ഥാപകർ എക്സിറ്റ് തന്ത്രം അംഗീകരിക്കണം."

– ബേസിൽ പീറ്റേഴ്സ്

സിസ്കോ വാങ്ങിയ ഒരു ടെക് കമ്പനിയുടെ മുൻ സിഇഒ ആയിരുന്ന ഏഞ്ചൽ നിക്ഷേപകനായ പീറ്റേഴ്സ് ടെക് കമ്പനികളുടെ സ്ഥാപകരെ ഉപദേശിക്കുന്ന തന്റെ പുസ്തകത്തിൽ മുകളിൽ പറഞ്ഞ ഉദ്ധരണി എഴുതി. "ഔട്ട് ബിഫോർ ഇൻ" എന്ന അതേ തത്വം നിക്ഷേപത്തിനും ബാധകമാണ്. വ്യക്തമായ എക്സിറ്റ് സ്ട്രാറ്റജി ഇല്ലാതെ ഒരിക്കലും ഒരു ആസ്തിയിലും നിക്ഷേപം നടത്തരുത്. വാസ്തവത്തിൽ, മികച്ച നിക്ഷേപങ്ങൾക്ക് ഒന്നിലധികം എക്സിറ്റ്

ഓപ്ഷനുകൾ ഉണ്ട്. നിങ്ങൾ നിഷ്പക്ഷവും വസ്തുനിഷ്ഠവുമായിരിക്കുമ്പോൾ നഷ്ടങ്ങൾ പരിമിതപ്പെടുത്തുന്നതിന് പുറത്തുകടക്കുന്നതിനുള്ള വ്യക്തമായ പദ്ധതി ആവിഷ്കരിക്കുകയും മതപരമായി പാലിക്കുകയും ചെയ്യേണ്ടത് നിർണ്ണായകമാണ്.

ഉദാഹരണത്തിന്, സ്റ്റോക്ക് നിക്ഷേപത്തിൽ, സ്റ്റോക്കിന്റെ ആന്തരിക മൂല്യം നിർണ്ണയിച്ച വിദഗ്ധരായ നിക്ഷേപകർ സാധാരണയായി സുരക്ഷയുടെ മാർജിനിൽ ആ മൂല്യത്തിന് താഴെ വാങ്ങാൻ ഓർഡറുകൾ ക്രമീകരിക്കുന്നു, കൂടാതെ അവർ ഒരു ടേക്ക്-പ്രോഫിറ്റ് ഓർഡറും (ടിപിഒ) നൽകാം, ഇത് സ്റ്റോപ്പ്-ലോസ് ഓർഡറിന് വിപരീതമാണ്. ആന്തരിക മൂല്യത്തെക്കുറിച്ചുള്ള നിക്ഷേപകരുടെ കാഴ്ചപ്പാടിന് മുകളിലുള്ള ഒരു നിശ്ചിത വിലയിൽ ഒരു സ്ഥാനം എത്തുകയാണെങ്കിൽ അത് വിൽക്കണമെന്ന് ടിപിഒ ഉത്തരവിൽ വ്യക്തമാക്കുന്നു.

മുൻ സൈഡ്ബാറിൽ സ്റ്റോപ്പ്-ലോസ് എക്സിറ്റ് തന്ത്രമായിപ്പുട്ട് ഓപ്ഷനുകളും ഞങ്ങൾ അവതരിപ്പിച്ചു. റിയൽ എസ്റ്റേറ്റിൽ, സ്മാർട്ട് നിക്ഷേപകർ ഒന്നിലധികം എക്സിറ്റ് തന്ത്രങ്ങളും ഉപയോഗിക്കുന്നു. ഉദാഹരണത്തിന്, മൾട്ടിപ്പിൾ ഫാമിലി അപ്പാർട്ട്മെന്റ് നിക്ഷേപത്തിൽ, എക്സിറ്റ് ഓപ്ഷനുകളിൽ ഒരു റീഫിനാൻസിംഗ് (ക്യാഷ് ഔട്ട് തത്വം), മുഴുവൻ ആസ്തിയുടെയും പൂർണ്ണമായ വില്പന അല്ലെങ്കിൽ കോൺടോകളിലേക്ക് പരിവർത്തനം ചെയ്ത് ഭാഗിക വില്പന എന്നിവ ഉൾപ്പെടാം. അടുത്ത സൈഡ്ബാർ ഒരു യഥാർത്ഥ കേസ് ഉദാഹരണം ചിത്രീകരിക്കുന്നു.

തത്വത്തിൽ ഇത് യുക്തിസഹമാണ്, നഷ്ടം കുറയ്ക്കുന്നതിനും ധാരാളം പണം നഷ്ടപ്പെടുന്നത് ഒഴിവാക്കുന്നതിനും മൊത്തത്തിലുള്ള അപകടസാധ്യത ലഘൂകരണ തന്ത്രത്തിൽ ഇത് ആവശ്യമാണ്.

BRRRR—ഒന്നിലധികം എക്സിറ്റുകൾ (അനന്തമായ ഇക്വിറ്റി റിട്ടേണുകൾ)

സാൻ, ഓയ എന്നിവ മൾട്ടി-ഫാമിലി ഭവനങ്ങളിൽ നിക്ഷേപം നടത്തുന്നു, വ്യത്യസ്ത തന്ത്രങ്ങൾ വിന്യസിക്കുന്നു. ഒരു തന്ത്രത്തെ BRRRR എന്ന് വിളിക്കുന്നു – അല്ലെങ്കിൽ വാങ്ങുക, പുനരധിവാസം, വാടക, റീഫിനാൻസ്, റിപ്പീറ്റ്. ഒന്നിലധികം എക്സിറ്റ് ഓപ്ഷനുകളുള്ള ഇത് ശരിക്കും അതിശയകരമായ ഒരു തന്ത്രമാണ്

– ശരിയായി ചെയ്താൽ, അനന്തമായ ഇക്വിറ്റി വരുമാനം. മൂല്യ വർദ്ധിത സാധ്യതകളുള്ള മൾട്ടി-ഫാമിലി അപ്പാർട്ട്മെന്റ് കെട്ടിട ങ്ങളിൽ ശ്രദ്ധ കേന്ദ്രീകരിക്കുക എന്നതാണ് അവരുടെ തന്ത്ര ത്തിന്റെ കാതൽ. സമീപകാലത്തെ, യഥാർത്ഥ ജീവിത ഉദാ ഹരണം ഉപയോഗിച്ച് ഞങ്ങൾ ഇത് വിശദീകരിക്കും.

അവരുടെ സുഹൃത്ത് മൈക്ക് ന്യൂജേഴ്സിയിൽ അഞ്ച് യൂണിറ്റ് മൾട്ടി-ഫാമിലി ബിൽഡിംഗ് 290,000 ഡോളറിന് വാങ്ങി. ആ സമയത്ത്, ആ കെട്ടിടത്തിൽ രണ്ട് വാടകക്കാർ മാത്രമേ ഉണ്ടായി രുന്നുള്ളൂ, വലിയ അറ്റകുറ്റപ്പണികൾ ആവശ്യമായിരുന്നു. അടുത്ത ഒമ്പത് മാസത്തിനുള്ളിൽ, ചോർന്നൊലിക്കുന്ന മേൽക്കൂരകൾ മാറ്റിസ്ഥാപിക്കുന്നതും നിരവധി യൂണിറ്റുകൾ നവീകരിക്കുന്നതും ഉൾപ്പെടെ ആസ്തി മെച്ചപ്പെടുത്താൻ മൈക്ക് 100,000 ഡോളർ ചെലവഴിച്ചു.

ഒരു വർഷത്തിനുശേഷം, കെട്ടിടത്തിന്റെ അഞ്ച് യൂണിറ്റുകളും പ്രതിമാസം 7,000 ഡോളറിലധികം വാടക വരുമാനത്തോടെ വാടകയ്ക്ക് നൽകി. കോവിഡ്-19-ഉം മോശം സമ്പദ്‌വ്യവസ്ഥയും ഉണ്ടായിരുന്നിട്ടും, മൈക്കിന് ഒരു പ്രാദേശിക ബാങ്കിൽ നിന്ന് ഒരു മോർട്ട്ഗേജ് നേടാൻ കഴിഞ്ഞു, അവർ ഇപ്പോൾ വർദ്ധിച്ച പണമൊഴുക്കിനെ അടിസ്ഥാനമാക്കി പ്രോപ്പർട്ടിയെ 640,000 ഡോളറായി വിലമതിക്കുന്നു. ബാങ്ക് മൂല്യത്തിന്റെ 65% അല്ലെങ്കിൽ 416,000 ഡോളർ വായ്പ നൽകും, മൈക്ക് 35% നൽകുന്നു, പക്ഷേ കെട്ടിടത്തിന്റെ 100% ഉടമസ്ഥാവകാശം നിലനിർത്തുന്നു. നിലവി ലുള്ള വാടക പ്രതിമാസ മോർട്ട്ഗേജ് പേയ്മെന്റുകളും ചെലവുകളും ഉൾക്കൊള്ളുന്നു, പ്രതിമാസം ഏകദേശം 1,000 ഡോളർ അറ്റ പണമൊഴുക്ക് ഉണ്ട്. മൈക്കിന് 416,000 ഡോളർ അല്ലെങ്കിൽ 390,000 ഡോളറിനേക്കാൾ 26,000 ഡോളർ കൂടുതലാണ്.

മൈക്കിന് സ്വത്തിന്റെ 100% സ്വന്തമായുള്ളതിനാലും 26,000 ഡോളർ മിച്ചവും വാടക പണമൊഴുക്കിൽ നിന്ന് പ്രതിമാസം 1,000 ഡോളർ വരുമാനവും വീണ്ടെടുത്തതിനാൽ, അദ്ദേഹത്തിന്റെ നിക്ഷേപത്തിൽ നിന്നുള്ള ഇക്വിറ്റി റിട്ടേൺ ശരിക്കും *അനന്തമാണ്.*

BRRRR തന്ത്രം ഒന്നിലധികം എക്സിറ്റ് തന്ത്രങ്ങൾ വാഗ്ദാനം ചെയ്യുന്നു. ആദ്യം, 416,000 ഡോളർ ക്യാഷ്-ഔട്ട് റീഫിനാൻസ്. 640,000 ഡോളറിന് പ്രോപ്പർട്ടി വിൽക്കാനും മൈക്കിന് തിരഞ്ഞെ

ടുക്കാമായിരുന്നു. കെട്ടിടം "കോണ്ടോ-ഇസ്" ചെയ്ത് ഓരോ യൂണിറ്റും വെവ്വേറെ വിൽക്കാൻ അയാൾക്ക് നഗരത്തിന് അപേക്ഷിക്കാനും കഴിയും.

പരിചയസമ്പന്നരായ പ്രോപ്പർട്ടി നിക്ഷേപകർ BRRRR-നെ ഇഷ്ടപ്പെടുന്നത് അതുകൊണ്ടാണ്.

കല്പന പത്ത്:

മനസ്സിനെ ശ്രദ്ധിക്കുക

ഈ പുസ്തകത്തിന്റെ വായനക്കാരും നിക്ഷേപത്തെക്കുറിച്ചുള്ള മറ്റ് ഗൗരവമുള്ള വിദ്യാർത്ഥികളും യുക്തി എളുപ്പത്തിൽ മനസ്സിലാക്കുകയും ആദ്യത്തെ ഒമ്പത് കല്പനകളോട് യോജിക്കുകയും ചെയ്യും. എല്ലാത്തിനുമുപരി, 10സി-കൾ ലോകത്തിലെ ഏറ്റവും മികച്ച നിക്ഷേപ മന്ത്രവാദികളിൽ നിന്നാണ് വികസിപ്പിച്ചെടുത്തത് – ചരിത്രത്തിലെ വ്യത്യസ്ത സമയപരിധികളിലുടനീളം ഒരേ മാർഗ്ഗനിർദ്ദേശ തത്വങ്ങൾ പിന്തുടരുന്നതിലൂടെയും വൈവിധ്യമാർന്ന ഭൂമിശാസ്ത്രം, ആസ്തി ക്ലാസുകൾ, തന്ത്രങ്ങൾ എന്നിവയിൽ അവ പ്രയോഗിക്കുന്നതിലൂടെയും അവർ അവരുടെ മഹത്തായ വിജയത്തിന് കടപ്പെട്ടിരിക്കുന്നു. നിങ്ങൾക്കും 10സി-കൾ ഉപയോഗിച്ച് നേട്ടമുണ്ടാക്കാം.

മതത്തെപ്പോലെ, ഏറ്റവും കഠിനമായ ഭാഗം കല്പനകൾ മനസ്സിലാക്കാതിരിക്കുക എന്നതാണ്. ഭക്തിയുള്ള ക്രിസ്ത്യാനികൾ ബൈബിളിലെ പത്ത് കല്പനകൾ പൂർണ്ണമായി മനസ്സിലാക്കുന്നു – വർഷങ്ങളായി ഈ ഗൈഡ്‌ലൈനുകളിൽ സ്ഥിരമായി പിന്തുടരുന്നത് വളരെ ബുദ്ധിമുട്ടാണ്. തുടർച്ചയായി പ്രവർത്തിക്കേണ്ടത് പ്രധാനമാണ്. സ്കൂളിലും ജോലിസ്ഥലത്തും, കുട്ടികളോടോ വിവാഹങ്ങളിലോ ആളുകൾ കഠിനമായ സമയങ്ങൾ അഭിമുഖീകരിക്കുന്നു, ബൈബിൾ സ്കൂളിലോ പള്ളിയിലോ പലപ്പോഴും പഠിപ്പിക്കുന്ന കല്പനകൾ ലംഘിക്കാൻ അവരെ പ്രേരിപ്പിക്കുന്നു. നിക്ഷേപവും വ്യത്യസ്തമല്ല. മിക്ക നിക്ഷേപകരും – പുതിയവരായാലും മുഴുവൻ സമയ പ്രൊഫഷണലുകളായാലും – 10സി-

കളിൽ അവസാനത്തേതും ഒരുപക്ഷേ ഏറ്റവും ബുദ്ധിമുട്ടുള്ളതുമായ **'സി10 : മനസ്സിനെ ശ്രദ്ധിക്കുക'** കാരണം പരാജയപ്പെടുന്നു. നിക്ഷേപകർ നടത്തുന്ന ഏറ്റവും സാധാരണവും അപകടകരവുമായ മൂന്ന് മാനസിക പിഴവുകളും ദീർഘകാല വിജയത്തിനായി മന്ത്രവാദികൾ അവയെ എങ്ങനെ മറികടക്കുന്നുവെന്നും ഞങ്ങൾ വിവരിക്കുന്നു.

വികാരങ്ങളെയും അഹങ്കാരത്തെയും നിയന്ത്രിക്കുക

മിക്ക നിക്ഷേപ തെറ്റുകളും സംഭവിക്കുന്നത് അജ്ഞത, ഹ്രസ്വദൃഷ്ടി, അഹങ്കാരം എന്നിവമൂലമാണ്-പ്രത്യേകിച്ച് അഹങ്കാരം മൂലമാണ്. അഹങ്കാരം, അല്ലെങ്കിൽ അമിതമായ അഹങ്കാരം, ആത്മവിശ്വാസം എന്നിവ അർത്ഥമാക്കുന്നത് നന്നായി നിർവ്വചിക്കപ്പെട്ട കഴിവിന്റെ വലയത്തിനുള്ളിൽ തുടരുക എന്നാണ്. തെളിവുകൾ തിരിച്ചറിയുകയും, പൊരുത്തപ്പെടുത്തുകയും, തെറ്റായ കൃത്യതയ്ക്കു വേണ്ടിയുള്ള ആസക്തിയെ ചെറുക്കുക എന്നിവയാണ് ഇതിനർത്ഥം. എല്ലാറ്റിനുമുപരിയായി, സ്വയം വിഡ്ഢികളാക്കരുത് എന്നാണ് ഇതിനർത്ഥം, കാരണം നിങ്ങൾ വിഡ്ഢികളാകാൻ എളുപ്പമുള്ള വ്യക്തിയാണ്. വിനയത്തോടെ പെരുമാറുക, നിങ്ങളുടെ തെറ്റുകളിൽ നിന്ന് പഠിക്കുക. മൈക്കൽ സ്റ്റെയിൻഹാർഡ് പറഞ്ഞു, "നല്ല നിക്ഷേപം എന്നത് നിങ്ങളുടെ ആശയങ്ങൾ പിന്തുടരാനുള്ള ആശയവിനിമയവും നിങ്ങൾ ഒരു തെറ്റ് ചെയ്യുമ്പോൾ തിരിച്ചറിയാനുള്ള വഴക്കവും തമ്മിലുള്ള സവിശേഷമായ സന്തുലിതാവസ്ഥയാണ്."

സ്വാഭാവിക ശുഭാപ്തിവിശ്വാസം ഉൾക്കൊള്ളാൻ ശ്രമിക്കാനും ശാന്തത പാലിക്കാനും മന്ത്രവാദികൾ നമ്മെ ഉപദേശിക്കുന്നു. നമ്മുടെ ശക്തികൾ, ബലഹീനതകൾ, പരിമിതികൾ എന്നിവ അറിയാനും അവർ നമ്മെ ഉപദേശിക്കുന്നു. മനുഷ്യ സ്വഭാവം മിക്കപ്പോഴും വിജയിക്കാൻ ആഗ്രഹിക്കുമെന്ന് അറിഞ്ഞിരിക്കുക (ഉദാഹരണത്തിന്, ധാരാളം ചെറിയ ലാഭം എടുക്കുന്നതിലേക്ക് നയിക്കുന്നു), നഷ്ടങ്ങൾ ഇഷ്ടപ്പെടില്ല (ഉദാഹരണത്തിന്, ശരാശരി വില കുറയ്ക്കുന്നതിന് കൂടുതൽ വാങ്ങുന്നതിലേക്ക് നയിക്കുന്നു അല്ലെങ്കിൽ നഷ്ടപ്പെടുന്ന സ്ഥാനങ്ങൾ വിൽക്കാൻ വിസമ്മതിക്കുന്നു). പരാജയം പ്രക്രിയയുടെ ഭാഗമാണെന്ന് മന്ത്രവാദികൾക്ക് അറിയാം, അതിനാൽ അവർ അത് അംഗീകരി

ക്കാൻ പഠിക്കുന്നു. ഐഒടി ഉണ്ടായിരിക്കുന്നതിനും ഒരു ഇടം സ്വന്തമാക്കുന്നതിനും, നിക്ഷേപകർ മന്ത്രവാദികൾ ചെയ്യുന്നതു പോലെ ചെയ്യണം : നന്നായി നിർവ്വചിക്കപ്പെട്ട കഴിവിന്റെ സർക്കിളിനുള്ളിൽ തുടരുക. 10,000 മണിക്കൂർ നിയമം ബാധകമാണ്.

നല്ല പ്രകടനങ്ങൾ, പ്രത്യേകിച്ച് ഹ്രസ്വകാല പ്രകടനങ്ങൾ പലപ്പോഴും ഭാഗ്യം മൂലമാണെന്നും സ്കെയിലബിൾ അല്ലെങ്കിൽ ആവർത്തിക്കാൻ കഴിയില്ലെന്നും മന്ത്രവാദികൾക്ക് അറിയാം. ഒരു പ്രത്യേക സമീപനമോ, നിക്ഷേപമോ വളരെക്കാലമായി ലാഭകരമാണെങ്കിൽ,ഒരാളുടെ ചിന്തയെ മാറ്റുക എന്നതാണ് ഏറ്റവും ബുദ്ധിമുട്ടുള്ള കാര്യങ്ങളിലൊന്ന് എന്ന് നിക്ഷേപകർ തിരിച്ചറിയണം. വിജയത്തിന്റെ ദൈർഘ്യം കൂടുംതോറും തിരിച്ചുവരവ് കൂടുതൽ പ്രധാനമായിരിക്കും.

അവസാനമായി, ഒരിക്കലും സ്വയം വിഡ്ഢികളാകരുത്, കാരണം നിങ്ങൾ വിഡ്ഢികളാകാൻ എളുപ്പമുള്ള വ്യക്തിയാണ്. ബലഹീനതയിൽ നിന്ന് വാങ്ങുന്നത്, കഴിഞ്ഞ ആഴ്ചയേക്കാൾ മികച്ച മൂല്യമാണെന്ന് തോന്നുന്നതിനാൽ, നിങ്ങൾ അമിതമായി പണമടയ്ക്കുമ്പോൾ ശരാശരി കുറയ്ക്കുക, അല്ലെങ്കിൽ ആ അപൂർവ്വമായ 10 ബാഗർ നഷ്ടപ്പെടുമ്പോൾ ചെറിയ പ്രൊഫസർമാരെ ശരിയായി കണക്കാക്കുക എന്നിവ പോലുള്ള തെറ്റായ കാര്യമാണ് പലപ്പോഴും മഹത്തരമായി തോന്നുന്നത്.

മാത്രമല്ല, പതിറ്റാണ്ടുകളായി സ്ഥിരമായി പ്രകടനം നടത്തുന്ന മന്ത്രവാദികൾ അവരുടെ വികാരങ്ങളെ നിക്ഷേപത്തിൽ നിന്ന് അകറ്റിനിർത്തുന്നു. അവർ എല്ലായ്പ്പോഴും സി4 മനസ്സിൽ സൂക്ഷിക്കുന്നു : ***ചത്ത മത്സ്യമാകരുത്,*** മറ്റ് ആളുകളുടെ വികാരങ്ങൾ അവരുടെ എക്കാലത്തെയും മികച്ച സുഹൃത്തുക്കളാണെന്ന് ഓർമ്മിക്കുക. അവരെ വഞ്ചിക്കുക എന്നതിനർത്ഥം അവരെ പിന്തുടരാതിരിക്കുക എന്നാണ്. മികച്ച നിക്ഷേപവും തന്ത്രവും രൂപപ്പെടുത്തുക. വൈകാരിക അച്ചടക്കം പാലിക്കുകയും നിങ്ങളുടെ പദ്ധതി മതപരമായി പാലിക്കുകയും ചെയ്യുക; ജനക്കൂട്ടത്തെ ചെറുക്കുക, കൂട്ടത്തിന്റെ ഭാഗമാകരുത്. പ്രലോഭനങ്ങളെ ചെറുക്കാൻ നിങ്ങൾക്ക് കഴിയുന്നില്ലെങ്കിൽ, നിങ്ങളുടെ സ്വന്തം പണം കൈകാര്യം ചെയ്യരുത്.

എക്കാലത്തെയും മികച്ച മന്ത്രവാദികളിൽ ഒരാളായി വാഴ്ത്ത

പ്പെടുമ്പോഴും, വികാരങ്ങളെയും അഹങ്കാരത്തെയും നിയന്ത്രിക്കാൻ താൻ "വിനയവും സംയമനവും പ്രയോഗിക്കുന്നു" എന്ന് ബഫറ്റ് പലപ്പോഴും പറയുന്നു. അതുപോലെ, അദ്ദേഹത്തിന്റെ പങ്കാളിയായ ചാർലി മുംഗർ ബൗദ്ധിക വിനയത്തിന് ഊന്നൽ നൽകുന്നു, "നിങ്ങൾക്കറിയാത്ത കാര്യങ്ങൾ അംഗീകരിക്കുന്നത് ജ്ഞാനത്തിന്റെ ഉദയമാണ്."

ഒരിക്കൽ കൂടി, *നിങ്ങൾക്ക് അറിയാത്തത് അറിയുന്നത് ജ്ഞാനത്തിന്റെ തുടക്കമാണ്.*

റേ ഡാലിയോയുടെ പ്രധാന ഉപദേശം

വിപണികളെയും നിക്ഷേപത്തെയും കുറിച്ചും ജീവിത തത്വങ്ങളെ കുറിച്ചും ഏറ്റവും വാചാലനും, ആദരണീയനും, അറിവുള്ളവനുമായ ആധുനിക അധ്യാപകരിൽ ഒരാളാണ് റേ ഡാലിയോ. ഒരു ലളിതമായ Google തിരയൽ അദ്ദേഹത്തിന്റെ ജ്ഞാനം ഉൾക്കൊള്ളുന്ന ആയിരക്കണക്കിന് ലേഖനങ്ങൾ, വീഡിയോകൾ, പോഡ്കാസ്റ്റുകൾ എന്നിവ വെളിപ്പെടുത്തും. ഞങ്ങൾ അവയൊന്നും ഇവിടെ വീണ്ടും ആവർത്തിക്കുന്നില്ല. ഡാലിയോയിൽ നിന്ന് നമുക്ക് ഈ ഏറ്റവും വലിയ ഉൾക്കാഴ്ച സ്വീകരിക്കാവുന്നതാണ് :

1. ***ഐഡി വികസിപ്പിക്കുക :*** സ്വയം ചിന്തിക്കുകയും, പ്രവർത്തിക്കുകയും ചെയ്യുക; സ്വതന്ത്രമായ അഭിപ്രായങ്ങളുമായി മുന്നോട്ട് വരുക.
2. ***സ്ട്രെസ്-ടെസ്റ്റ്:*** നിങ്ങൾക്ക് ചുറ്റുമുള്ള ഏറ്റവും ബുദ്ധിമാന്മാരായ ആളുകളെ കണ്ടെത്തി വ്യത്യസ്ത അഭിപ്രായങ്ങൾ ചോദിക്കുക; "എന്തുകൊണ്ട്?" എന്ന് ചോദിക്കുക, സമ്മർദ്ദം നിങ്ങളുടെ സങ്കീർണ്ണതകൾ പരിശോധിക്കുക. നിങ്ങൾ എന്തുകൊണ്ടാണ് ശരിയെന്ന് കണ്ടെത്താൻ ശ്രമിക്കരുത് (നിങ്ങൾക്ക് ഇതിനകം അത് അറിയാം), നിങ്ങൾക്ക് എങ്ങനെ തെറ്റുപറ്റിയിരിക്കാമെന്ന് കണ്ടെത്താൻ മതിയായ ബുദ്ധിമാനായ ആളുകളോട് ആവശ്യപ്പെടുക (അങ്ങനെ വിലയേറിയ തെറ്റുകൾ ഒഴിവാക്കുക).
3. ***താഴ്മയുള്ളവരായിരിക്കുക :*** അമിത ആത്മവിശ്വാസം കാണിക്കരുത്. അഹങ്കാരം ദോഷകരമാണ്.
4. ***മെച്ചപ്പെടുത്തുക :*** പഠിക്കുന്നത് തുടരുക, പ്രത്യേകിച്ച് തെറ്റുകളിൽ നിന്ന്, മെച്ചപ്പെടുത്തുന്നത് തുടരുക.

5. ***ആവർത്തിക്കുക.***

പഠനം തുടരുക

"എല്ലാ ഉത്തരങ്ങളുമുള്ള ഒരു നിക്ഷേപകന് എല്ലാ ചോദ്യങ്ങളും മനസ്സിലാകില്ല."

– സർ ജോൺ ടെമ്പിൾട്ടൺ

ഞങ്ങൾ മനസ്സിലാക്കിയ ഓരോ മന്ത്രവാദിയും അവരുടെ വിദ്യയെ ബഹുമാനിക്കാൻ വർഷങ്ങൾ ചെലവഴിച്ചു. എന്നിരുന്നാലും, അവരാരും തങ്ങൾ തെറ്റിൽ നിന്ന് മുക്തരാണെന്ന് കരുതുന്നില്ല.

നിങ്ങൾ പഠന വക്രതയിൽ തുടരുക. എല്ലാം നിരന്തരം മാറിക്കൊണ്ടിരിക്കുകയാണ്. പുതിയ ചോദ്യങ്ങൾക്ക് ഉത്തരം തേടുന്ന ഒരു പ്രക്രിയയാണ് വിജയമെന്ന് ബുദ്ധിമാനായ നിക്ഷേപകൻ തിരിച്ചറിയുന്നു.

നീൽ ഷെൻ

സെക്കോയ ക്യാപിറ്റൽ ചൈന സ്ഥാപിക്കുകയും, നടത്തുകയും ചെയ്യുന്ന നീൽ ഷെൻ വെഞ്ച്വർ കാപ്പി ടാലിസ്റ്റുകളുടെ ആഗോള "മിഡാസ് ലിസ്റ്റിൽ" സ്ഥിരമായി സ്ഥാനം പിടിക്കുന്നു. 2020-ൽ, ഷെൻ ആഗോളതലത്തിൽ ഒന്നാം സ്ഥാനത്തെത്തി, അതായത് മറ്റേതൊരു വിസിയേക്കാളും നിക്ഷേപകർക്ക് കൂടുതൽ പണം

സമ്പാദിച്ചു. ചൈനയിലെ ഏറ്റവും മൂല്യവത്തായ ഇന്റർനെറ്റ് കമ്പനികളിൽ തുടക്കത്തിൽ നിക്ഷേപം നടത്തിയ ഷെൻ "യൂണികോൺ ഹണ്ടർ" എന്നറിയപ്പെടുന്നു – അവയിൽ പലതും ആലിബാബ, JD.com, മെയ്റ്റുവാൻ-ഡിആൻപിംഗ്, ദീദി-ചുക്സിംഗ്, Ctrip.com, ലോകത്തിന് ആഗോള സെൻസേഷൻ നൽകിയ സ്റ്റാർട്ടപ്പായ ടിക് ടോക്ക് ബൈറ്റ്ഡാൻസ് എന്നിവ പോലുള്ള ഗാർഹിക പേരുകളാണ്.

നിരന്തരം പഠിക്കുന്നതാണ് തന്റെ വിജയത്തിന് കാരണമെന്ന് ഷെൻ പറയുന്നു. "ആലിബാബയെയും, ടെൻസെന്റിനെയും പോലെ വിജയകരമായ ഒരു കമ്പനി പോലും അതിന്റെ നിലവിലുള്ള ബിസിനസ്സ് മോഡൽ ഒരു ദിവസം തടസ്സപ്പെട്ടുമെന്ന് ഇപ്പോഴും ഭയപ്പെടുന്നു... പ്രധാന കഴിവുകളിൽ ഉറച്ചുനിൽക്കുകയും നിരന്തരം മാറിക്കൊണ്ടിരിക്കുന്ന വിപണിയിലെ മാറ്റങ്ങളുമായി പൊരുത്തപ്പെടുകയും ചെയ്യുക എന്നതാണ് പ്രധാനം." അതിനുള്ള ഒരേയൊരു മാർഗം ഓരോ ദിവസവും പുതിയ കണ്ണുകളും മസ്തിഷ്ക കോശങ്ങളും ഉപയോഗിച്ച് ആരംഭിക്കുക എന്നതാണ്.

സാങ്കേതികവിദ്യയുടെ പുരോഗതിയെ വേഗത്തിലും കൊണ്ടുവരുന്നു. ഉപഭോക്തൃ മുൻഗണനകളുമായി പൊരുത്തപ്പെടാൻ ബിസിനസ്സുകൾ വേഗത്തിൽ നീങ്ങേണ്ടതിനാൽ ഇന്ന്, ചെറുകിട കമ്പനികൾക്ക് നിലവിലുള്ള നേതാക്കളെ തടസ്സപ്പെടുത്താനുള്ള കഴിവുണ്ടെന്നതിൽ അതിശയിക്കാനില്ല. പുതിയ മാർക്കറ്റ് പ്രവണതകളെക്കുറിച്ച് സ്വയം അറിയിക്കുക, നിങ്ങൾക്ക് നല്ല ബിസിനസ്സുകളും അവസരങ്ങളും കണ്ടെത്താൻ കഴിയും. അറിവില്ലാത്തത് അന്ധമായി നിക്ഷേപിക്കുന്നതിന് തുല്യമാണ്.

മനസ്സിനെ ശ്രദ്ധിക്കുക

ശാന്തതയോടെയും, അച്ചടക്കത്തോടെയും തുടരുന്നതിനുള്ള മനഃശാസ്ത്രം ദീർഘദൂര വിജയ ഘടകങ്ങളാണെന്ന് മന്ത്രവാദികൾ തിരിച്ചറിയുന്നു. മനസ്സിനെ എങ്ങനെ കൈകാര്യം ചെയ്യണമെന്നതിനെക്കുറിച്ച് മന്ത്രവാദികളിൽ നിന്നുള്ള കൂട്ടായ ഉപദേശം ഇതാ :

1. ***ആസ്വദിക്കുക, ജീവിതം വളരെ ചെറുതാണ്.*** ജോലി ചെയ്യാനും നിങ്ങളുടെ ഇടം സ്വന്തമാക്കാനും "ടാപ്പ് ഡാൻസ്" തുടരുക.

നിങ്ങൾ ചെയ്യുന്നത് നിങ്ങൾ ആസ്വദിക്കുന്നില്ലെങ്കിൽ, ശ്രദ്ധ കേന്ദ്രീകരിക്കുക.

2. ***എപ്പോൾ ഇടവേള എടുക്കണമെന്ന് അറിയുക.*** ഒരു പോരാളിയെപ്പോലെ ചിന്തിക്കുക; ജയിക്കാൻ പോരാടുക. ആവേശത്തിനായി കച്ചവടം ചെയ്യരുത്; ലാഭത്തിനുവേണ്ടി വ്യാപാരം. ആവേശം തേടാൻ മാർക്കറ്റ് വളരെ ചെലവേറിയ സ്ഥലമാണ്. കടുത്ത നഷ്ടങ്ങൾ അനുഭവപ്പെടുമ്പോൾ, അവധി എടുക്കുക! കടുത്ത നഷ്ടങ്ങളെത്തുടർന്ന് മനസ്സിന് ഗെയിമുകൾ കളിക്കാൻ കഴിയും. നിങ്ങൾ എത്ര തവണ ശരിയാണെന്നതല്ല, നിങ്ങൾ എത്ര സമ്പാദിക്കുന്നു എന്നതാണ് പ്രധാനം.

3. ***ഹൃദയവും മനസ്സും ആരോഗ്യകരമായി സൂക്ഷിക്കുക.*** ചിന്തിക്കാനും, ധ്യാനിക്കാനും സമയം ചെലവഴിച്ചതാണ് തങ്ങളുടെ വിജയത്തിന്റെ ഭൂരിഭാഗവും എന്ന് പല മന്ത്രവാദികളും പറയുന്നു. എല്ലാ ദിവസവും രാവിലെ, ആമസോൺ സിഇഒ ജെഫ് ബെജോസ് ഒരു കർശനമായ ദിനചര്യ കുറയ്ക്കുന്നു, ഇത് റീചാർജ് ചെയ്യാനും തീരുമാനങ്ങൾ ശ്രദ്ധാപൂർവ്വം എടുക്കാനും സഹായിക്കുന്നു (സൈഡ്ബാർ കാണുക). റേ ഡാലിയോ വിശ്വസിക്കുന്നു, "എന്റെ ജീവിതത്തിലെ മറ്റെന്തിനെക്കാളും ധ്യാനമാണ് ഞാൻ നേടിയ വിജയത്തിന്റെ ഏറ്റവും വലിയ ഘടകം." തന്റെ തെറ്റുകളെ പ്രതിഫലിപ്പിക്കാനും മനസ്സ് വ്യക്തമാക്കാനും അതീന്ദ്രിയ ധ്യാനം ഉപയോഗിക്കുന്നതിനെക്കുറിച്ച് അദ്ദേഹം തന്റെ *പ്രിൻസിപ്പിൾസ്* എന്ന പുസ്തകത്തിൽ എഴുതുന്നു.

നിങ്ങളുടെ മനസ്സിന്റെ തടസ്സങ്ങളെ മറികടക്കുക – ഓഹരി വില ഇടിയുന്നതിൽ നിന്ന് യാന്ത്രികമായി പരിഭ്രാന്തരാകുന്നത് പോലെ – ആദ്യത്തെ ഒമ്പത് കല്പനകളും ദീർഘകാല വിജയവും പിന്തുടരുന്നതിനുള്ള താക്കോലാണ്. കാഴ്ചപ്പാടും അവബോധവും പരിശീലിക്കുക; സ്റ്റോക്ക് മാർക്കറ്റിലെ സമ്മർദ്ദം കൈകാര്യം ചെയ്യാനും മികച്ച നിക്ഷേപകനാകാനും മൈൻഡ് ഫുൾനെസ് നിങ്ങളെ അനുവദിക്കും.

10സി-കൾ പിന്തുടരുന്നത് പോലെ ശരിയായി ചെയ്താൽ, നിക്ഷേപം ഒരു സമ്മർദ്ദകരമായ പ്രവർത്തനമായിരിക്കരുത്. നേരേമറിച്ച്, നിങ്ങൾ കൂടുതൽ പഠിക്കാൻ ഇഷ്ടപ്പെടുന്ന ഒന്നായി

രിക്കണം, ഉൾക്കാഴ്ചകളും ഐഎടിയും ബോധ്യവും നേടുക. അത് ടാപ്പ് ഡാൻസിംഗ് ആയിരിക്കണം. നിങ്ങൾ സമ്മർദ്ദത്തിലോ പരാജയത്തിന്റെ പ്രവണതയിലോ ആണെങ്കിൽ, വേഗത കുറയ്ക്കുക, പുനക്രമീകരിക്കുക, 10സി-കൾ പുനരവലോകനം ചെയ്യുക. നിങ്ങളുടെ നിക്ഷേപ യാത്ര നിങ്ങൾ ആസ്വദിക്കുകയാണെങ്കിൽ, 10സി-കൾ പ്രവർത്തിക്കുന്നു. തുടരുക, ലാഭം നേടുക, മന്ത്രവാദ ലോകത്തേക്ക് സ്വാഗതം!

വേഗത കുറയ്ക്കുന്നതിനെക്കുറിച്ച് ബെജോസ്

ആമസോൺ സ്ഥാപകൻ ജെഫ് ബെജോസ് 2020 സെപ്റ്റംബർ 2-ലെ കണക്കനുസരിച്ച് 200 ബില്യൺ ഡോളർ ആസ്തിയുള്ള ലോകത്തിലെ ഏറ്റവും ധനികനാണ് – പല രാജ്യങ്ങളിലെയും ജിഡിപികളേക്കാൾ കൂടുതൽ. എലോൺ മസ്കിനെപ്പോലുള്ള നിരവധി സൂപ്പർ വിജയകരമായ ആളുകൾക്ക് ഒരു ദിവസം നാല് മണിക്കൂർ ഉറക്കത്തിൽ അതിജീവിക്കാൻ കഴിയുമെന്ന് നമുക്കെല്ലാവർക്കും അറിയാം. ആമസോണിന്റെ ആദ്യ നാളുകളിൽ ബെജോസ് പാക്കേജിംഗ് സ്വയം ചെയ്യുന്നതുൾപ്പെടെ തിരക്കിലായിരുന്നു. എന്നിരുന്നാലും, അവരെല്ലാം തങ്ങൾ ചെയ്യുന്ന കാര്യങ്ങളെക്കുറിച്ച് അവിശ്വസനീയമാംവിധം ശ്രദ്ധാലുക്കളാണ്.

ജെഫ് ബെജോസ്

ഇന്ന്, മിക്ക ബിസിനസ്സ് നേതാക്കളുടെയും ഭ്രാന്തൻ ഷെഡ്യൂൾ ഇല്ലാത്തതിനാൽ ബെജോസ് പ്രശസ്തനാണ്. സൂര്യോദയത്തിന് മുമ്പ് ഓഫീസിലേക്ക് പോകുന്നതിനുപകരം, രാവിലെ 10 മണിയോടെ ജോലിക്ക് പോകുന്നതിനുമുമ്പ് കുട്ടികളോടൊപ്പം പ്രഭാതഭക്ഷണം കഴിക്കാൻ അദ്ദേഹം വീട്ടിൽ തന്നെ തുടരും. ബെജോസ് പറഞ്ഞു, "'കാത്തിരിക്കുക. വേഗം കുറക്ക്. കൂടുതൽ വിവരങ്ങൾ നേടുക.' സഹായം ചോദിക്കുക പോലും ചെയ്യുന്നു. അത് എങ്ങനെ ചെയ്യണം എന്നതിനെക്കുറിച്ചുള്ള സാംസ്കാരിക പ്രതീക്ഷകളിൽ നിന്ന് വ്യതിചലിക്കാൻ തുടങ്ങുക, പകരം, ആഴത്തിലുള്ള സത്യങ്ങളിലേക്ക് എത്തിച്ചേരുന്നതിനുള്ള മനോഹരമായ അച്ചടക്കം വളർത്തിയെടുക്കുക. നിങ്ങളുടെ ബിസിനസ്സും, ജീവിതവും ശ്രദ്ധാപൂർവ്വം പരിശീലിക്കുന്നതിലൂടെ നിങ്ങളുടെ സ്വന്തം കൈകളിലേക്ക് കൊണ്ടുപോകുക."

പ്രായോഗികമായ
പത്ത്
കല്പനകൾ

സാൻ, ടിം, ഒയ എന്നിവർ സ്വന്തം നിക്ഷേപത്തിൽ 10സി-കൾ പരിശീലിക്കുകയും ദിവസവും അവരുടെ തന്ത്രങ്ങൾ മെച്ചപ്പെടുത്തുന്നത് തുടരുകയും ചെയ്യുന്നു. ഇതാ അവരുടെ കഥകൾ.

സാൻ – വിരമിച്ചയാൾ

കാനഡയിലും യുഎസിലുമായി മൂന്ന് കൗമാരക്കാരായ/ പ്രായപൂർത്തിയായ കുട്ടികളുള്ള 51-കാരനായ വിരമിച്ചയാളാണ് സാൻ, എല്ലാവരും സ്വകാര്യ സ്കൂളുകളിൽ ചേർന്നു. മുൻകാല ജോലികളിൽ നിന്നും നിക്ഷേപങ്ങളിൽ നിന്നും സാൻ ഒരു ചെറിയ "കൂട്ടമുട്ട" കെട്ടിപ്പടുത്തിട്ടുണ്ട്, കുടുംബത്തെ പിന്തുണയ്ക്കുന്നതിനായി പ്രശംസയ്ക്കും ലാഭവിഹിതത്തിനുമായി ഈ ആസ്തികൾ വളർത്തുക എന്നതാണ് അദ്ദേഹത്തിന്റെ രണ്ട് പ്രധാന ലക്ഷ്യങ്ങൾ.

സ്വയം വിലയിരുത്തൽ

സി1 അനുസരിച്ച്: സ്വയം അറിയുക, സാന്റെ സ്വയം വിലയിരുത്തൽ ഇപ്രകാരമാണ് :

1. ലക്ഷ്യങ്ങൾ :

എ. ***ഭൂരിപക്ഷം :*** മൂലധനത്തിന്റെ ഭൂരിഭാഗവും (70%) സുരക്ഷിതമായ ആസ്തികൾക്കായി നീക്കിവയ്ക്കുക, എന്നാൽ മുഴുവൻ സമയ ജോലി ചെയ്യാതെ കുടുംബത്തെ പിന്തുണയ്ക്കാൻ മതിയായ ലാഭവിഹിതം.

ബി. ***ന്യൂനപക്ഷം :*** ഉയർന്നതും, അസാധാരണവും ദീർഘകാലവുമായ വരുമാനം നേടുന്നതിന് അപകടസാധ്യതയുള്ള വളർച്ചാ ആസ്തികളിൽ മെറ്റീരിയൽ ന്യൂനപക്ഷ മൂലധനം (30%) നിക്ഷേപിക്കുക.

സി. ***ടാർഗെറ്റ് റിട്ടേണുകൾ :*** 10 വർഷത്തിനുള്ളിൽ മൊത്തത്തിലുള്ള ശരാശരി പോർട്ട്ഫോളിയോ വാർഷിക വരുമാനം 12% അല്ലെങ്കിൽ അതിൽ കൂടുതലാണ്.

2. താല്പര്യങ്ങൾ :

എ. ***റിയൽ എസ്റ്റേറ്റ്:*** സാൻ റിയൽ എസ്റ്റേറ്റിനെ സ്നേഹിക്കുകയും, നിക്ഷേപിക്കുകയും ചെയ്തിട്ടുണ്ട്, കൂടുതലും ചൈന/ഏഷ്യ,

വടക്കേ അമേരിക്ക എന്നിവിടങ്ങളിൽ പതിറ്റാണ്ടുകളായി റിയൽ എസ്റ്റേറ്റിലും അനുബന്ധ ആസ്തികളിലും നിഷ്ക്രിയമായി; കഠിനമായ ആസ്തികൾ സ്വന്തമാക്കുന്നത് അദ്ദേഹം ആസ്വദിക്കുന്നു.

ബി. ***ടെക്നോളജി :*** "ആഗ്രഹാഭിലാഷമുള്ള ഒരു ഗീക്ക്" ആയ സാൻ അടിപൊളി ഗാഡ്ജെറ്റുകളുടെയും സാങ്കേതികവിദ്യയുടെയും ആദ്യകാല സ്വീകർത്താവാണ്; അത് ആപ്പിൾ ഉപകരണങ്ങളായാലും ടെസ്‌ലയായാലും, അവൻ അവയെ ആവേശത്തോടെ പിന്തുടരുന്നു. ടെക് കളിപ്പാട്ടങ്ങൾക്കപ്പുറം, മനുഷ്യജീവിതത്തെ തടസ്സപ്പെടുത്താനും മെച്ചപ്പെടുത്താനുമുള്ള സാങ്കേതികവിദ്യയുടെ ശക്തിയിൽ അദ്ദേഹം വലിയ വിശ്വാസിയാണ്.

3. ശൈലി :

എ. ***വർക്ക്ഹോളിക് :*** എട്ടാം വയസ്സിൽ അമേരിക്കയിലേക്ക് കുടിയേറിയതുമുതൽ മുഴുവൻ സമയവും ജോലി ചെയ്യുന്ന സ്വയം സമ്മതിച്ച വർക്ക്ഹോളിക്, 50-ന് ശേഷമുള്ള സാൻ ഇത് കുറച്ചുകൂടി എളുപ്പത്തിൽ എടുക്കുന്നു, പക്ഷേ ഇപ്പോഴും ജോലി/പഠനം ആസ്വദിക്കുന്നു.

ബി. ***നിഷ്ക്രിയം :*** സുരക്ഷയ്ക്കും വിളവിനുമായി തന്റെ നിക്ഷേപത്തിന്റെ ഭൂരിഭാഗവും (ഉദാഹരണത്തിന്, "ജോലി") പ്രാഥമികമായി വാടക റിയൽ എസ്റ്റേറ്റ് പോലുള്ള നിഷ്ക്രിയ ആസ്തികളിൽ നിക്ഷേപിക്കാൻ അദ്ദേഹം ഇപ്പോൾ താല്പര്യപ്പെടുന്നു.

സി. ***സജീവം:***ചിലതരംറിയൽഎസ്റ്റേറ്റ്,പ്രത്യേകിച്ച്സാങ്കേതിക തടസ്സ അവസരങ്ങൾ പോലുള്ള താൻ ഇഷ്ടപ്പെടുന്നതും പഠനം ആസ്വദിക്കുന്നതുമായ മേഖലകളിൽ മാത്രമാണ് സാൻ സജീവമായി നിക്ഷേപം നടത്തുന്നത്.

4. കഴിവുകൾ :

എ. ***ഒന്നുമില്ലാത്തതിന്റെ മാസ്റ്റർ :*** എല്ലാ മേഖലകളിലും ഒരു ക്ലാസിക് ജാക്ക്, ഒന്നുമില്ലാത്തതിന്റെ മാസ്റ്റർ, സാൻ ഒന്നിലധികം വ്യവസായങ്ങളിലും വിപണികളിലും/ഭൂമിശാസ്ത്രത്തിലും പരിചയസമ്പന്നനാണ്, ഒരു കൺസൾട്ടന്റായി

ജോലി ചെയ്യുന്നത് മുതൽ ഒരു VC/PE നിക്ഷേപകനാകുന്നത് വരെ.

ബി. ***വ്യവസായങ്ങൾ :*** അദ്ദേഹം റിയൽ എസ്റ്റേറ്റും സാങ്കേതിക വിദ്യയും നന്നായി മനസ്സിലാക്കുന്നു, പ്രത്യേകിച്ചും ഈ ജീവിതത്തിന്റെ ഭൂരിഭാഗവും അദ്ദേഹം ജീവിച്ച/ജോലി ചെയ്ത ചൈന/ഏഷ്യൻ, വടക്കേ അമേരിക്കൻ വിപണി കളിൽ.

5. സമയം :

എ. തീർച്ചയായും ഒരു മധ്യകാല, ദീർഘകാല കേന്ദ്രീകൃത നിക്ഷേപകൻ

ബി. എല്ലാ നിക്ഷേപങ്ങളും അടിസ്ഥാനപരമായി നയിക്ക പ്പെടുന്നു

സി. സാന്റെ റിയൽ എസ്റ്റേറ്റ് നിക്ഷേപങ്ങൾ മൂന്ന് വർഷം മുതൽ നിത്യത വരെയുള്ള നാടകങ്ങളാണ്

ഡി. ടെക് പിക്കുകൾ (ഉദാഹരണത്തിന്, ടെസ്‌ല പോലുള്ള ഓഹരികൾ) ദീർഘകാല അടിസ്ഥാനങ്ങൾക്കുള്ളതാണ്

ഇ. ട്രേഡിംഗ് അല്ലെങ്കിൽ ചാർട്ടുകൾ മനസ്സിലാക്കുകയോ ആസ്വദിക്കുകയോ ചെയ്യുന്നില്ല

6. അപകടസാധ്യതകൾ :

എ. "കുട്ടമുട്ട" നിഷ്ക്രിയ വരുമാനത്തിന് കുറഞ്ഞ അപകടസാധ്യത (70%)

ബി. ടെക്/വളർച്ചാ പന്തയങ്ങൾക്ക് മിഡ് മുതൽ ഉയർന്ന അപകടസാധ്യത വരെ (30%)

7. ആസ്തികൾ :

എ. റിയൽ എസ്റ്റേറ്റ്

ബി. ടെക്/വളർച്ചാ കമ്പനികൾ, ആസ്തികൾ

8. സ്ഥലങ്ങൾ :

എ. ***വടക്കേ അമേരിക്ക :*** ന്യൂയോർക്ക് സിറ്റിയിൽ, യുഎസിന്റെ കിഴക്കൻ തീരത്ത് വളർന്നു, കുറച്ചുകാലം വെസ്റ്റ് കോസ്റ്റിൽ താമസിച്ചു, ഇപ്പോൾ ടൊറന്റോയിൽ വടക്കേ അമേരിക്കൻ വിപണി, സംസ്കാരങ്ങൾ എന്നിവയുമായി വളരെ പരിചിതമാണ്.

ബി. ***ചൈന/ഏഷ്യ*** : ചൈനയിൽ ജനിച്ച് 20+ വർഷം അവിടെ താമസിച്ചു, അര ഡസൻ ഏഷ്യൻ രാജ്യങ്ങളിലും ഏഷ്യയിലെ വിപണികളും അവസരങ്ങളും ഒരുപോലെ പരിചിതവും പരിചിതവുമാണ്.

10സി-കൾ ഉപയോഗിക്കുന്നു

യുദ്ധത്തിൽ മുറിവേറ്റ

നിക്ഷേപ യാത്രകൾ ആരംഭിക്കുന്ന ടിമ്മിൽ നിന്നും ഓയയിൽ നിന്നും വ്യത്യസ്തമായി, സാൻ 51-ാം വയസ്സിൽ മിക്കവരെക്കാളും കൂടുതൽ യുദ്ധ പാടുകളുമായി ഈ പുസ്തകം എഴുതുന്നു. സാൻ നിരവധി തവണ എല്ലാ 10സി-കളും ലംഘിച്ചു, അക്ഷരാർത്ഥത്തിൽ പതിനായിരക്കണക്കിന് സ്വന്തം പണവും ക്ലയന്റുകളുടെ പണവും നഷ്ടപ്പെട്ടു. ഈ പാഠങ്ങളിലൂടെ, സാൻ വഴിയിൽ പണം സമ്പാദിക്കുകയും നാൽപതുകൾക്ക് മുമ്പ് സാമ്പത്തിക സ്വാതന്ത്ര്യം (എഫ്ഐ) നേടാനും ലോകം ചുറ്റാനുള്ള സ്വപ്ന ജീവിതം നയിക്കുമ്പോൾ കുടുംബത്തെ പരിപാലിക്കാനും കഴിഞ്ഞു (ഇപ്പോൾ 55+ രാജ്യങ്ങൾ – ലക്ഷ്യം 55-ന് മുമ്പ് 100 ആണ്). ടിം, ഓയ, വായനക്കാർ എന്നിവരുമായി ഈ പാഠങ്ങൾ പങ്കിടുന്നതിൽ സാൻ സന്തുഷ്ടനാണ്, കൂടാതെ പലരും സാൻ ചെയ്തതിനേക്കാൾ വേഗത്തിലും വലുതുമായ എഫ്ഐ നേടുമെന്ന് ഉറപ്പുണ്ട്. ചുവടെയുള്ള പ്രധാന കാലഘട്ടങ്ങളിലൂടെയുള്ള തന്റെ യാത്രയും ഈ പാഠങ്ങളും 10സി-കളും ഇന്ന് തന്റെ നിക്ഷേപ തന്ത്രത്തെ എങ്ങനെ രൂപപ്പെടുത്തുന്നുവെന്നും സാൻ പങ്കിടുന്നു.

വിദ്യാർത്ഥി ദിനങ്ങൾ

ചൈനയിൽ ജനിച്ച സാൻ ഒൻപതാം വയസ്സിൽ അമേരിക്കയിലേക്ക് കുടിയേറി, ന്യൂയോർക്ക് നഗരത്തിലെ ചൈനാ ടൗണിൽ വളർന്നു. പ്രൈമറി സ്കൂൾ മുതൽ സാനും മൂന്ന് സഹോദരന്മാരും നേരത്തെ തന്നെ ജോലി ആരംഭിച്ചു. അവർ ചൈനാ ടൗൺ വസ്ത്ര ഫാക്ടറികളിൽ മാതാപിതാക്കളോടൊപ്പം ചേർന്നു; സ്കൂൾ, പ്രവൃത്തി ദിവസങ്ങൾക്കുശേഷം സാൻ ജോർഡാഷ് ജീൻസിൽ ബട്ടണുകൾ തുന്നിച്ചേർത്തു. അവന്റെ ഉച്ചഭക്ഷണവും പുസ്തക പണവുമായിരുന്നു അത്.

മിഡിൽ സ്കൂളിലും ഹൈസ്കൂളിലും പഠിക്കുമ്പോൾ, സാൻ ബൈക്ക് മെസഞ്ചർ, ബസ് ബോയ്, വെയിറ്റർ, ഒരു നൈറ്റ്ക്ലബിൽ ക്ലീനർ, ബാർട്ടെൻഡർ എന്നീ നിലകളിൽ ജോലി ചെയ്തിരുന്നു. ടെലിമാർക്കറ്റിംഗ് വില്പന, ചെറുകിട ബിസിനസുകൾക്ക് തോക്ക് ലൈസൻസിംഗ് സേവനങ്ങൾ വിൽക്കൽ എന്നിവയിൽ അദ്ദേഹത്തിന് ജോലിയുണ്ടായിരുന്നു. ശരീരഭാരം കുറയ്ക്കാൻ ആളുകളെ സഹായിക്കുന്നതിന് രുചികരമായ "ഡയറ്റ്" കുക്കികളുടെ ഒരു വർഷത്തെ മൊത്ത വിതരണത്തിനായി വിചിത്രമായ ജോലികളിൽ നിന്ന് 500 ഡോളർ ലാഭിച്ചു. ഉല്പന്നങ്ങൾ ഒരിക്കലും വിൽക്കപ്പെട്ടില്ല, മൾട്ടി ലെവൽ മാർക്കറ്റിംഗ് സ്ഥാപനം ഒരിക്കലും റീഫണ്ട് സ്വീകരിച്ചില്ല, അതിനാൽ അദ്ദേഹം തന്റെ മൂന്ന് സഹോദരന്മാരുമായി പങ്കിട്ട സാന്റെ ഇടുങ്ങിയ കിടപ്പുമുറിയിൽ കുക്കികൾ കൂട്ടിയിട്ടിരുന്നു. അതുകൊണ്ടാണ് താൻ ഇന്നും മെലിഞ്ഞതായി തുടരുന്നതെന്ന് സാൻ സത്യം ചെയ്യുന്നു.

കോളേജിൽ പഠിക്കുമ്പോൾ, സാൻ ചെറുകിട ബിസിനസ്സുകളിൽ വിവിധ പാർട്ട് ടൈം ജോലികളും ചെയ്തു. ആ ദിവസങ്ങൾ കുറഞ്ഞ പണ മിച്ചമുള്ള അതിജീവനത്തെക്കുറിച്ചായിരുന്നു, പക്ഷേ, ഇപ്പോൾ തനിക്ക് അറിയാവുന്നത് അറിഞ്ഞിരുന്നെങ്കിൽ, ഒരു ഓഹരിയോ ഫണ്ടോ നിക്ഷേപിക്കാൻ വിചിത്രമായ ജോലികളിൽ നിന്ന് പ്രതിദിനം ഒരു ഡോളർ ലാഭിക്കാമായിരുന്നു.

സി7 : മാരത്തൺ വിജയികൾ പറയുന്നത്, സാൻ ഒൻപതാം വയസ്സിൽ തന്നെ സമ്പാദ്യം തുടങ്ങിയിരുന്നുവെങ്കിൽ, അതായത് ഗാർമെന്റ് ഫാക്ടറികളിൽ നിന്ന് പ്രതിദിനം $1 അല്ലെങ്കിൽ $365, ഉദാഹരണത്തിന് $365, 21 വയസ്സിൽ കോളേജ് വരെ വേതനം നേടിയിരുന്നെങ്കിൽ, ശരാശരി 7% സ്റ്റോക്ക് മാർക്കറ്റ് റിട്ടേണിൽ, 2020-ൽ അയാൾക്ക് $147,000 സമ്പാദിക്കാമായിരുന്നു (ആകെ $7665 നിക്ഷേപിച്ചിട്ടും). അതുകൊണ്ടാണ് അദ്ദേഹം തന്റെ കുട്ടികൾക്കായി ബ്രോക്കറേജ് അക്കൗണ്ടുകൾ തുറന്നത്.

യുവ പ്രൊഫഷണൽ

യൂണിവേഴ്സിറ്റിയിൽ നിന്ന് ബിരുദം നേടിയ ശേഷം, സാൻ ഒരു മാനേജ്മെന്റ് കൺസൾട്ടന്റായി ജോലി ചെയ്തു, തുടർന്ന് മൾട്ടി ബില്യൺ ഡോളർ സ്വകാര്യ ഇക്വിറ്റി സ്ഥാപനത്തിൽ അനലിസ്റ്റായി. അമേരിക്കയിലുടനീളവും കാനഡ, ഹോങ്കോംഗ്,

ചൈന, സിംഗപ്പൂർ, ഇന്തോനേഷ്യ, മലേഷ്യ എന്നിവിടങ്ങളിലും ക്ലയന്റുകളുമായി സാൻ 4.5 വർഷത്തിലധികം ജോലി ചെയ്തു. ശമ്പളത്തിനും ബോണസിനും പുറമേ, സാന് ഉദാരമായ ചെലവ് അക്കൗണ്ടും ഭവന സബ്സിഡിയും നൽകി. അദ്ദേഹത്തിന്റെ വരുമാനത്തിന്റെ വലിയൊരു ഭാഗം അങ്കിൾ സാമിന് ലഭിച്ചു, അദ്ദേഹത്തിന്റെ ഭവന അലവൻസ് അദ്ദേഹം വളരെ അപൂർവ്വമായി മാത്രമേ ഉപയോഗിച്ചിരുന്ന ആഡംബര അപ്പാർട്ടുമെന്റുകൾ വാടകയ്ക്കെടുക്കുന്നതിനായി ഉപയോഗിച്ചിരുന്നുള്ളൂ.

മിക്കവാറും എല്ലാ ചെലവുകളും അടയ്ക്കുന്ന അവിവാഹിതനായതിനാൽ, നിക്ഷേപിക്കാൻ പ്രതിമാസം 1000 ഡോളർ എളുപ്പത്തിൽ മാറ്റിവയ്ക്കാൻ സാനിന് കഴിയുമായിരുന്നു (ഉദാഹരണത്തിന്, ഇക്വിറ്റികളിലോ റിയൽ എസ്റ്റേറ്റ് പോലുള്ള നികുതി കുറയ്ക്കൽ നിക്ഷേപങ്ങളിലോ). പകരം, 1995-ൽ അദ്ദേഹം തന്റെ സമ്പാദ്യമോ വാടക സബ്സിഡിയോ ഉപയോഗിച്ച് ഹോങ്കോങ്ങിൽ ഒരു വീട് വാങ്ങുകയും (അവിടെ അദ്ദേഹം ആറ് വർഷം താമസിച്ചത്) ഹോങ്കോങ്ങിന്റെ മേഘാവൃതമായ സമ്പദ്വ്യവസ്ഥയിൽ ഇന്ന് വിൽക്കാൻ സൂക്ഷിക്കുകയും ചെയ്തിരുന്നെങ്കിൽ, ആ നേട്ടം 356% ആകുമായിരുന്നു.

സംരംഭകൻ

4.5 വർഷം ഗ്ലോബ്ട്രോട്ടിംഗ് മാനേജ്മെന്റ് കൺസൾട്ടന്റായി ജോലി ചെയ്ത ശേഷം, സാൻ ഇന്റർനെറ്റിൽ താല്പര്യം പ്രകടിപ്പിക്കുകയും ഹോങ്കോങ്ങിലെ ഒരു ഡോട്ട്കോം കമ്പനിയിൽ ജോലി ചെയ്യുകയും ചെയ്തു. തുടർന്ന് oCen എന്ന ഇന്റർനെറ്റ് ടെലിഫോൺ സ്ഥാപനത്തിന്റെ സഹസ്ഥാപകനായി അദ്ദേഹം സിഎഫ്ഒ ആയി. സീരീസ് എയുടെ 2.5 മില്യൺ ഡോളർ സമാഹരിച്ച അദ്ദേഹം താമസിയാതെ സിഇഒ ആയി തിരഞ്ഞെടുക്കപ്പെട്ടു. 2.5 വർഷത്തിനുള്ളിൽ, ഏഴ് റൗണ്ട് വെഞ്ച്വർ ക്യാപിറ്റൽ ഫണ്ടിംഗിലൂടെ അദ്ദേഹം 60 ദശലക്ഷം ഡോളർ സമാഹരിച്ചു. ലെഹ്മാൻ ബ്രദേഴ്സ്, ബിയർ സ്റ്റീർൻസ്, പൈപ്പർ ജെഫ്രീസ് എന്നിവരെയാണ് സാൻ നാസ്ഡാക്-ഹോങ്കോംഗ് ഐപിഒയ്ക്കായി നിയമിച്ചത്. ഗോൾഡ്മാൻ മുതൽ മെറിൽ വരെയുള്ള വെൽത്ത് മാനേജർമാരും ഐപിഒയ്ക്ക് ശേഷമുള്ള പത്ത് അക്ക സമ്പത്ത് കൈകാര്യം ചെയ്യാൻ സാനിനെ ആകർഷിക്കുകയായിരുന്നു.

ആദ്യകാല വിജയത്തിനായി സാൻ 10 കല്പനകളിൽ എട്ടെണ്ണം പിന്തുടർന്നു : 20-സംതിംഗ് ടെക് സംരംഭകൻ (സി1) എന്ന നിലയിൽ അദ്ദേഹം തന്റെ ക്ഷണം കണ്ടെത്തി; ആ മേഖലയുടെ ഭാവിയിലും ബിസിനസ്സ് മോഡലിലും അദ്ദേഹം ബോധ്യം കണ്ടെത്തി – ശരിയോ തെറ്റോ (സി5); പകൽ 14 മുതൽ 16 മണിക്കൂർ വരെ അദ്ദേഹം ചെലവഴിച്ചു, ഓഫീസിൽ നിരവധി രാത്രികൾ ചെലവഴിച്ചു, മാജിക് 10,000 മണിക്കൂർ (സി5) മറികടന്നു. അദ്ദേഹം അക്ഷമനായി തന്റെ ടീമിനെ കഴിയുന്നത്ര വേഗത്തിൽ വളരാൻ പ്രേരിപ്പിച്ചു (സി6). ഡോട്ട്കോം ബബിൾ രൂപം കൊള്ളുന്നത് പോലും സാൻ കണ്ടു, കമ്പനിയെ ലിസ്റ്റുചെയ്യാൻ സമയത്തിനെതിരെ ഓടുകയായിരുന്നു, അതിനാൽ അത് തകരുന്നതിനുമുമ്പ് അതിജീവിക്കാൻ അദ്ദേഹത്തിന് മതിയായ ഫണ്ടുകൾ ഉണ്ടായിരുന്നു (സി3). കമ്പനി അവരുടെ ഐപിഒ റൗണ്ട് ഷോപ്പ് ആരംഭിച്ചപ്പോൾ ബബിൾ പ്രത്യക്ഷപ്പെട്ടു. ഒന്നോ രണ്ടോ ആഴ്ചയ്ക്കുള്ളിൽ സാനും സംഘവും ഐപിഒ വിൻഡോ നഷ്ടപ്പെടുത്തി.

ഒരു നിക്ഷേപ വീക്ഷണകോണിൽ നിന്നുള്ള കഥയുടെ ധാർമ്മികത കമ്പനിയുടെ നിർഭാഗ്യകരമായ സമയമല്ല. രണ്ട് കല്പനകൾ പാലിക്കുന്നതിൽ സാൻ പരാജയപ്പെട്ടു എന്നതാണ് പാഠം. സാൻ വൈവിധ്യവത്കരിച്ചില്ല – അദ്ദേഹത്തിന്റെ മൊത്തം മൂല്യത്തിന്റെ 100% കമ്പനിയുടെ സ്റ്റോക്കിൽ കെട്ടിയിട്ടിരുന്നു. അദ്ദേഹത്തിന് വൈവിധ്യവൽക്കരണം ഉണ്ടായിരുന്നില്ല. ഐപിഒയ്ക്ക് മുമ്പ് തന്റെ ഓഹരിയുടെ ഒരു ഭാഗം വിൽക്കാൻ സാനു ഒന്നിലധികം അവസരങ്ങൾ ഉണ്ടായിരുന്നു, അപകടകരമായ സംരംഭങ്ങൾക്ക് പ്രശ്നങ്ങൾ നേരിട്ടാൽ വൈവിധ്യവത്കരിക്കാൻ ബാങ്കർമാർ അദ്ദേഹത്തിന് ഹെഡ്ജിംഗ് അവസരങ്ങൾ വാഗ്ദാനം ചെയ്തു. ബബിൾ പൊട്ടുകയും അത് “ഇനി ഐപിഒ ഇല്ല” ആകുകയും ചെയ്തപ്പോൾ, സാനു എല്ലാം നഷ്ടപ്പെട്ടു.

നിങ്ങളുടെ എല്ലാ മുട്ടകളും ഒരിക്കലും ഇടരുത്, അത് എത്ര സ്വർണ്ണമാണെന്ന് നിങ്ങൾ വിശ്വസിച്ചാലും, ഒരൊറ്റ കുട്ടയിൽ (സി8). ഒരിക്കലും ധാരാളം പണം നഷ്ടപ്പെടരുത് (സി9).

പ്രൊഫഷണൽ നിക്ഷേപകൻ

ഓസെനിനുശേഷം, ചൈന വെഞ്ച്വർ ക്യാപിറ്റൽ ഫണ്ട് ആരംഭി

ക്കാൻ ക്ഷണിക്കപ്പെടുന്നതിനുമുമ്പ് സാൻ ചെറുതും വലുതുമായ ഒരുപിടി സംരംഭങ്ങൾ സ്ഥാപിക്കുകയും സഹ-നേതൃത്വം നൽകുകയും ചെയ്തു. സാൻ 2002-ൽ ഷാങ്ഹായിലേക്ക് താമസം മാറി – ചൈനീസ് വംശത്തിലുള്ള അദ്ദേഹം യുഎസ്എയിൽ വളർന്നു, മാൻഡാരിൻ, നെറ്റ്‌വർക്ക്, പുതിയ ചൈനയുടെ ഇൻ/ഔട്ട് എന്നിവ പഠിക്കാനും കുറച്ച് വർഷങ്ങൾ നീക്കിവച്ചിരുന്നു. ചൈനയുടെ സമ്പദ്‌വ്യവസ്ഥയുടെ ഉയർച്ചയും ഉപഭോക്തൃ, സാങ്കേതികവിദ്യയിലെ അവസരങ്ങളും അദ്ദേഹം കണ്ടു, പുതിയ ഇടം (സി1-സി5) പഠിക്കാൻ സമയം നീക്കിവച്ചു. തനിക്ക് ആവശ്യമായ വൈദഗ്ദ്ധ്യം/കഴിവുകൾ (സി6) വികസിപ്പിക്കാൻ അദ്ദേഹം ക്ഷമയോടെ കാത്തിരിക്കുകയും 50 ദശലക്ഷം ഡോളർ എന്ന മിതമായ ലക്ഷ്യത്തോടെ തന്റെ ഫണ്ട് സ്വരൂപിക്കാൻ പുറപ്പെടുകയും ചെയ്തു. ശരിയായ സമയം (അതായത്, റൈസിംഗ് ചൈന-സി3, സി4), തയ്യാറെടുപ്പ് ജോലി, ടീം മുതലായവ കാരണം സാൻ പകരം 100 ദശലക്ഷം ഡോളർ സമാഹരിച്ചു.

സാൻ ഫണ്ട് (സി8) വൈവിധ്യവത്കരിച്ചു, മൂന്ന് വർഷത്തിനുള്ളിൽ പോർട്ട്ഫോളിയോയിലേക്ക് 16 കമ്പനികളിൽ നിക്ഷേപം നടത്തി. വിരലിലെണ്ണാവുന്നവർ മാത്രമാണ് (ബ്രേക്ക് ഈവൻ, നഷ്ടപ്പെട്ട പണം), മൊത്തത്തിൽ, പോർട്ട്ഫോളിയോ നന്നായി പ്രവർത്തിച്ചു (സി9), സ്വാധീനമുള്ള വ്യവസായ പ്രസിദ്ധീകരണങ്ങൾ ഫണ്ടിനെ ടോപ്പ് 30/ടോപ്പ് 50-ൽ ഉൾപ്പെടുത്തി.

തിരിഞ്ഞുനോക്കുമ്പോൾ പ്രധാന തെറ്റ്, ഫണ്ട് ഘടനയായിരുന്നു. കാത്തി സൂവിന്റെ ഫണ്ട് അല്ലെങ്കിൽ ബെർക്ക്ഷെയർ ഹാത്ത്വേയിൽ നിന്ന് വ്യത്യസ്തമായി, സാന്റെ ഫണ്ട് ഏഴ് മുതൽ 10 വർഷം വരെ ആയുസ്സുള്ള ഒരു സാധാരണ "ജിപി/എൽപി" ഘടനയായിരുന്നു, ഇതിനർത്ഥം ഫണ്ട് നിക്ഷേപകർക്ക് പണം തിരികെ നൽകേണ്ടിവന്നു. പൊതുവിപണിയിൽ എത്തിയ വിജയികൾ ഉൾപ്പെടെ എല്ലാ വിജയികളെയും വിൽക്കാൻ ഫണ്ട് നിർബന്ധിതരായി, കൂടാതെ ഐപിഒയ്ക്ക് മുമ്പുള്ള വിജയികൾ 2 മുതൽ 3 മടങ്ങ് വരെ വിൽക്കാൻ നിർബന്ധിതരായി.

അപ്പോൾ, ഇന്ന് സാന്റെ മനസ്സിൽ മുഴുവൻ 10C ആണ്.

ഇന്ന്

ജീവിതച്ചെലവുകൾക്കും റിട്ടയർമെന്റിനും സുരക്ഷയും പണ

മൊഴുക്കും നൽകുമ്പോൾ പാർട്ട് ടൈം ജോലി മാത്രം ആവശ്യമുള്ള "എല്ലാ കാലാവസ്ഥയിലും ഉയർന്ന വരുമാനമുള്ള" പോർട്ട്ഫോളിയോ വികസിപ്പിക്കുക എന്നതാണ് 51-ാം വയസ്സിൽ സാന്റെ പ്രധാന നിക്ഷേപ ലക്ഷ്യം. അദ്ദേഹത്തിന്റെ 60/30/10 പോർട്ട്ഫോളിയോയിൽ 10സി-കൾ ദിവസവും അദ്ദേഹത്തെ നയിക്കുന്നു :

1. ***60% :*** സുരക്ഷിതവും ഉയർന്ന വരുമാനമുള്ള ദീർഘകാല നിഷ്ക്രിയ ആസ്തികൾ, പ്രാഥമികമായി റിയൽ എസ്റ്റേറ്റ് കടം, ഇക്വിറ്റി

എ. ***കടം :*** 8.5 ശതമാനമോ അതിൽ കൂടുതലോ നൽകുന്ന കനേഡിയൻ മോർട്ട്ഗേജ് ഫണ്ടുകൾ (ഒന്ന് മുതൽ മൂന്ന് മാസത്തെ പണലഭ്യത)

ബി. ***ഹൗസിംഗ്:*** യുഎസ് വർക്ക്ഫോഴ്സ് ഹൗസിംഗ്, പ്രത്യേകിച്ച് ബി, സി ഗ്രേഡ് മൾട്ടി-ഫാമിലി അപ്പാർട്ട്മെന്റ് കെട്ടിടങ്ങൾ 8% മുതൽ 10% ത്രൈമാസവും 1.5-2.0 മടങ്ങ് വരുമാനവും (മൂന്ന് മുതൽ ഏഴ് വർഷത്തിനുള്ളിൽ) നൽകുന്നു.

സി. ***മറ്റുള്ളവ :*** കൃഷിയിടം, സ്വയം സംഭരണം, മൊബൈൽ ഹോം പാർക്കുകൾ എന്നിവ പോലുള്ള സുരക്ഷിതവും ദീർഘകാല വുമായ റിയൽ എസ്റ്റേറ്റ് നിക്ഷേപങ്ങൾ (3 മുതൽ 10 വർഷം വരെ കൈവശം വയ്ക്കുക)

2. ***30%:*** വളർച്ചാസ്റ്റോക്കുകളുംവൈവിധ്യവൽക്കരണഫണ്ടുകളും/ ഇടിഎഫുകളും

എ. ***റിലീജിയൻ സ്റ്റോക്കുകൾ :*** ദീർഘകാല വിജയികളായി "മാരത്തൺ" ചെയ്യുന്ന ഒരുപിടി വളർച്ചാ സ്റ്റോക്കുകൾ സാനിൽഉണ്ട്.അദ്ദേഹത്തിന്റെപ്രിയപ്പെട്ടത്ടെസ്‌ലയാണ്, അത് അദ്ദേഹം മതപരമായ ഉത്സാഹത്തോടും തുല്യ മത ബോധ്യത്തോടും പിന്തുടരുന്നു. ടെൻസെന്റ്, ആലിബാബ, ആപ്പിൾ, ഇന്ത്യയുടെ ജിയോ (റിലയൻസ്) എന്നിവയാണ് മറ്റ് മികച്ച ഓഹരികൾ.

ബി. ***വൈവിധ്യവൽക്കരണം :*** വൈവിധ്യവൽക്കരണം കൈവരിക്കുന്നതിന്, സാൻ മാർക്കറ്റ് അല്ലെങ്കിൽ ഇൻഡസ്ട്രി ഇടിഎഫുകൾ അല്ലെങ്കിൽ വിശാലമായ വ്യവസായങ്ങളി

ലേക്കോ, വിപണികളിലേക്കോ വൈവിധ്യവത്കരിക്കാൻ സഹായിക്കുന്ന ഫണ്ടുകളിലേക്ക് വാങ്ങുന്നു.

3. ***10%:*** ഒരു മുൻ വെഞ്ച്വർ ക്യാപിറ്റലിസ്റ്റ് എന്ന നിലയിൽ, 100x ഉയർച്ചയിൽ (അല്ലെങ്കിൽ താഴെ) ആകാവുന്ന മൂൺഷോട്ടുകളിൽ മൂലധനത്തിന്റെ 10%-ത്തിലധികം പണയം വയ്ക്കാൻ സാൻ ഒരുക്കമാണ്.

എ. ***ടെക് :*** സ്ഥാപിതമായ പൊതു കമ്പനികളായ മുകളിൽ പറഞ്ഞ "മത ഓഹരികൾ" ഒഴികെ, സാൻ ഇക്വിറ്റിക്കായി ഉപദേശിക്കുകയും ഇടയ്ക്കിടെ സ്റ്റാർട്ടപ്പുകളിൽ നിക്ഷേപിക്കുകയും ചെയ്യുന്നു, അത് ഒരു ദിവസം സ്ഥാപിത പൊതു കമ്പനികളായി മാറിയേക്കാം. ഉദാഹരണത്തിന്, അവർ അടുത്തിടെ ഒരു പ്രാണി പ്രോട്ടീൻ സംരംഭത്തിൽ നിക്ഷേപിച്ചു.

ബി. ***മറ്റുള്ളവ :*** കൂടുതൽ വൈവിധ്യവൽക്കരണത്തിനായി ബിറ്റ്കോയിൻ, ക്രിപ്റ്റോ കറൻസികൾ പോലുള്ള അപകട സാധ്യതയുള്ള "മറ്റ്" വിഭാഗത്തിൽ ഒരു ചെറിയ ശതമാനം നിക്ഷേപിക്കുന്നു.

10സി-കൾ കർശനമായി പാലിച്ചാണ് സാന്റെ നിലവിലെ പോർട്ട്ഫോളിയോ നിർമ്മിച്ചിരിക്കുന്നത്. വ്യക്തമായ ലക്ഷ്യങ്ങൾ ഉണ്ടായിരിക്കുക, തുടർന്ന് തനിക്ക് അഭിനിവേശമുള്ളതും അവൻ മനസ്സിലാക്കുന്നതുമായ ആസ്തികളിൽ നിക്ഷേപിക്കുക എന്നിവ ഇതിൽ ഉൾപ്പെടുന്നു. നിക്ഷേപിക്കുന്നതിന് മുമ്പ് ഗൃഹപാഠം ചെയ്യുന്നതിനും ബോധ്യം നേടുന്നതിനും, പരസ്പരബന്ധമില്ലാത്ത ആസ്തി തരങ്ങളും ഭൂമിശാസ്ത്രപരമായ വൈവിധ്യവും നേടുന്നതിനും ട്രേഡിംഗിനേക്കാൾ ദീർഘകാലാടിസ്ഥാനത്തിൽ നിക്ഷേപിക്കുന്നതിനും അദ്ദേഹം മുൻഗണന നൽകുന്നു.

ടിം – യുവ പ്രൊഫഷണൽ

കടബാധ്യതയില്ലാതെ കോളേജിൽ നിന്ന് ബിരുദം നേടാൻ കഴിഞ്ഞത് ഭാഗ്യമായി കരുതുന്ന 22-കാരനായ ഒരു ചെറുപ്പക്കാരൻ/പ്രൊഫഷണലാണ് ടിം. സാമ്പത്തിക സ്വാതന്ത്ര്യം നേടുന്നതിന് തന്റെ ആസ്തി അടിത്തറ വളർത്തുക എന്നതാണ്

ഇരുപതുകളിലെ അദ്ദേഹത്തിന്റെ പ്രധാന ലക്ഷ്യം. നല്ല സാമ്പത്തിക വിദ്യാഭ്യാസത്തിൽ നിന്ന് എല്ലാവർക്കും പ്രയോജനം ലഭിക്കുമെന്ന് അദ്ദേഹം വിശ്വസിക്കുന്നു, പ്രത്യേകിച്ചും കോമ്പൗണ്ടിംഗിന്റെ മാന്ത്രികത പ്രയോജനപ്പെടുത്താൻ നേരത്തെ കുട്ടികളെ പഠിപ്പിക്കാൻ ആഗ്രഹിക്കുന്ന മാതാപിതാക്കൾ!

സ്വയം വിലയിരുത്തൽ

1. ലക്ഷ്യങ്ങൾ :

എ. ***ഭൂരിപക്ഷം :*** ഇടത്തരം അപകടസാധ്യതയുള്ള നിക്ഷേപങ്ങൾ വാങ്ങുന്നതിനും കൈവശം വയ്ക്കുന്നതിനും പോർട്ട്ഫോളിയോയുടെ 80% നീക്കിവയ്ക്കുക

ബി. ***ന്യൂനപക്ഷം :*** ഹ്രസ്വകാല, ഉയർന്ന ബോധ്യമുള്ള ട്രേഡിംഗ് ആശയങ്ങൾക്കായി പോർട്ട്ഫോളിയോയുടെ 20% നീക്കിവയ്ക്കുക

സി. ***ടാർഗെറ്റ് റിട്ടേൺ :*** ഏഴ് മുതൽ 10% വരെ വാർഷിക പോർട്ട്ഫോളിയോ വളർച്ച ലക്ഷ്യമിടുക, കൂടുതൽ മികച്ച :)

ഡി. ***അസറ്റ് ബേസ് വളരുന്നു :*** അദ്ദേഹത്തിന്റെ സ്റ്റോക്ക് പോർട്ട്ഫോളിയോയിൽ നിക്ഷേപിക്കുക, ഒരുപക്ഷേ റിയൽ എസ്റ്റേറ്റ് നിക്ഷേപം പഠിക്കുക

2. താല്പര്യങ്ങൾ :

എ. ***ടെക്നോളജി :*** ചെറുപ്പക്കാരനും ട്രെൻഡിയും സാങ്കേതിക വിദഗ്ധനും ആയിരിക്കാൻ അദ്ദേഹം ഇഷ്ടപ്പെടുന്നു (ആർക്കാണ് അറിയാത്തത്?).

ബി. ***പുനരുപയോഗ ഊർജ്ജം :*** ഭൂമിശാസ്ത്രവും ഭൗതികശാസ്ത്രവും ഇഷ്ടപ്പെടുന്ന അദ്ദേഹം ആഗോളതാപനം യാഥാർത്ഥ്യ മാണെന്ന് വിശ്വസിക്കുന്നു.

സി. ***സാമ്പത്തിക സേവനങ്ങൾ :*** ഉപഭോക്തൃ ധനകാര്യ മേഖ ലയെ തടസ്സപ്പെടുത്തുന്ന പുതിയ ഫിൻടെക്കുകളെക്കുറിച്ച് പഠിക്കാൻ അയാൾക്ക് ഇഷ്ടമാണ്.

3. ശൈലി :

എ. ***കോമ്പൗണ്ടിംഗ് :*** അവന് കുറഞ്ഞത് 60 വർഷമെങ്കിലും ജീവിക്കാൻ ഉണ്ടെന്ന് പ്രതീക്ഷിക്കുന്നു, അതിനാൽ കാലം ആ ജോലി ചെയ്യും.

ബി. ***നിഷ്ക്രിയത്തിൽ നിന്ന് സജീവത്തിലേക്ക് :*** 50% നിഷ്ക്രിയ നിക്ഷേപത്തിൽ നിന്ന് ആരംഭിച്ച് സമയവും കൂടുതൽ അനുഭവപരിചയവും ഉള്ള കൂടുതൽ സജീവമായ ഒരു മോഡലിലേക്ക് മാറുക.

4. കഴിവുകൾ :

എ. ***സാങ്കേതിക പരിജ്ഞാനം :*** ഉപയോക്തൃ ഇന്റർഫേസ് രൂപ കല്പന, സാങ്കേതിക സവിശേഷതകൾ, മത്സരപരമായ പ്രത്യാഘാതങ്ങൾ എന്നിവയെക്കുറിച്ച് പഠിക്കാൻ ഇഷ്ടപ്പെടുന്നു.

ബി. ***ചരിത്രകാരൻ :*** ജീവചരിത്രങ്ങളും ചരിത്രപരമായ സംഭവ വികാസങ്ങളും വായിക്കാൻ ഇഷ്ടപ്പെടുന്നു. ലോക സംഭവ വികാസങ്ങളെക്കുറിച്ച് മാക്രോയും വിമർശനാത്മകവുമായ വീക്ഷണം ലഭിക്കാൻ ഇഷ്ടപ്പെടുന്നു.

സി. ***മൂല്യനിർണ്ണയം :*** അടിസ്ഥാന മൂല്യനിർണ്ണയത്തെക്കുറിച്ച് നല്ല ധാരണ, പഠിക്കാൻ ധാരാളം കാര്യങ്ങളുണ്ടെങ്കിലും.

ഡി. ***സെൻ:*** വൈകാരികമായി എളുപ്പത്തിൽ അസ്വസ്ഥരാകരുത്, വസ്തുനിഷ്ഠമായി തുടരാനും പ്രേരണയിൽ നിന്ന് നിക്ഷേപം നടത്താതിരിക്കാനും നിരന്തരം സ്വയം ഓർമ്മിപ്പിക്കുന്നു.

5. സമയം :

എ. കുറഞ്ഞത് മൂന്ന് വർഷവും അഞ്ച് വർഷത്തിൽ കൂടുതലുമുള്ള നിക്ഷേപ കാലാവധി.

ബി. ചൂടുപിടിച്ചതായി അദ്ദേഹം കരുതുന്ന കമ്പനികളെ ഇടയ്ക്കിടെ ചുരുക്കുന്നു (പോർട്ട് ഫോളിയോ മൊത്തം <20%).

6. അപകടസാധ്യതകൾ :

എ. ദീർഘകാല ഹോൾഡിംഗ് നിഷ്ക്രിയ ഇക്വിറ്റി ഇൻഡക്സ് ഫണ്ടുകൾക്ക് കുറഞ്ഞ റിസ്ക് (30%).

ബി. സാങ്കേതികവിദ്യ, ആർഇഐടി നിക്ഷേപങ്ങൾ (60%), ചരക്കുകൾ(10%) എന്നിവയ്ക്കുള്ള ഇടത്തരം അപകടസാധ്യത.

7. ആസ്തികൾ :

എ. ഇക്വിറ്റികൾ, ആർഇഐടികൾ, ചരക്കുകൾ.

8. സ്ഥലങ്ങൾ :

എ. വടക്കേ അമേരിക്ക – ലോകത്തിന്റെ ആ ഭാഗത്തെ സംസ്കാരവും കമ്പോളവും പരിചിതം.

ബി. ചൈന/ഏഷ്യ – ഹോങ്കോങ്ങിൽ വളരുകയും പതിവായി ചൈന സന്ദർശിക്കുകയും ചെയ്തു; ദീർഘകാലാടിസ്ഥാനത്തിൽ ചൈന എത്ര വേഗത്തിൽ തങ്ങളുടെ സാധ്യതകളെക്കുറിച്ച് ആവേശഭരിതരാണെന്ന് അറിയാം.

10സി-കൾ ഉപയോഗിക്കുന്നു

സാന്റെ യുദ്ധ പാട്ടുകൾ തീർച്ചയായും ശ്രദ്ധേയമാണ്, പക്ഷേ ടിമ്മിന് സ്വന്തമായി ചില യുദ്ധ പാട്ടുകളും (സാന്റെ പാട്ടുകളുമായി താരതമ്യപ്പെടുത്തുമ്പോൾ ചതവുകൾ) ഉണ്ട്.

കുട്ടിക്കാലം മുതലുള്ള കോമ്പൗണ്ടിംഗ് (C7)

ഹോങ്കോങ്ങിൽ വളർന്ന ടിം, വർഷത്തിലെ രണ്ടാമത്തെ മികച്ച അവധിക്കാലമായി ചൈനീസ് പുതുവത്സരത്തെ എപ്പോഴും കണക്കാക്കിയിരുന്നു (മനോഹരമായ വിളക്കുകളും രുചികരമായ മൂൺകേക്കുകളും ഉള്ള മിഡ്-ശരത്കാല ഉത്സവത്തിന് ശേഷം).

അമ്മായിമാരും അമ്മാവന്മാരും കുട്ടികൾക്ക് തണുത്ത ഹാർഡ് ക്യാഷ് ഉപയോഗിച്ച് സീൽ ചെയ്ത ചുവന്ന കവറുകൾ നൽകും, സാധാരണയായി 5 മുതൽ 25 ഡോളർ വരെ, അവർ എത്ര ഉദാരമനസ്കരാണ് എന്നതിനെ ആശ്രയിച്ച്, അവന്റെ മുത്തശ്ശിമാർ എല്ലായ്പ്പോഴും ഏറ്റവും ഉദാരരായിരിക്കും, അവരുടെ ഓരോ പേരക്കുട്ടികൾക്കും 50 ഡോളർ നൽകും. കുടുംബത്തോടൊപ്പമോ സുഹൃത്ത് മുതൽ സുഹൃത്ത് വരെയോ സന്ദർശനം നടത്തുന്ന ടിമ്മിന് ഓരോ വർഷവും ഒരു സമ്പത്ത് (ശരാശരി 400 ഡോളർ) സമ്പാദിക്കാൻ കഴിയും! എന്നാൽ ഇത് ടിമ്മിന് ഇഷ്ടാനുസരണം ചെലവഴിക്കാൻ കഴിയുന്ന പോക്കറ്റ് മണി ആയിരുന്നില്ല.

ചെറുപ്പം മുതലേ ടിം തന്റെ മാതാപിതാക്കളിൽ നിന്ന് കോമ്പൗണ്ടിംഗിന്റെ ശക്തി പഠിച്ചു. ആശയത്തിന്റെ അത്ഭുതം അദ്ദേഹം മനസ്സിലാക്കിയില്ലെങ്കിലും, തന്റെ മാതാപിതാക്കൾ നിഷ്ക്രിയ സൂചിക ഫണ്ടുകളിൽ തന്റെ പണം നിക്ഷേപിക്കാനും 10 ഡോളർ സ്വയം സൂക്ഷിക്കാനും അദ്ദേഹം "സ്വമേധയാ" സന്നദ്ധനായിരുന്നു, ഒരു പായ്ക്കറ്റ് ബബിൾ ഗം, കുറച്ച് ബാഗ് ചിപ്സ്, ഒരു കുപ്പി കോക്ക് എന്നിവ വാങ്ങാൻ ഇത് മതിയാകും. ലഘുഭക്ഷണശാലയിൽ വെച്ച് സുഹൃത്തുക്കൾ ചുവന്ന കവറിലെ പണം ഊതുന്നത് കണ്ടപ്പോൾ ടിമ്മിന് ഉള്ളിൽ അല്പം വിഷമം തോന്നി (അയാൾ കുറച്ച് നാടകീയത സൃഷ്ടിക്കുകയാണെന്ന് ഞങ്ങൾക്കറിയാം).

2008-ലെ ആഗോള സാമ്പത്തിക പ്രതിസന്ധിയിൽ നിന്നുള്ള മാർക്കറ്റ് സൈക്കിളുകൾ (C3/C4)

ടിം 2008 ഓർക്കുന്നു : ക്ലാസ് മുറിയിലെ മറ്റേതൊരു നാലാം ക്ലാസുകാരനെയും പോലെ അവനും ഒന്നും അറിയില്ലായിരുന്നു. തന്റെ ചുവന്ന കവറിലെ പണം ഉപയോഗിച്ച് അയാൾ അക്കൗണ്ടിൽ നിക്ഷേപിക്കുന്നത് തുടർന്നു; വർഷങ്ങളായി, നിക്ഷേപിച്ച മുതലിന്റെ ഇരട്ടിയിലധികം വർദ്ധിച്ചു – ഇതെല്ലാം ടിം ഒന്നും ചെയ്യാതെ തന്നെ. 2009-ൽ ഒരു ദിവസം, ടിമ്മിന്റെ മാതാപിതാക്കൾ അവന്റെ നിക്ഷേപ അക്കൗണ്ടിലെ ബാലൻസ് കാണിച്ചു – പോർട്ട്ഫോളിയോ അതിന്റെ മൂല്യത്തിന്റെ 40% നഷ്ടപ്പെട്ടു. അദ്ദേഹത്തിന്റെ മിക്കവാറും എല്ലാ നേട്ടങ്ങളും തുടച്ചുനീക്കപ്പെട്ടു, ദീർഘകാല വിപണി ചക്രങ്ങളിലെ വലിയ മാന്ദ്യവുമായുള്ള

അദ്ദേഹത്തിന്റെ ആദ്യ ഏറ്റുമുട്ടലായിരുന്നു ഇത്. ഒരു വർഷത്തിനുള്ളിൽ നഷ്ടപ്പെട്ട മക്ഡൊണാൾഡിന്റെ ഐസ്ക്രീം കോണുകളുടെ എണ്ണത്തെക്കുറിച്ച് ഒരിക്കൽ കൂടി ടിമ്മിന് അല്പം സങ്കടം തോന്നി.

കാപട്യത്തിൽ നിന്നും ഗവേഷണത്തിൽ നിന്നും പഠിക്കൽ (C1/C2)

ഹൈസ്കൂളിൽ പ്രവേശിച്ച ടിം വളരെക്കാലം വിപണികളെ നിരീക്ഷിച്ചു, സജീവ നിക്ഷേപം നടത്താൻ അദ്ദേഹം ആഗ്രഹിച്ചു. ടിമിന് ധാരാളം കമ്പനികളെ ശരിക്കും അറിയില്ലായിരുന്നു, അതിനാൽ ആപ്പിൾ, ടെൻസെന്റ്, മൈക്രോസോഫ്റ്റ്, നിന്റേൻഡോ, ബിഎംഡബ്ല്യു എന്നീ ഓരോ കമ്പനിയിലും അദ്ദേഹം തന്റെ പോർട്ട്ഫോളിയോയുടെ 20% നിക്ഷേപിച്ചു. നിരാശാജനകമായ വീ യു ഗെയിമിംഗ് കൺസോൾ പുറത്തിറക്കിയ നിന്റേൻഡോ മാത്രമാണ് ഒരേയൊരു മോശം നിക്ഷേപം, ഇത് ഓഹരി വില ഫ്ലാറ്റായി തുടരാൻ കാരണമായി. വീണ്ടെടുക്കൽ സമ്പദ്വ്യവസ്ഥ കാരണം, തന്റെ പോർട്ട്ഫോളിയോയിലെ മറ്റെല്ലാ കാര്യങ്ങളും നന്നായി ചെയ്യാൻ ടിമ്മിന് ഭാഗ്യമുണ്ടായി.

ഏകദേശം എട്ട് വർഷം മുമ്പ്, അദ്ദേഹത്തിന്റെ മാതാപിതാക്കളും ചില ബന്ധുക്കളും യുവതലമുറയ്ക്കായി സാമ്പത്തിക സാക്ഷരതയെക്കുറിച്ച് ചർച്ച ചെയ്യാൻ തുടങ്ങുകയും പ്രശസ്ത നിക്ഷേപകരുടെയും വ്യാപാരികളുടെയും തത്ത്വചിന്തകൾ സംഗ്രഹിക്കുന്ന ഒരു "ബൈബിൾ" സമാഹരിക്കാനുള്ള ആശയം കൊണ്ടുവരികയും ചെയ്തു. അതിനാൽ, 14-കാരനായ ടിം തുടർന്നുള്ള വർഷങ്ങളിൽ പുസ്തകത്തിനായി നിക്ഷേപക പ്രൊഫൈലുകൾ ഗവേഷണം നടത്താനും എഴുതാനും സഹായിച്ചു. അതിനുശേഷം ടിം നിരവധി നിക്ഷേപ പുസ്തകങ്ങൾ (*ദി വാറൻ ബഫറ്റ് വേ*, *വൺ അപ് ഓൺ വാൾ സ്ട്രീറ്റ്* പോലുള്ളവ) വായിക്കുകയും ക്രമേണ നിക്ഷേപ മഹാന്മാരിൽ നിന്ന് അടിസ്ഥാനകാര്യങ്ങൾ പഠിക്കുകയും ചെയ്തു. ഇവിടെ കുറുക്കുവഴികളൊന്നുമില്ല!

തന്റെ ആദ്യ സംരംഭങ്ങളിലെ റിസ്ക് (C8/C9) ഉപയോഗിച്ച് ബുൾഡോസ് ചെയ്തു

ഏറ്റവും വലിയ പാഠങ്ങൾ നിങ്ങളെ ഏറ്റവും വേദനിപ്പിച്ചവയാണ്. ഒരു ഘട്ടത്തിൽ, ടിമ്മിന്റെ പോർട്ട്ഫോളിയോ 50% ഇടിഞ്ഞു.

നിക്ഷേപകനായല്ല, ഊഹക്കച്ചവടക്കാരനായാണ് ടിം തന്റെ സജീവ നിക്ഷേപ ജീവിതം ആരംഭിച്ചത്. നിക്ഷേപിക്കാൻ അദ്ദേഹം ആദ്യമായി തന്റെ സ്റ്റോക്ക് ബ്രോക്കറേജ് അക്കൗണ്ട് തുറന്നപ്പോൾ (വായിക്കുക : വ്യാപാരവും ഊഹക്കച്ചവടവും), സ്റ്റോക്ക് മാർക്കറ്റ് ഒരു കൗതുകകരമായ സ്ഥലമായി അദ്ദേഹം കണ്ടെത്തി. ആദ്യ മാസത്തിൽ തന്നെ, അദ്ദേഹത്തിന്റെ "മികച്ച" ഓഹരി തിരഞ്ഞെടുക്കൽ കഴിവുകൾ അദ്ദേഹത്തിന് 5% ലാഭം നേടിക്കൊടുത്തു (ഉയരുന്ന വിപണിയിൽ). അടുത്ത മാസം, വിപണി ഫ്ലാറ്റായിരിക്കുമ്പോൾ അദ്ദേഹത്തിന് 2% നഷ്ടം സംഭവിച്ചു. രണ്ടുമാസത്തിനുശേഷം, അദ്ദേഹത്തിന് ഇതിനകം അസ്വസ്ഥതയും അക്ഷമയും അനുഭവപ്പെട്ടു, തന്റെ പോർട്ട്ഫോളിയോ വേഗത്തിൽ വളർത്താനുള്ള വഴികൾ കണ്ടെത്താൻ ആഗ്രഹിച്ചു. ഇത് സ്വർണ്ണ ഖനിത്തൊഴിലാളികളായ ഇടിഎഫിനെ പ്രയോജനപ്പെടുത്താൻ അദ്ദേഹത്തെ പ്രേരിപ്പിച്ചു.

ഈ സമയത്ത് ടിമ്മിന് സ്വർണ്ണത്തെക്കുറിച്ച് ഒന്നും അറിയില്ലായിരുന്നു (അല്ലെങ്കിൽ മറ്റെന്തെങ്കിലും, ശരിക്കും). സ്വർണ്ണം, ഡോളർ ശക്തി, പലിശനിരക്ക് എന്നിവ തമ്മിലുള്ള ബന്ധത്തെക്കുറിച്ച് അദ്ദേഹത്തിന് ഒന്നും അറിയില്ലായിരുന്നു (ഒരുപക്ഷേ ഏതൊരു സ്വർണ്ണ ഊഹക്കച്ചവടക്കാരനും ഉണ്ടായിരിക്കേണ്ട ഏറ്റവും അടിസ്ഥാനപരമായ അറിവ്), കൂടാതെ എൻയുജിടി, ഡസ്റ്റ് തുടങ്ങിയ ഖനി സൂചികകൾ സാധാരണ ഖനിത്തൊഴിലാളി സൂചികയുടെ ദൈനംദിന വരുമാനത്തിന്റെ മൂന്നിരട്ടി വരുമാനം നൽകുന്നുവെന്ന് മാത്രമേ അദ്ദേഹത്തിന് അറിയാമായിരുന്നുള്ളൂ. ചിലത് നേടുകയും അതിലും കൂടുതൽ നഷ്ടപ്പെടുകയും ചെയ്തു ടിം ഖനിത്തൊഴിലാളികളുടെ ഇടിഎഫുകളുടെ ഭാരം കാലക്രമേണ ഉയർത്തി, തന്റെ പോർട്ട്ഫോളിയോയുടെ 10% മുതൽ70% വരെ വർദ്ധിപ്പിച്ചു. ക്ലാസുകൾക്കിടയിൽ നാല് മാസത്തെ ഊഹാപോഹങ്ങൾക്ക് ശേഷം, ടിമ്മിന് തന്റെ പോർട്ട്ഫോളിയോയുടെ 30% (ഒരു ഘട്ടത്തിൽ 50%) തുടച്ചുനീക്കാൻ കഴിഞ്ഞു. ഊഹക്കച്ചവടം നിർത്തേണ്ടതിന്റെയും അടിസ്ഥാന വിശകലനം പഠിക്കുന്നതിന്റെയും ദീർഘകാലത്തേക്ക് നിക്ഷേപം നടത്തേണ്ടതിന്റെയും ആവശ്യകത ടിം ഒടുവിൽ പഠിച്ചു.

പരിചയസമ്പന്നരായ പ്രൊഫഷണലുകളിൽ നിന്ന് പഠനം തുടരുക (C5/C6/C10)

തന്റെ മനസ്സിൽ കുറച്ച് മാസത്തെ അവധിയെടുത്ത ശേഷം, ടിം ഒരു ദീർഘകാല കാഴ്ചപ്പാടോടെ വീണ്ടും നിക്ഷേപം ആരംഭിച്ചു. തന്റെ പോർട്ട്ഫോളിയോ കൈകാര്യം ചെയ്യുന്നതിനും ഹോങ്കോങ്ങിലെയും ന്യൂയോർക്കിലെയും മൂന്ന് വ്യത്യസ്ത നിക്ഷേപ ഫണ്ടുകളിൽ ജോലി ചെയ്ത പ്രൊഫഷണൽ അനുഭവത്തിനും ഇടയിൽ, ടിം തന്റെ നിക്ഷേപങ്ങളിൽ മതം തേടാൻ പഠിക്കുകയായിരുന്നു.

തന്റെ ആദ്യ ജോലിയിൽ, മികച്ച പ്രകടനം കാഴ്ചവയ്ക്കുന്ന എച്ച്കെ/ചൈന ഹെഡ്ജ് ഫണ്ടിന്റെ സിഐഒയുടെ നിഴലിൽ ടിം വേനൽക്കാലം ചെലവഴിച്ചു. ടിം പ്രാഥമികമായി ചൈനീസ് നിക്ഷേപങ്ങൾ പഠിച്ചു (പ്രശസ്ത ബിഎടി ടെക്നോളജി ത്രയം – ബെയ്ഡു, അലിബാബ, ടെൻസെന്റ് എന്നിവയുൾപ്പെടെ), വിശകലന വിദഗ്ധരുമായും ഓഹരി ഉടമകളുമായും മാനേജ്മെന്റ് വരുമാന കോളുകൾ സംഗ്രഹിക്കുകയും സിഐഒ, ഫണ്ട് മാനേജർമാർക്കായി നിക്ഷേപ റിപ്പോർട്ടുകളും അപ്ഡേറ്റുകളും തയ്യാറാക്കുകയും ചെയ്തു.

ഒരു വർഷം നീണ്ടുനിൽക്കുന്ന രണ്ടാമത്തെ ജോലിക്ക് (കൊളംബിയയിലെ മുഴുവൻ സമയ വേനൽക്കാലം, പാർട്ട് ടൈം രണ്ടാം വർഷം), ടിം ന്യൂയോർക്ക് ആസ്ഥാനമായുള്ള ഒരു ഫാമിലി ഓഫീസിന്റെ സിഐഒയിൽ ജോലി ചെയ്തു, സജീവമായി പ്രായമുള്ള മറ്റ് ഹെഡ്ജ് ഫണ്ടുകളിൽ നിക്ഷേപം നടത്തി, കൂടാതെ യുഎസിലെ സ്വന്തം നേരിട്ടുള്ള സ്റ്റോക്ക് പോർട്ട് ഫോളിയോ നിക്ഷേപങ്ങൾ കൈകാര്യം ചെയ്തു. നിക്ഷേപം തേടി കുടുംബ ഓഫീസിലേക്ക് എത്തിയ അസംഖ്യം ഹെഡ്ജ് ഫണ്ടുകൾ മുതൽ, വിപണിയിലും മത്സരത്തിലും നേട്ടങ്ങൾ നേടുന്നതിന് വിവിധ ഫണ്ടുകൾ സ്വീകരിച്ച വൈവിധ്യമാർന്ന നിക്ഷേപ തന്ത്രങ്ങൾക്ക് ടിം വിധേയനായി. ഫാമിലി ഓഫീസിന്റെ സ്വന്തം പോർട്ട്ഫോളിയോയ്ക്കായി യുഎസ് സ്റ്റോക്കുകളുടെ വിശകലനം ചെയ്യാനും ശുപാർശകൾ നൽകാനും ടിം പഠിച്ചു, പ്രധാനമായും കുടുംബ ഓഫീസിൽ പ്രവർത്തിക്കുന്ന ഫണ്ട് മാനേജർമാരിൽ നിന്നുള്ള ഉയർന്ന ബോധ്യമുള്ള ആശയങ്ങൾ.

മൂന്നാമത്തെ ഫണ്ടിൽ, ഗ്രേറ്റർ ഏഷ്യ മേഖലയിലെ സാങ്കേതികവിദ്യ/ഉപഭോക്തൃ കമ്പനികളെ കേന്ദ്രീകരിച്ചുള്ള യുഎസ് ആസ്ഥാനമായുള്ള ഹെഡ്ജ് ഫണ്ടിൽ ടിം പ്രവർത്തിച്ചു. ഇത്തവണ, ടിം കൂടുതൽ ഉൾക്കാഴ്ചകൾ നേടുകയും ക്വാണ്ടിറ്റേറ്റീവ് വിശകലനത്തിലേക്കും മൂല്യനിർണ്ണയ രീതികളിലേക്കും ആഴത്തിൽ പര്യവേക്ഷണം നടത്തുകയും, ടാർഗെറ്റ് അവസരങ്ങളുടെ നിക്ഷേപ ഗുണങ്ങളെക്കുറിച്ച് സമഗ്രമായ ധാരണ നേടുന്നതിന് നടത്തിയ ഗുണപരമായ വിശകലനത്തിന് അനുബന്ധമായി വിശദമായ സാമ്പത്തിക മാതൃകകൾ നിർമ്മിക്കുകയും ചെയ്തു.

ടിം ക്രമേണ നിക്ഷേപത്തിന്റെയും വിപണികളുടെയും കീഴിൽ കൂടുതൽ ആഴത്തിൽ വികസിച്ചു. കഴിഞ്ഞ അഞ്ച് വർഷമായി, ടിം തന്റെ പോർട്ട്ഫോളിയോയിൽ ഏറ്റക്കുറച്ചിലുകൾ കാണുന്നു, പക്ഷേ പ്രായമായ മനുഷ്യൻ പ്രതിവർഷം ശരാശരി 8% വരുമാനം നേടുന്നു, തന്റെ ഊഹക്കച്ചവട "ചെറുപ്പകാലങ്ങളിലൂടെ" നഷ്ടപ്പെട്ട പണം വീണ്ടെടുക്കുകയും അതിനു മുകളിൽ നല്ല തുക സമ്പാദിക്കുകയും ചെയ്യുന്നു. 2021-ൽ കൊളംബിയയിൽ നിന്ന് ബിരുദം നേടിയ ശേഷം, തന്ത്രപരവും പ്രവർത്തനപരവുമായ തലങ്ങളിൽ ബിസിനസ്സ് നേതാക്കളുടെ തീരുമാനമെടുക്കൽ പ്രക്രിയകളെക്കുറിച്ച് ഉൾക്കാഴ്ച നേടുന്നതിന് ടിം ഒരു മാനേജ്മെന്റ് കൺസൾട്ടന്റായി പ്രവർത്തിക്കും, ഇത് ഭാവിയിലെ നിക്ഷേപ അവസരങ്ങളുടെ ഗുണങ്ങളും അപകടസാധ്യതകളും കൂടുതൽ നന്നായി വിലയിരുത്താൻ ടിമ്മിനെ സഹായിക്കുമെന്നതിൽ സംശയമില്ല.

ഇന്ന് തനിക്കറിയാവുന്ന കാര്യങ്ങൾ അറിഞ്ഞുകൊണ്ട്, ടിം ഇനിപ്പറയുന്ന വിധങ്ങളിൽ 10സി-കൾ പ്രയോഗിക്കും :

1. **സി1 : സ്വയം അറിയുക :** ഇക്വിറ്റികളിലും റിയൽ എസ്റ്റേറ്റിലും നിക്ഷേപം തുടരുക. കഠിനാധ്വാനം ചെയ്ത് സമ്പാദിച്ച വരുമാനത്തിൽ 0% വളർച്ച ടിം ആഗ്രഹിക്കുന്നില്ല.
2. **സി2 : നിങ്ങളുടെ ഇടം സ്വന്തമാക്കുക :** സാങ്കേതികവിദ്യയിൽ ഉറച്ചുനിൽക്കുക, പ്രധാനമായും യുഎസിലും ചൈനയിലും.
3. **സി3 : വിപണി ചക്രങ്ങളെ ബഹുമാനിക്കുക :** ഹ്രസ്വകാല ഊഹാപോഹങ്ങളിൽ നിന്ന് വിട്ടുനിൽക്കുക, പകരം ദീർഘകാല ഇക്കോണോമിക്, മാർക്കറ്റ് ചക്രങ്ങളിൽ ശ്രദ്ധ കേന്ദ്രീകരിക്കുക; കുറഞ്ഞത് ഒരു വർഷത്തെ സമയ ചക്രവാളത്തിൽ നിക്ഷേപിക്കുക.

4. **സി4 : ചത്ത മത്സ്യമാകരുത് :** ഒരു സ്വതന്ത്ര മനസ്സ് സൂക്ഷിക്കുക. ചില "സംസാരിക്കുന്ന തലകൾ" അല്ലെങ്കിൽ ആൽഫ ലേഖനം ശുപാർശ ചെയ്യുന്നതിനാൽ മാത്രം ഒന്നിലും നിക്ഷേപം നടത്തരുത്. അത്യാഗ്രഹത്തിന്റെയും ഭയത്തിന്റെയും ഫലമായി ഉണ്ടാകുന്ന അമിതമായ സാഹചര്യങ്ങളിൽ നിന്ന് ഉയർന്നുവരുന്ന അനുകൂലമായ റിസ്ക്/പ്രതിഫല അവസരങ്ങൾക്കായി നോക്കുക.
5. **സി5 : മതം തേടുക :** സമഗ്രമായ ഗൃഹപാഠം ചെയ്തതിന് ശേഷം മാത്രം നിക്ഷേപത്തിന് പണം നിക്ഷേപിക്കുക. കമ്പനികളുടെ സാമ്പത്തിക ആരോഗ്യത്തെക്കുറിച്ച് കൂടുതൽ കൃത്യമായ വായന ലഭിക്കുന്നതിനും വഞ്ചനാപരമായവയിൽ നിക്ഷേപിക്കുന്നത് ഒഴിവാക്കുന്നതിനും ഫിനാൻഷ്യൽ അക്കൗണ്ടിംഗിനെക്കുറിച്ച് മികച്ച ധാരണ നേടുക.
6. **സി6 : ക്ഷമയോടെയിരിക്കുക, ധൈര്യമായിരിക്കുക : സി5 : മതത്തെ ശരിയായി തേടുക,** ഇത് ഒരു പ്രശ്നമാകില്ല.
7. **സി7 : മാരത്തൺ വിജയികൾ :** നേരത്തെയും സ്ഥിരമായും പണം നിക്ഷേപിക്കുന്നത് തുടരുക. ദീർഘകാല സമ്പത്ത് നിർമ്മിക്കാൻ സമയം ഉപയോഗിക്കുന്നത് മറ്റെന്തിനെക്കാളും നൂറിരട്ടി ഫലപ്രദമാണ്.
8. **സി8 : വൈവിധ്യവത്കരിക്കുക... എന്നാൽ കൂടുതലാകരുത് :** നിഷ്ക്രിയ സൂചിക ഫണ്ടുകളിലെ പോർട്ട്ഫോളിയോയുടെ പകുതി, ബാക്കി പകുതിയിൽ എട്ട് മുതൽ 10 വരെ നിക്ഷേപങ്ങൾ.
9. **സി9 : പണം നഷ്ടപ്പെടരുത് :** പൂജ്യം ലിവറേജ്. ഒരു ഗെയിം പ്ലാൻ ഉണ്ടായിരിക്കുക, നിങ്ങളുടെ പോർട്ട്ഫോളിയോയുടെ 10%-ൽ കൂടുതൽ ഒരൊറ്റ നിക്ഷേപത്തിൽ നിക്ഷേപിക്കരുത്.
10. **സി10 : മനസ്സിനെ ശ്രദ്ധിക്കുക :** താഴ്മയുള്ളവരും വികാര രഹിതരും ദീർഘവീക്ഷണമുള്ളവരുമായിരിക്കുക. മുൻകാല വിജയങ്ങളോ പരാജയങ്ങളോ കൊണ്ട് തളരുന്നത് ഒഴിവാക്കുക.

ഓയ — വിദ്യാർത്ഥി

കാനഡയിലെ ടൊറന്റോയിൽ താമസിക്കുന്ന 17-കാരിയായ വിദ്യാർത്ഥിനിയാണ് ഓയ. ന്യൂ ഹാംഷെയറിലെ ഒരു

ബോർഡിംഗ് ഹൈസ്കൂളിൽ സീനിയറായ അവർ ഇരുപതുകളിൽ നിന്ന് സാമ്പത്തിക സ്വാതന്ത്ര്യം നേടുക എന്ന ഉദ്ദേശ്യത്തോടെ ഒഴിവുസമയങ്ങളിൽ 10സി-കളെക്കുറിച്ച് പഠിക്കുന്നു. സാമ്പത്തിക പരിമിതികളോ മാതാപിതാക്കളെ ആശ്രയിക്കാതെയോ സാമൂഹിക സംരംഭകത്വവും ആസക്തിയും ഉൾപ്പെടെയുള്ള തന്റെ അഭിനിവേശങ്ങൾ പിന്തുടരാൻ അവൾ ആഗ്രഹിക്കുന്നു.

സ്വയം വിലയിരുത്തൽ

1. ലക്ഷ്യങ്ങൾ :

എ. ***ഭൂരിപക്ഷം :*** വാങ്ങൽ, കൈവശം വയ്ക്കൽ തന്ത്രം ഉപയോഗിച്ച് ഓഹരി വിപണിയിൽ നിക്ഷേപിക്കാൻ മൂലധനത്തിന്റെ 70% നീക്കിവയ്ക്കുക.

ബി. ***ന്യൂനപക്ഷം :*** 2021 അവസാനത്തോടെ കുറഞ്ഞത് രണ്ട് നിഷ്ക്രിയ വരുമാന ഉല്പാദന ഗുണങ്ങൾ അടയ്ക്കാൻ പഠിക്കുകയും സഹായിക്കുകയും ചെയ്യുക.

സി. ***ടാർഗെറ്റ് റിട്ടേൺ :*** ലക്ഷ്യം 12% അല്ലെങ്കിൽ അതിൽ കൂടുതൽ വാർഷിക പോർട്ട് ഫോളിയോ വളർച്ച.

2. താല്പര്യങ്ങൾ :

എ. ***സ്റ്റോക്ക് മാർക്കറ്റ് :*** ഓഹരികളിലേക്ക് മുങ്ങുന്നതിലൂടെ വിപണി അടിസ്ഥാനങ്ങൾ പഠിക്കുക

i. ആന്തരിക മൂല്യം കണക്കാക്കുക, ആത്മവിശ്വാസ

ത്തോടെയും ബാഹ്യ സ്വാധീനമില്ലാതെയും നിക്ഷേപങ്ങൾ തിരഞ്ഞെടുക്കുക

ii. സ്ഥിരമായി ഗവേഷണം നടത്താനും തുടരാനും നാല് മുതൽ ഏഴ് വരെ സ്റ്റോക്കുകൾ തിരഞ്ഞെടുക്കുക

സി. ***റിയൽ എസ്റ്റേറ്റ്:*** യുഎസിലും വിദേശത്തും നിഷ്ക്രിയ വരുമാനം സൃഷ്ടിക്കുന്ന മൾട്ടിഫാമിലി റിയൽ എസ്റ്റേറ്റ് നിക്ഷേപം

i. അണ്ടർറൈറ്റിംഗും സാമ്പത്തിക വിശകലനവും പരിശീലിക്കുന്നത് തുടരുക.

ii. ലോകമെമ്പാടുമുള്ള വിപണികളെക്കുറിച്ച് വിശകലനം നടത്തുക.

iii. ഒരു കരാർ അവസാനിപ്പിക്കുന്നതിനുള്ള നിയമപരമായ പ്രക്രിയകളെക്കുറിച്ച് സ്വയം പരിചയപ്പെടുക.

3. ശൈലി :

എ. ***നിഷ്ക്രിയം :*** മൂലധനത്തിന്റെ ഭൂരിഭാഗവും ഓഹരി വിപണിയിൽ നേരത്തെയും ധൈര്യത്തോടെയും നിക്ഷേപിക്കുക.

ബി. ***സജീവം :*** പ്രോപ്പർട്ടികൾ ക്ലോസ് ചെയ്യാൻ സഹായിക്കുന്നതിന് നിഷ്ക്രിയ വരുമാനത്തിനും യുഎസ് വായ്പാ ഘടനയ്ക്കും മുകളിൽ ഉപയോഗിക്കുക, കോളേജ് പഠനകാലത്ത് പുതിയ പ്രോപ്പർട്ടികളിൽ പാർട്ട് ടൈം സഹ നിക്ഷേപത്തിലേക്ക് 100% വരുമാനം തിരികെ നൽകുക.

4. കഴിവുകൾ :

എ. ***വിശദാംശങ്ങളെ അടിസ്ഥാനമാക്കി :*** ശക്തമായ വിശകലന എഴുത്ത് കഴിവുകളുള്ള ഉത്സാഹമുള്ള പെർഫെക്ഷനിസ്റ്റ്.

ബി. ***പ്രചോദിതം :*** നിക്ഷേപത്തിനും സാമ്പത്തിക സ്വാതന്ത്ര്യത്തിനുമുള്ള അഭിനിവേശത്തിൽ നിന്ന് ഉത്ഭവിക്കുന്ന ഉയർന്ന ശക്തിയുള്ള തൊഴിൽ നൈതികത.

സി. ***മൾട്ടികൾച്ചറൽ :*** എല്ലാത്തരം ആളുകളോടും സംസ്കാരങ്ങളോടും തുറന്ന മനസ്സുള്ളവർ, നിരന്തരമായ പഠനത്തിനായുള്ള അഭിലാഷം

5. **സമയം :**

എ. ***ദീർഘകാല, അടിസ്ഥാനപരം :*** പ്രത്യേകിച്ചും തിരക്കുള്ള ഒരു വിദ്യാർത്ഥിയെന്ന നിലയിൽ, ജോലി ചെയ്യാൻ സമയം അനുവദിക്കുക, പിടിച്ചുനിൽക്കുക, മിടിക്കുക.

6. **അപകടസാധ്യതകൾ :**

എ. സാങ്കേതിക നിക്ഷേപങ്ങൾക്ക് ഇടത്തരം-ഉയർന്ന റിസ്ക്.

7. **ആസ്തികൾ :**

എ. ***റിയൽ എസ്റ്റേറ്റ് :*** നിഷ്ക്രിയ വരുമാനമുള്ള മൾട്ടി ഫാമിലി വസതികൾ അടച്ചുപൂട്ടാനും സഹ-ഉടമസ്ഥമാക്കാനും സഹായിക്കുക.

ബി. ***ഓഹരികൾ :*** ഇന്നത്തെ കണക്കനുസരിച്ച്, ഭൂരിഭാഗം ടെക്നോളജി കമ്പനികളും.

8. **സ്ഥലങ്ങൾ :**

എ. ***ചൈന/ഏഷ്യ*** – ഷാങ്ഹായ്, തായ്പേയ് എന്നിവിടങ്ങളിൽ വളർന്നു, മാൻഡാരിൻ, കൊറിയൻ, അതത് സംസ്കാരങ്ങൾ.

ബി. ***വടക്കേ അമേരിക്ക***– നിലവിൽ ടൊറന്റോ, ന്യൂ ഹാംപ്ഷെയർ, മേരിലാൻഡ്, ന്യൂയോർക്ക് എന്നിവിടങ്ങളിൽ താമസിക്കുന്നു.

10സി–കൾ ഉപയോഗിക്കുന്നു

നാലാം വയസ്സിൽ എന്റെ മാതാപിതാക്കൾ എന്റെ സഹോദരിമാർക്കും എനിക്കും ക്രിസ്തുമസിന് ഐപോഡ് ടച്ചുകൾ സമ്മാനിച്ചപ്പോഴാണ് എനിക്ക് ടെക്നോളജി ആസക്തിയുടെ ആദ്യ രുചി ലഭിച്ചത്. ഐട്യൂൺസ് സ്റ്റോറിൽ നിന്ന് ടെയ്‌ലർ സ്വിഫ്റ്റ് ഗാനങ്ങൾ ലോഡ് ചെയ്യാൻ പഠിക്കുകയും ഡൂഡിൽ ജമ്പ് എന്ന കലയിൽ പ്രാവീണ്യം നേടുകയും ചെയ്തുകൊണ്ട് ഞാൻ പെട്ടെന്ന് ആപ്പിളിന്റെ എല്ലാ കാര്യങ്ങളിലും വിദഗ്ധനായി. ആ വർഷം ഞാൻ ആപ്പിളിൽ 40 ഡോളർ (എന്റെ ചൈനീസ് പുതുവത്സര റെഡ് കവർ പണത്തിന്റെ ഒരു ഭാഗം) നിക്ഷേപിച്ചിരുന്നുവെങ്കിൽ, എന്റെ 40 ഡോളറിന് ഇന്ന് 767 ഡോളർ മൂല്യമുണ്ടാകുമായിരുന്നു,

ഏകദേശം 2000% വരുമാനം. തീർച്ചയായും, തീർച്ചയായും, ഒരു നാല് വയസ്സുകാരൻ തന്റെ പുതുവത്സര പണം ആപ്പ് സ്റ്റോർ ഗെയിമുകൾക്കോ കോർണർ സ്റ്റോറിൽ നിന്ന് ഐസ്ക്രീം വാങ്ങുന്നതിനോ പകരം ആപ്പിൾ സ്റ്റോക്കിൽ ചെലവഴിക്കുമെന്ന് ആരും പ്രതീക്ഷിക്കില്ല.

എസ് ആൻഡ് പി 500 ഇൻഡക്സ് ഫണ്ടിലോ സേവിംഗ്സ് അക്കൗണ്ടിലോ റിയൽ എസ്റ്റേറ്റ് മാർക്കറ്റിലോ ആണെങ്കിലും പണമല്ല, സമയമാണ് ചരക്ക് എന്നതാണ് പ്രധാനം. അമേരിക്കൻ നിക്ഷേപകനും *റിച്ച് ഡാഡ് പുവർ ഡാഡിന്റെ* രചയിതാവുമായ റോബർട്ട് കിയോസാക്കി "ഒരു ധനികനും ദരിദ്രനും തമ്മിലുള്ള ഒരേയൊരു വ്യത്യാസം അവർ അവരുടെ സമയം എങ്ങനെ ഉപയോഗിക്കുന്നു എന്നതാണ്" എന്ന വ്യത്യാസം വാഗ്ദാനം ചെയ്തു.

നേരത്തെ നിക്ഷേപിക്കേണ്ടതിന്റെ പ്രാധാന്യം മനസ്സിലാക്കിയ ഞാൻ എന്റെ മാതാപിതാക്കളെ ആശ്രയിക്കാതെ നിക്ഷേപ മൂലധനം നേടാനും വരുമാനം ഉണ്ടാക്കാനുമുള്ള വഴികൾ തേടാൻ തുടങ്ങി.

2020 ഏപ്രിലിൽ, ഓഹരി വിപണിയിൽ നിക്ഷേപിക്കുന്നതിനെക്കുറിച്ച് ഞാൻ ഗൗരവമായി ചിന്തിക്കാൻ തുടങ്ങി. കോവിഡ്-19 ഭയം വർദ്ധിക്കുകയും വിപണികൾ കുത്തനെ വിറ്റഴിക്കപ്പെടുകയും ചെയ്തപ്പോൾ, "മറ്റുള്ളവർ ഭയപ്പെടുമ്പോൾ അത്യാഗ്രഹിയാകാൻ" ഞാൻ ആഗ്രഹിക്കുന്നുവെന്ന് എനിക്ക് അറിയാമായിരുന്നു (സി-4).

വിപണി ദിനംപ്രതി ഇടിയുന്നത് കാണുമ്പോൾ, വിദഗ്ധരും (തകർച്ച വന്നിട്ടില്ലെന്ന് വിശ്വസിച്ച ബഫറ്റ്) സ്വയം പ്രഖ്യാപിത വിദഗ്ധരും (യൂട്യൂബിലെയും ടിക് ടോക്കിലെയും യുവ നിക്ഷേപകർ ഇടത്തോട്ടും വലത്തോട്ടും ഉപദേശങ്ങൾ നൽകുന്നു) പറയുന്നത് കേൾക്കാൻ ഞാൻ പ്രലോഭിതനായി. അടിത്തട്ട് ആർക്കും പ്രവചിക്കാൻ കഴിയില്ലെന്ന് മനസ്സിലാക്കിയ ശേഷം, ഞാൻ എന്റെ സ്വന്തം തന്ത്രത്തിൽ (സി1) ഉറച്ചുനിൽക്കാൻ തുടങ്ങി.

ഞാൻ ഒരു ദീർഘകാല നിക്ഷേപകനാകാൻ തീരുമാനിച്ചു, എന്റെ വാച്ച് ലിസ്റ്റിലെ ഓഹരികൾ, പ്രത്യേകിച്ച് ഊർജ്ജസ്വലമായ സാങ്കേതിക ഓഹരികൾ, വിലകുറഞ്ഞതോ കുറഞ്ഞത് അവയുടെ മൂല്യം (സി5) നിലനിർത്താൻ കഴിയുമെന്നോ ഞാൻ

വിശ്വസിച്ചു. മൈക്രോസോഫ്റ്റ്, ടെൻസെന്റ്, ടെസ്‌ല (സി8) എന്നീ കമ്പനികളുടെ ഓഹരികൾ വാങ്ങാൻ ഞാൻ ജോലിയിൽ നിന്ന് സമ്പാദിച്ച പണം ഉപയോഗിച്ചു.

അടുത്ത ആഴ്ചകളിൽ വിപണിയിൽ ഏറ്റക്കുറച്ചിലുകൾ ഉണ്ടായപ്പോൾ, വിൽക്കാനുള്ള പ്രേരണകൾക്കെതിരെ ഞാൻ പോരാടി (സി10), കമ്പനികളിലെ (സി7) എന്റെ ദീർഘകാല തന്ത്രവും ബോധ്യവും ഓർമ്മിപ്പിച്ചു. മാസങ്ങൾക്കുശേഷം, ഞാൻ അതേ കമ്പനികളിൽ നിന്ന് കൂടുതൽ ചെറിയ വാങ്ങലുകൾ നടത്തി ലാഭവിഹിതം വീണ്ടും നിക്ഷേപിച്ചു, പക്ഷേ എന്റെ പോർട്ട്ഫോളിയോ മിക്കവാറും അതേപടി നിലനിർത്തുകയും എന്റെ സ്റ്റോക്കുകളിൽ ആത്മവിശ്വാസം നിലനിർത്തുകയും ചെയ്തു. പകരമായി, എന്റെ പോർട്ട്ഫോളിയോ ഇതുവരെ 38% വരുമാനം നൽകി. ഇത് അസാധാരണമായ വരുമാനമുള്ള ഒരു അസാധാരണ വർഷമാണെങ്കിലും, വരും വർഷങ്ങളിൽ ഞാൻ ഈ തന്ത്രം ഉപയോഗിക്കുന്നത് തുടരും.

എന്റെ സ്റ്റോക്ക് പോർട്ട്ഫോളിയോയിൽ നിന്നുള്ള എന്റെ നിഷ്ക്രിയ വരുമാനത്തിന് അനുബന്ധമായി, കൂടുതൽ സജീവവും കുറഞ്ഞ അപകടസാധ്യതയുള്ളതുമായ മൾട്ടി ഫാമിലി റിയൽ എസ്റ്റേറ്റ് മേഖലയിൽ ശ്രദ്ധ കേന്ദ്രീകരിക്കാൻ ഞാൻ ആഗ്രഹിക്കുന്നു. ഞാൻ ബിആർ (വാങ്ങൽ, പുനരധിവാസം, വാടക, റീഫിനാൻസ്) തന്ത്രം പഠിക്കുന്നു, ഒരു നല്ല സാധ്യതയുള്ള വാങ്ങൽ തിരിച്ചറിയുന്നതിനും വിപണി വിശകലനം, പുനരധിവാസ പ്രക്രിയ, അമേരിക്കൻ വായ്പാ ഘടന, പ്രോപ്പർട്ടി വില്പന എന്നിവയുൾപ്പെടെ ഒരു പൂർണ്ണ സാമ്പത്തിക മാതൃകയിലൂടെ പ്രവർത്തിക്കുന്നതിനും ഞാൻ സൗകര്യപ്രദമാണ്.

സാമ്പിൾ ഡീലുകൾ നോക്കുന്നതിലൂടെ, സാമ്പത്തിക മോഡലുകൾ മനസ്സിലാക്കാൻ ഞാൻ ശ്രമിക്കുന്നു, അതുവഴി എനിക്ക് നല്ലതും ചീത്തയുമായ ഡീൽ തമ്മിൽ വേർതിരിച്ചറിയാൻ കഴിയും. റിയൽ എസ്റ്റേറ്റ് മേഖലയെക്കുറിച്ച് കൂടുതലറിയുന്നതിലൂടെയും ഗവേഷണം നടത്താനും ഇടപാടുകൾ അവസാനിപ്പിക്കാനും സഹായിക്കുന്നതിലൂടെയും ഈ മേഖലയുടെ കൂടുതൽ കൂടുതൽ ഭാഗമാകാൻ ഞാൻ പ്രതീക്ഷിക്കുന്നു; ഒടുവിൽ ഒരു പ്രോപ്പർട്ടിയിൽ സഹ-നിക്ഷേപം നടത്താൻ ഞാൻ ആഗ്രഹിക്കുന്നു.

ലക്ഷ്യങ്ങൾ

നിഷ്ക്രിയവും സജീവവുമായ വരുമാന സ്രോതസ്സുകളിലൂടെ, എന്റെ ആത്യന്തിക ലക്ഷ്യം സാമ്പത്തികമായി സാക്ഷരരാകുകയും സാമ്പത്തിക സ്വാതന്ത്ര്യം നേടുകയും ചെയ്യുക എന്നതാണ്. നിയന്ത്രിത സമയങ്ങളിൽ നിന്നും സാമ്പത്തിക ഭാരങ്ങളിൽ നിന്നും മുക്തനാകാൻ ഞാൻ ആഗ്രഹിക്കുന്നു.

പോർട്ട്ഫോളിയോ സ്ട്രാറ്റജി

1. എല്ലാ മൂലധനവും ഓഹരി വിപണിയിൽ നിക്ഷേപിക്കുക, കുറഞ്ഞ പലിശയുള്ള സേവിംഗ്സ് അക്കൗണ്ടിൽ ഇരിക്കാൻ അനുവദിക്കില്ല.
2. ദീർഘകാലാടിസ്ഥാനത്തിലും അടിസ്ഥാനപരമായും നിക്ഷേപിക്കുക; ഉയർച്ച താഴ്ചകളിലൂടെ വിജയത്തെ മുറുകെപ്പിടിക്കുക. പ്രധാനമായും മാന്ദ്യം തടയുന്നതിനുള്ള സാങ്കേതിക വിദ്യയിലും കുറഞ്ഞ റിസ്ക് വൈവിധ്യവൽക്കരണത്തിനുള്ള ഇൻഡെക്സ് ഫണ്ടുകളിലും ശ്രദ്ധ കേന്ദ്രീകരിക്കുന്നു.
3. വിദഗ്ധരോ കുടുംബാംഗങ്ങളോ സ്വാധീനിക്കുന്ന തീരുമാനങ്ങൾ എടുക്കുന്നതിനുപകരം, ഒരു സ്റ്റോക്കിൽ നിക്ഷേപിക്കുന്നതിന് മുമ്പ് ആന്തരിക മൂല്യം നിർണ്ണയിക്കാൻ പഠിക്കുക, സാമ്പത്തിക വിശകലനം നടത്തുക, സ്ഥിരമായി ഗവേഷണം നടത്തുക. ഒരു മുഴുവൻ സമയ വിദ്യാർത്ഥിയെന്ന നിലയിൽ എനിക്ക് പ്രതിജ്ഞാബദ്ധമായ നാല് മുതൽ ഏഴ് വരെ നിക്ഷേപങ്ങൾ പരിമിതപ്പെടുത്തുക.

DIY സ്വയം – വിലയിരുത്തൽ

വിഭാഗം	സ്വയം പ്രതിഫലനം
ലക്ഷ്യങ്ങൾ	• •
താല്പര്യങ്ങൾ	• •

ശൈലികൾ	• •
നൈപുണ്യങ്ങൾ	• •
ടൈമിംഗ്	•
റിസ്ക്	•
ആസ്തി	•
സ്ഥലങ്ങൾ	•

നടപടിക്ക് ആഹ്വാനം

"ഇത് കടലാസ്സിൽ വരുന്നതുവരെ, അത് നീരാവിയാണ്."

– സർ ജോൺ ഹാർഗ്രോവ്

ഹാർഗ്രോവ് *മൈൻഡ് ഹാക്കിംഗ്* എന്ന പുസ്തകം എഴുതി, ഇത് നമ്മുടെ തീരുമാനങ്ങൾ എഴുതുകയും നമ്മുടെ മനസ്സിനെ ക്രിയാത്മകമായും അർത്ഥപൂർണ്ണമായും ക്രമീകരിക്കു കയും ചെയ്യുന്നു. നടനും കൊമേഡിയനുമായ ജിം കാരിയുടെ കഥയും അദ്ദേഹം സ്വന്തം സമീപനം എങ്ങനെ സ്വീകരിച്ചു എന്നതും അദ്ദേഹം പങ്കുവെച്ചു.

കാരി ഒരു പ്രയാസകരമായ നടനും പൂർണ്ണമായും തൊഴിൽ രഹിതനുമായിരുന്നപ്പോൾ, അദ്ദേഹം 10 മില്യൺ ഡോളറിന്റെ ഒരു ചെക്ക് സ്വയം എഴുതി, വിശദമായ വരിയിൽ "ആക്ടിംഗ് സർവീസസ് റെൻഡേർഡ്" എന്ന് എഴുതി. ഭാവിയിൽ 10 വർഷത്തേക്ക് അദ്ദേഹം അത് ഡേറ്റ് ചെയ്യുകയും അത് തന്റെ വാലറ്റിൽ സൂക്ഷിക്കുകയും ചെയ്തു, അതിനാൽ പ്രതിദിനം 10 ദശലക്ഷം ഡോളർ ചെക്ക് കാണാൻ കഴിയും. പത്ത് വർഷത്തിന് ശേഷം കാരി "ഡംബ് ആൻഡ് ഡംബർ" എന്ന സിനിമയിൽ അഭിനയിച്ചു. കരാർ? $10 മില്യൺ ഡോളർ.

ജീവിതത്തിൽ നിങ്ങൾ ആഗ്രഹിക്കുന്നതെന്തും ഭാവനയിൽ കാണുക – നിങ്ങൾക്ക് എന്താണ് വേണ്ടത്, നിങ്ങൾ എന്താണ് ചെയ്യാൻ ആഗ്രഹിക്കുന്നത്, നിങ്ങൾ എന്താണ് പഠിക്കാൻ ആഗ്രഹിക്കുന്നത്, ആരെ സഹായിക്കാൻ ആഗ്രഹിക്കുന്നു – നിക്ഷേപ മേഖലയ്ക്കകത്തും പുറത്തും അവ എഴുതുക. നമുക്കറി യാവുന്ന നിരവധി വിജയകരമായ ബിസിനസ്സുകാരും നിക്ഷേപ

കരും അവർ താമസിക്കാൻ ആഗ്രഹിക്കുന്ന ബീച്ച് ഹൗസിനെ അല്ലെങ്കിൽ അവർ സ്വന്തമാക്കാൻ ആഗ്രഹിക്കുന്ന ബോട്ട് ഗ്ഗുഗിൾ ചെയ്യാൻ ഇഷ്ടപ്പെടുന്നു. അവർ അത് പൂർണ്ണ നിറത്തിൽ പ്രിന്റ് ചെയ്യുകയും അവരുടെ ചുമരുകളിലോ ഓഫീസ് ഡെസ്കുകളിലോ റഫ്രിജറേറ്ററുകളിലോ ഒട്ടിക്കുകയും ചെയ്തു, ഇത് അവരുടേതാണെന്ന് സ്വയം ഓർമ്മിപ്പിക്കാൻ, അവർ വ്യക്തമായി നിർവ്വചിച്ച ഒരു ഭാവി തീയതിയിൽ. അത് നേടാൻ അവർ കഠിനമായി പരിശ്രമിക്കുകയും ആ മനോഹരമായ ചിത്രങ്ങൾ ദിവസവും ഓർമ്മിപ്പിക്കുകയും ചെയ്യുന്നു.

അടുത്തതായി, ഈ ലക്ഷ്യങ്ങൾക്ക് പ്രാധാന്യം നൽകുക—വൈകാരികവും ശക്തവുമായ വാക്കുകൾ ഉപയോഗിക്കുക, നിങ്ങൾ അവ കൈവരിക്കേണ്ടത് എന്തുകൊണ്ടെന്ന് എഴുതുക. നിങ്ങളുടെ ജീവിതത്തിൽ എല്ലായിടത്തും നിങ്ങളുടെ ലക്ഷ്യങ്ങളുടെ വിശദാംശങ്ങൾ നൽകുക, നിങ്ങൾ ആഗ്രഹിക്കുന്ന കാറിന്റെ ഫോട്ടോകൾ ഇടുക അല്ലെങ്കിൽ നിങ്ങളുടെ ഭാവി നിക്ഷേപ വരുമാനത്തിനായി കാരിയെപ്പോലെ ഒരു ചെക്ക് എഴുതുക. ഇത്തരത്തിലുള്ള പ്രകടനവും ആകർഷണ നിയമവും ആദ്യം നിസ്സാരമായി തോന്നാം, പക്ഷേ അവ നിങ്ങളുടെ ആഗ്രഹങ്ങളോടുള്ള നിങ്ങളുടെ മാനസികാവസ്ഥയെ മാറ്റുകയും ഓറിയന്റ് ചെയ്യുകയും ചെയ്യുന്നുവെന്ന് ഞങ്ങൾ ശക്തമായി വിശ്വസിക്കുന്നു.

അവസാനമായി, വിജയങ്ങൾ എത്ര വലുതായാലും അവയ്ക്കിടയിൽ താഴ്മയോടെ തുടരാൻ ഓർമ്മിക്കുക. അഹങ്കാരത്തിന്റെയും അമിത ആത്മവിശ്വാസത്തിന്റെയും മനഃശാസ്ത്രമാണ് നിങ്ങളെ വലിയ നഷ്ടം സംഭവിക്കാൻ അനുവദിക്കുന്നത്. നിർത്താതെ പഠിക്കുന്നത് തുടരുക—നിങ്ങൾക്ക് ചെയ്യാൻ കഴിയുന്ന ഒരു സ്ഥലം ഞങ്ങളുടെ കമ്പാനിയൻ വെബ് സൈറ്റിലാണ്, നിങ്ങൾ ഈ പുസ്തകം വാങ്ങിയതുമുതൽ സൗജന്യമാണ്. സമാന ചിന്താഗതിക്കാരായ വിസാർഡ്സ് വിദ്യാർത്ഥികളുടെ ഞങ്ങളുടെ കമ്മ്യൂണിറ്റിയിൽ, എല്ലാത്തരം അനുഭവങ്ങളും പശ്ചാത്തലങ്ങളുമുള്ള മറ്റ് നിക്ഷേപകരുമായി നിങ്ങൾക്ക് തുടർച്ചയായി പഠിക്കാനും നെറ്റ്‌വർക്ക് ചെയ്യാനും കഴിയും.

നമുക്ക് നടപടിയെടുക്കാം. എത്രയും വേഗം!

രചയിതാക്കളെക്കുറിച്ച്

സാൻ എംഗ് : ഒരു "നിക്ഷേപകനായ" സാൻ, അരഡസണിലധികം കമ്പനികൾ സ്ഥാപിക്കുകയും അവയ്ക്ക് നേതൃത്വം വഹിക്കുകയും, ഒരു സംരംഭകനെന്ന നിലയിൽ സംരംഭക മൂലധനം 150 മില്യൺ ഡോളറോളം ഉയർത്തുകയും, കൂടാതെ ഒരു പ്രൊഫഷണൽ നിക്ഷേപകനെന്ന നിലയിൽ 500 മില്യൺ ഡോളറോളം മൂലധനമായി വിന്യസിപ്പിക്കുകയും ചെയ്ത ആളാണ്. സാൻ-ന്റെ സ്വകാര്യ ഇക്വിറ്റി സ്ഥാപനം ചൈനയിലെ മികച്ച ആയിരത്തോളം ഫണ്ടുകളിൽ 30-നകത്തുള്ള സ്ഥാനം നേടിയതാണ്. ഉപഭോക്തൃ, ടെലികോം, യൂട്ടിലിറ്റികൾ, അടിസ്ഥാന സൗകര്യങ്ങൾ, വിദ്യാഭ്യാസം, ആരോഗ്യ സംരക്ഷണം, ബ്ലോക്ക്ചെയിൻ, അഗ്രിഫുഡ്സ്, റിയൽ എസ്റ്റേറ്റ്, കൂടാതെ ഏഷ്യയിലെയും വടക്കേ അമേരിക്കയിലെയും മറ്റ് പല വസ്തുവകകളിലുമെല്ലാം സാൻ-ന് നിക്ഷേപമുണ്ട്. തന്റെ നിക്ഷേപങ്ങൾ മൂലം ആയിരക്കണക്കിന് തൊഴിലവസരങ്ങൾ സൃഷ്ടിക്കാൻ സാധിച്ചു എന്നതിൽ അദ്ദേഹം ഏറെ അഭിമാനിക്കുന്നു.

സാൻ ഈ ബുക്ക് പ്രോജക്റ്റ് ആരംഭിച്ചത്, ഒരു പൊതു ധാരണ ഉണ്ടാക്കാനായാണ്, വർഷങ്ങളോളമുള്ള തന്റെ നിക്ഷേപ അനുഭവവും, ഗവേഷണവും, നിക്ഷേപ ലോകത്തിലെ നൂറുകണക്കിന് മാന്ത്രികരുമായിട്ട് നേരിട്ടുള്ള പരിചയവും (നിക്ഷേപത്തിലൂടെയും ഇന്റർവ്യൂകളിലൂടെയും) എല്ലാം കൂട്ടി ചേർത്ത്.

ടിം എംഗ് : ടിമ്മിന്റെ നിക്ഷേപ യാത്ര ഹൈസ്കൂളിൽ ആരംഭിച്ചു, ഡസൻ കണക്കിന് നിക്ഷേപ പുസ്തകങ്ങൾ വായിക്കാൻ തുടങ്ങിയപ്പോൾ, ഈ പുസ്തകത്തിനായി ഡസൻ കണക്കിന് മാന്ത്രിക പ്രൊഫൈലുകൾ സൃഷ്ടിക്കാനും, പിന്നീട് യഥാർത്ഥ പണത്തിന്റെ പോർട്ട് ഫോളിയോകളും, പേപ്പറുകളും ഉപയോഗിച്ച് നിക്ഷേപിക്കുകയും വ്യാപാരം നടത്തുകയും ചെയ്യാനും തുടങ്ങി. ടിം-ന് ഇപ്പോൾ എട്ട് വർഷത്തെ നിക്ഷേപ പരിചയമുണ്ട്, ഒപ്പം അയാളുടെ ശരാശരി 8%-ത്തിലധികം വാർഷിക വരുമാനം മെച്ചപ്പെടുത്താൻ സാധിക്കുമെന്ന പ്രതീക്ഷയുമുണ്ട്. മാത്രമല്ല, യുഎസ്, ഹോങ്കോംഗ്, ഏഷ്യയുടെ മറ്റ് ഭാഗങ്ങളിൽ ശ്രദ്ധ കേന്ദ്രീകരിച്ച് പ്രവർത്തിക്കുന്ന നിക്ഷേപ ഫണ്ടുകളിൽ ടിം മൂന്ന് വേനൽക്കാലം ചെലവഴിച്ചു. കൊളംബിയ സർവ്വകലാശാലയിൽ കമ്പ്യൂട്ടർ സയൻസും ചരിത്രവും പഠിക്കുന്ന ഒരു മുതിർന്ന വിദ്യാർത്ഥിയാണ് ടിം.

ഈ പുസ്തകത്തിന്റെ പ്രധാന ശബ്ദം ടിം തന്നെയാണ്, വർഷങ്ങളോളമുള്ള ഗവേഷണത്തിലൂടെ ആർജ്ജിച്ച എഴുത്തിലും,

നിക്ഷേപത്തിലുമുള്ള (വ്യാപാരവും വീക്ഷണവും ഉൾപ്പെടെ) തന്റെ അഭിനിവേശം അദ്ദേഹമിവിടെ "നിക്ഷേപത്തിന്റെ പത്തു കല്പനകൾ" എന്ന പുസ്തകത്തിൽ ഉൾപ്പെടുത്തുന്നതായി കാണാം.

ഓയ എംഗ് : ഫിലിപ്പ് എക്സെറ്റർ അക്കാദമിയിലെ ഒരു ഹൈസ്കൂൾ സീനിയർ, ഷാങ്ഹായ്, തായ്പേയ്, ന്യൂ ഹാംഷെയർ, ടൊറന്റോ എന്നിവിടങ്ങളിലാണ് ഓയ വളർന്നത്. റോബർട്ട് കിയോസാക്കിയുടെ *റിച്ച് ഡാഡ് പുവർ ഡാഡ്*, ടിം ഫെറിസിന്റെ *4 അവർ വർക്ക് വീക്ക്* എന്നീ പുസ്തകങ്ങളുടെ വായനയ്ക്കുശേഷം അവൾ F.I.R.E (സാമ്പത്തിക സ്വാതന്ത്ര്യത്തിലും, നേരത്തെയുള്ള വിരമിക്കലിലും) പ്രസ്ഥാനത്തിൽ തൽപരയായി. ഒരു പരിചാരികയായും അദ്ധ്യാപികയായും മറ്റ് പല ജോലികളിലും ദീർഘനേരം തൊഴിൽ ചെയ്ത ശേഷം, സമയമാണ് തന്റെ ഏറ്റവും വിലപ്പെട്ട വസ്തു എന്ന് ഓയ തിരിച്ചറിയുന്നു. സാമ്പത്തിക നേട്ടത്തിനായി അവളുടെ നിഷ്ക്രിയ വരുമാന സ്കീമുകൾ വളർത്താൻ അവൾ ശ്രമിച്ചു, ജീവിതത്തിന്റെ തുടക്കത്തിൽ തന്നെ സാമ്പത്തിക സ്വാതന്ത്ര്യം നേടുന്ന പക്ഷം അവൾക്ക് അവളുടെ അഭിനിവേശങ്ങളെ പരിധികളില്ലാതെ പിന്തുടരാൻ വേണ്ടിയായിരുന്നു അത്. ഓയ *പത്ത് കല്പനകൾ* എന്ന പുസ്തകത്തിന്റെ നിരവധി പ്രധാന അധ്യായങ്ങൾ എഴുതുകയും ഗവേഷണ ശ്രമങ്ങൾക്ക് നേതൃത്വം നൽകുകയും ചെയ്തു;

ഗുണനിലവാരവും വായനക്കാരന് പഠിക്കാനുള്ള എളുപ്പവും തമ്മിലുള്ള ശരിയായ സന്തുലനാവസ്ഥ നിലനിർത്തിക്കൊണ്ട്, പുസ്തകത്തിന്റെ ഘടനയും ടോണും തീരുമാനിക്കുന്നതിൽ അവർ നിർണ്ണായക പങ്കു വഹിച്ചു.

ചിത്രകാരിയെക്കുറിച്ച്

ഓയയുടെ ഇളയവളായ ക്ലോ ഇംഗിനോട് എല്ലാ നിക്ഷേപ മാന്ത്രികരെയും വരച്ചതിൽ പ്രത്യേക പരാമർശവും നന്ദിയും അറിയിക്കുന്നു, ക്ലോയി ചുവപ്പ് നിറമാണ് ഓരോ മാന്ത്രികർക്കുമായി തിരഞ്ഞെടുത്തത്, പല സംസ്കാരങ്ങളിലും സമ്പത്തിന്റെയും സമൃദ്ധിയുടെയും പ്രതീകമായ പച്ച നിറമാണ് അവളുടെ കവർ ഡിസൈനിനായി, അവൾ തിരഞ്ഞെടുത്തത്.

അമല വി എസ്

1998 ജൂലൈ മാസം വയനാട് ജില്ലയിലെ സുൽത്താൻ ബത്തേരിയിൽ ജനനം. കൊച്ചിൻ ശാസ്ത്ര സാങ്കേതിക സർവ്വകലാശാലയിലെ സ്കൂൾ ഓഫ് ലീഗൽ സ്റ്റഡീസിൽ നിന്നും നിയമ ബിരുദം. തുടർന്ന് കേരള ഹൈക്കോടതിയ്ക്ക് കീഴിൽ ഒരു അഭിഭാഷകയായി പ്രവർത്തിച്ചു വരുന്നു.

email: amalav.s41@gmail.com